தெற்கு vs வடக்கு

வட இந்தியாவில் பிறந்த குழந்தையொன்றையும், தென்னிந்தியாவில் பிறந்த குழந்தையொன்றையும் ஒப்பிடுவோம்.

தென்னிந்தியாவில் பிறந்த குழந்தை அவளுடைய முதல் வயதிலேயே இறப்பதற்கான வாய்ப்பு மிகவும் குறைவு. மகப்பேறின் போது அவள் தன்னுடைய அம்மாவை இழப்பதற்கான வாய்ப்பும் குறைவு என்பதோடு அவள் சிறந்த ஊட்டச்சத்துப் பெறுவதற்கான வாய்ப்பும் அதிகமாக இருக்கும்.

அவள் பள்ளிக்கூடத்துக்குச் செல்வதோடு அங்கு நீண்டகாலம் படிக்கவும் அதன் பின் கல்லூரிக்குச் சென்று படிப்பதற்கான வாய்ப்பும் அதிகம். வட இந்தியாவில் வசிக்கும் அவளையொத்த பெண்களுடன் ஒப்பிடும்போது இவள் வேளாண்துறையில் ஈடுபடுவதற்கான வாய்ப்பு குறைவு என்பதோடு அதிக ஊதியம் பெறும் வேலை கிடைப்பதற்கான வாய்ப்புகள் அதிகம்.

இந்தக் குழந்தை எதிர்காலத்தில் குறைவான குழந்தைகளையே பிரசவிக்கும், அக்குழந்தைகள் நல்ல ஆரோக்கியமாகவும் இவளைவிட அதிகம் படித்தவர்களாகவும் இருப்பார்கள். சுருக்கமாகச் சொன்னால், தென்னிந்தியாவில் பிறக்கும் சராசரி குழந்தை வட இந்தியாவில் பிறக்கும் குழந்தையை விட ஆரோக்கியமாக, நல்ல வசதியுடன், பாதுகாப்பான வாழ்க்கையை வாழும்.

வட இந்தியாவை விட தென்னிந்தியா ஏன் சிறப்பாக செயல்படுகிறது? அதன் அர்த்தம் என்ன?

இது குறித்து சிறப்பாக விவாதிக்கப்பட்டிருக்கும் இந்தப் புத்தகத்தில் தரவியல் விஞ்ஞானி (Data Scientist) நீலகண்டன் ஆர்எஸ் நாட்டில் இருக்கும் மற்ற மாநிலங்களை விட தெற்கிலிருக்கும் மாநிலங்கள் ஏன், எப்படி சிறப்பாகச் செயல்படுகின்றன என்பதை மட்டும் சொல்லாமல் தொடர்ந்து மையப்படுத்தப்பட்டுவரும் இந்தியாவில் இதனுடைய விளைவு எப்படியிருக்கும் என்பதையும் எழுதியிருக்கிறார்.

குறிப்பிட்ட சில கடுமையான பிரச்சனைகளை - சுகாதாரம் கல்வி, பொருளாதார வளர்ச்சி ஆகிய துறைகளில் - தண்டிக்கக்கூடிய கொள்கைகளைக் கொண்ட ஆட்சியின் மத்தியில் எப்படி எதிர் கொண்டு வெற்றிபெற்றது என்பதையும் மக்கள்தொகையைக்

கட்டுப்படுத்துவதில் வெற்றி பெற்றதால் மக்கள் பிரதிநிதித்துவத்தை இழப்பதற்கான சாத்தியக்கூறுகளைச் சந்திக்க வேண்டியிருக்கும் என்பதையும் வெளிப்படுத்துகிறார். இத்தகையத் தாக்குதலை மாநிலம் எப்படிக் கையாளப் போகிறது?

காத்திரமான, வருத்தமடையச் செய்கிற, பரவசப்படுத்தக்கூடியத் தரவுகள் கொண்ட *தெற்கு vs வடக்கு* என்கிற இந்தப் புத்தகம் இன்றைக்கு இந்தியா எதிர் கொண்டிருக்கும் ஒரு மிகப் பெரிய சவால் குறித்து எழுதப்பட்டிருக்கும் முக்கியமான புத்தகமாகும்.

தெற்கு vs வடக்கு

இந்தியாவின் பெரும் பிளவு

நீலகண்டன் ஆர்எஸ்

juggernaut

JUGGERNAUT BOOKS
C-I-128, First Floor, Sangam Vihar,
Near Holi Chowk, New Delhi 110080, India

English edition first published by Juggernaut Books 2022
Tamil edition first published by Juggernaut Books 2023

10 9 8 7 6 5 4 3 2 1

P-ISBN: 9788195996957
E-ISBN: 9788195996940

The views and opinions expressed in this book are the author's own. The facts contained herein were reported to be true as on the date of publication by the author to the publishers of the book, and the publishers are not in any way liable for their accuracy or veracity.

Tamil translation by Siddharthan Sundaram

Typeset and proofread by TranslationPanacea, Pune

Printed at Gopsons Papers Pvt. Ltd. Noida

கவனத்தை எதிர்பார்க்கும் என்
நேசத்துக்குரிய சென்னைக்கு

உள்ளடக்கம்

அறிமுகம்

தென் இந்தியா: ஒரு வித்தியாசமான நாடு

இந்தியாவில் ஒரு குழந்தை பிறக்கிறது என வைத்துக் கொள்வோம்.

முதலாவதாக, மக்கள்தொகை வளர்ச்சி விகிதத்தை வைத்துப் பார்க்கும் போது இந்தக் குழந்தை வட இந்தியாவில் பிறப்பதை விட தென் இந்தியாவில் பிறப்பதற்கான வாய்ப்பு மிகவும் குறைவாகும். இருப்பினும், இக்குழந்தை தென்னிந்தியாவிலேயே பிறப்பதாக வைத்து கொள்வோம். இந்தியாவுடன் ஒப்பிடும் போது தென்னிந்தியாவில் கைக்குழந்தைகளின் இறப்பு விகிதம் குறைவு என்பதால் இவள் பிறந்த முதல் ஆண்டிலேயே இறப்பதற்கான வாய்ப்பு மிகவும் குறைவாகும். புதிதாகப் பிறந்த சராசரி இந்தியக் குழந்தையைவிட நோய்களுக்கு எதிரான தடுப்பூசி போட்டுக் கொள்வதற்கான வாய்ப்புகள் இவளுக்கு அதிகமாகும், பிரசவத்தின் போது தனது தாயை இவள் இழப்பதற்கான வாய்ப்பு குறைவாக இருப்பதோடு குழந்தை பராமாரிப்பு சேவைகளையும், சிறந்த ஊட்டச்சத்தையும் பெறுவதற்குமான வாய்ப்புகள் அதிகமாக இருக்கும்.

இவளுக்குத் தனது ஐந்தாவது பிறந்த நாளைக் கொண்டாடுவதற்கான வாய்ப்பும், நோய்வாய்ப்பட்டால் மருத்துவமனையை அல்லது மருத்துவரை அணுகுவதற்கான வாய்ப்பும் அதிகமாக இருப்பதோடு சற்று நீண்ட ஆயுளைப் பெறுவதற்கான வாய்ப்பும் உண்டு. இவள் பள்ளிக்குச் செல்வது மட்டுமல்லாமல் அதிக நாட்கள் பள்ளிக்குப் போவதற்கும் அதன் பின் இந்தியாவில் இருக்கும் இவள் வயதில் இருப்பவர்களுடன்

ஒப்பிடுகையில் கல்லூரிக்குச் சென்று படிப்பதற்கான சாத்தியக்கூறும் அதிகமாக இருக்கும். பொருளாதார வாழ்வாதாரத்துக்காக இவள் விவசாயத்தில் ஈடுபடுவதற்கான வாய்ப்பு குறைவாக இருப்பதோடு அதிக ஊதியம் கிடைக்கும் வேலை கிடைப்பதற்கான வாய்ப்பு அதிகமாக இருக்கும்.

எதிர்காலத்தில் இந்தியாவின் மற்ற பகுதிகளில் வாழும் இவளை ஒத்தவர்களுடன் ஒப்பிடும் போது இவள் குறைவான குழந்தைகளுக்குத் தாயாவாள், அந்தக் குழந்தைகள் இவளை விட நல்ல ஆரோக்கியத்துடனும், அதிகமாகப் படிக்கவும் செய்வார்கள். இவளுடைய சமகாலத்தவர்களைக் காட்டிலும் அதிக அரசியல் பிரதிநிதித்துவமும் வாக்காளர் என்கிற முறையில் அதிகமான தாக்கத்தையும் ஏற்படுத்துவாள். சுருக்கமாகச் சொன்னால், வட இந்தியாவில் பிறக்கும் குழந்தையை விட தென்னிந்தியாவில் பிறக்கும் சராசரியான குழந்தை ஆரோக்கியமாகவும், ஓரளவுக்கு நல்ல வசதியுடனும், மிகுந்த பாதுகாப்புடனும், அதிக சமூகத்தாக்கம் கொண்ட வாழ்க்கையும் வாழும்.

இந்தியாவில் சமநிலையற்ற பிராந்தியத் தன்மை என்பது ஒருபோதும் இப்போதிருக்கும் அளவுக்கு தென் மாநிலங்களுக்கு ஆதரவாக இருந்ததில்லை. இந்தியா சுதந்திரமடைந்தபோது, வளர்ச்சிக் காரணிகளைப் பொருத்தவரையில் தென் மாநிலங்களுக்கும் இந்தியாவிலிருக்கும் மற்ற மாநிலங்களுக்கும் இடையில் வித்தியாசம் ஒன்றும் பெரிதாக இல்லை. இன்றைக்கு வட இந்தியாவில் இருக்கும் சில மாநிலங்களுக்கும் தென் மாநிலங்களுக்கும் இடையே இருக்கும் வளர்ச்சியானது அப்பட்டமாக சஹாரா கீழமை ஆப்பிரிக்காவுக்கும் (sub-Saharan Africa) பொருளாதார ஒத்துழைப்பு மற்றும் வளர்ச்சி அமைப்பு (Organization for Economic Co-operation and Development) நாடுகளுக்கும் இடையே இருக்குமளவுக்கு இருக்கிறது.

வடக்கை விட தெற்கு ஏன் மிகவும் சிறப்பாக செயல்படுகிறது? இவை இரண்டுக்கும் ஆரம்பப்புள்ளி ஒரே மாதிரியாக இருந்ததைக் கருத்தில் கொள்ளும்போது இதற்கு வரலாற்றுக் காரணமோ அல்லது இன அடிப்படைவாதமோ இல்லை என்பது உறுதியாகும். தெளிவாகச் சொல்லப் போனால், இதற்கு இந்திய அரசாங்கத்தின் கொள்கை நிறைவேற்றமும் காரணம் இல்லை. அது கொள்கை முடிவுகளை மாநிலத்துக்கே விட்டு விடுவதால் அதன்

அதிகாரத்துவத்தின் திறனும் சில குருட்டு அதிர்ஷ்டங்களும் இதற்கு சாத்தியமானக் காரணங்களாக இருக்கலாம். மாநில அதிகாரத்துவத்தின் திறன் என்பது பெரும்பாலும் கொள்கை முடிவுகளை நிறைவேற்றுவதாகும். அதிர்ஷ்டம் என்பது, நீண்டகாலமாகவே, கொள்கைத் தொலைநோக்கு மற்றும் அமலாக்கம் என வேறுமாதிரியாகவும் அழைக்கப்படுகிறது.

அப்படியெனில், எதனால் தென் இந்தியாவில் இருக்கும் மாநிலங்களால் கொள்கையை நன்கு வடிவமைக்கவும் செயல்படுத்தவும் முடிந்தது? தென்னிந்தியாவில் உள்ள மாநிலங்கள் ஒப்பீட்டளவில் சிறந்த வளர்ச்சியடைவதற்கு துணை தேசியவாதம் ஒரு காரணமாக இருக்கலாம் என சில அறிக்கைகள் கூறுகின்றன.1 இந்தியாவில் துணை தேசியவாதத்தின் நிகழ்வுகள் பெரும்பாலும் மொழியியல் அடையாளத்தை அடிப்படையாகக் கொண்டிருப்பதால் அது பல்லாயிரம் ஆண்டுகள் பின்னோக்கிச் செல்கின்றன. உள்ளூர்மயமாக்கப்பட்ட புவியியல் சார்ந்த உணர்வானது பல்வேறு கோணங்களில் வளர்ச்சிகளை முடுக்கி விளைவுகளைத் தட்டி எழுப்புகிறது. ஏனெனில், ஒரு சமூக இனமான நமக்கு பொதுவான நோக்கம் இருக்கும் போது நம்மால் பெரிய விஷயங்களை சாதிக்க முடியும்.

துணை தேசியவாதம் அதிகமாக உள்ள மாநிலங்களுக்கு எதிர் உதாரணமாக பெரும்பாலும் உத்தரப்பிரதேசம் சொல்லப்பட்டு வருகிறது. அங்கே துணை தேசியவாதமே இல்லை. உத்தரப்பிரதேசம் என்கிற அதன் பெயர் கூட பொதுவானதும் பின் சிந்தனையாக முடிவு செய்யப்பட்டதும் ஆகும். இதனுடைய குறுகிய பெயரான 'UP' என்பது காலனிய ஆதிக்கத்தின் போது அழைக்கப்பட்ட 'ஐக்கிய மாகாணங்கள் (United Provinces)' என்பதற்கான ஓர் இந்துஸ்தானி மாற்றுப் பெயரைத்தான அது தக்க வைத்திருக்கிறது. தமிழ்நாடு, கேரளா போன்ற மாநிலங்களில் மொழி அடையாளமானது மற்ற துணைக்குழு அடையாளயங்களைத் தாண்டிப் பயணித்தது போல அல்லாமல் உத்தரப்பிரதேசத்தின் இந்தி மற்றும் உருது மொழி மீதான விசுவாசமானது மதத்திற்குப் பினாமியாக செயல்பட்டு வருகிறது. இன்று வரை அந்த மாநிலத்தில் இது தொடர்ந்து வருகிறது. அங்கே அரசுத் திட்டங்கள் எல்லாம் சாதி அல்லது மத சமூகங்களின் ஊடாகவேப் பார்க்கப்பட்டு வருகிறது.

கேரளாவோடு ஒப்பிடும்போது உத்தரபிரதேசத்தில் பொதுசேவைகளில் ஏற்பட்ட சிதைவின் விளைவாக அது ஒரு பின் தங்கிய மாநிலாமாக மாறி எதிர் திசையில் இயங்கி வருகிறது. பிரிட்டிஷ் ஆட்சியில் இப்போது கேரளாவில் இருக்கும் திருவாங்கூர் சமஸ்தான் மிகவும் பிரச்சனைக்குரிய இடமாக இருந்தபோது ஐக்கிய மாகாணங்கள் என அறியப்பட்ட UP நன்கு நிர்வாகம் செய்யப்பட்டு வந்தது.

ஒரு நாட்டின் மிகவும் முக்கியமான பொருளாதார வளம் என்பது அதன் மக்கள்தான் என்கிற நவீன யுகத்தின் மிகவும் எளிதான கருத்தைத்தான் இந்தியாவிலிருக்கும் மாநிலங்கள் பின்பற்றுகின்றன. ஆரோக்கியத்துடனும் நன்கு படித்த மக்களுடனும் ஓரளவுக்கு நன்கு செயல்படும் அரசும் இருந்தால் அங்கு பொருளாதாரம் சிறப்பாக இருக்கும். வட இந்தியாவை விட தென்னிந்தியாவில் வருமான அளவும், வேலை வாய்ப்பும் நன்றாகவே இருப்பதில் ஆச்சரியமில்லை.

வெற்றியின் மீதான பொறுப்பு

தென்னிந்திய மாநிலங்கள் வெற்றி பெற்றிருந்தாலும் அதன் மீதான அழுத்தங்கள் அதிகரித்து வருகின்றன. தேசியவாத அரசியலால் தூண்டப்பட்ட இந்திய ஒன்றியம் கொள்கை உருவாக்கத்தை மையப்படுத்த முயல்கிறது. தேசிய அரசியலில் தென்னிந்தியாவின் முக்கியத்துவம் குறைந்து வருவதோடு அந்தப் பிராந்தியத்தில் ஏற்படும் செழுமையின் எழுச்சியோடு ஒத்துப் போகிறது. அவற்றின் வளர்ச்சி நிலையை வைத்துப் பார்க்கும்போது, தென்னிந்தியாவின் பிரச்சனைகள் பெரும்பாலும் வட இந்தியாவின் பிரச்சனைகளுக்கு நேர் எதிராக உள்ளது . மக்கள்தொகை அடிப்படையில் பார்த்தாலும் தென்னிந்தியா, நாட்டில் ஒரு சிறிய பகுதியாகத் தான் உள்ளது.

வட இந்தியாவில் ஆதிக்கமிக்க ஓர் அரசியல் சித்தாந்தமாக வளர்ந்து வரும் தேசியவாதமானது அரசியலிலும் கொள்கை உருவாக்கத்திலும் பன்முகத்தன்மையை விரும்பத்தக்கதாக நினைக்கவில்லை. மக்கள் தொகையில் வடக்கிற்கும் தெற்கிற்கும் இருக்கும் வேறுபாடானது ஏற்கனவே மக்கள் தொகை அதிகமிருக்கும் வடக்கிற்கு சாதகமாக இருந்து வரும் வேளையில், மக்கள் தொகை வளர்ச்சியானது அதை மேலும் அதற்கு

சாதகமாக்கும். இவையெல்லாம் தேர்தல் அரசியலில் தென்னிந்தியாவை இளைய கூட்டாளியாக ஆக்குவதோடு கொள்கை முடிவெடுப்பதில் அதற்கிருக்கும் தாக்கத்தையும் குறைப்பதாக உள்ளது.

ஆரம்பத்திலிருந்தே அதிகாரத்தை மையப்படுத்த வேண்டுமென்கிற தூண்டுதல் இந்திய ஒன்றியத்தின் ஓர் அம்சமாக உள்ளது.

இருபத்தொன்றாம் நூற்றாண்டில் இந்தியாவின் ஜனநாயகக் கட்டமைப்பின் சிக்கலான யதார்த்தம் நாட்டை விட கலாச்சாரம் மற்றும் அரசியல் ஆதிக்கமிக்கது என அனுமானித்திருக்கிறது. இந்திய ஒன்றியத்தின் வள ஒதுக்கீடு - நிதி அல்லது பிற வகையான வளங்களை சேகரித்து மீண்டும் மாநிலங்களுடன் பகிர்ந்து கொள்வது - வடக்கிற்குப் பெரிதும் ஆதரவாகவும் தெற்கிற்கு எதிராகவும் உள்ளது. ஒட்டுமொத்த அளவிலும் சரி, தனிநபர் அடிப்படையிலும் சரி தெற்கிற்கு அதிகமாக வரி விதிக்கப்படுகிறது, ஆனால் மக்கள்தொகை வளர்ச்சி குறைவாக இருப்பதால், அதற்கு ஈடாக குறைவான ஒதுக்கீட்டையேத் திரும்பப் பெறுகிறது.

வரி வருமான சேகரிப்பும் வள மறுஒதுக்கீடும் மையப்படுத்தப்பட்டிருப்பதால், கடந்த காலத்தை விட இப்போது மாநிலங்களுக்குத் தங்கள் கொள்கையில் புதுமையை உருவாக்க அல்லது அந்தப் புதுமைகளுக்கு நிதி வழங்குவதற்கான திறன் குறைந்துள்ளது. தேர்தல் அரசியல் காரணமாக இந்தியாவில் வடக்கிலும் மத்தியப் பகுதிகளிலும் இருக்கும் மாநிலங்களுக்கு வடிவமைக்கும் கொள்கைகள் தென்னிந்திய மாநிலங்களின் மீதும் திணிக்கப்படுகிறது. உதாரணமாக, கல்வித்துறையை எடுத்துக் கொண்டால் 2020 ஆம் ஆண்டு புதியக் கல்விக் கொள்கையின்படி, உயர்கல்வியில் (மேல்நிலைக் கல்விக்கும் மேலான பட்டப்படிப்பு போன்றவை) மாணவர்களின் சேர்க்கை 2035 ஆம் ஆண்டுக்குள் 50 சதவீதத்தை அடைய வேண்டுமென்பது இலக்காகும். ஆனால் தென்னிந்தியாவில் இருக்கும் சில மாநிலங்கள் இந்த இலக்கை ஏற்கனவே அடைந்துவிட்டன. வடக்கில் இருக்கும் மாநிலங்கள் இந்த இலக்கை அடையும் வரை தென்னிந்திய மாநிலங்கள் தற்போதைய நிலையிலேயே காத்திருக்க வேண்டுமென்பது போல வடிவமைக்கப்பட்டிருக்கும் கொள்கை வஞ்சிப்பதன் ஒரு வழியாகும்.

2026 ஆம் ஆண்டு மக்கள்தொகை அடிப்படையிலான ஒரு வெடிப்பு ஏற்படவிருக்கிறது. வடக்கிற்கும் தெற்கிற்கும் இடையேயான எதிர்கால அரசியல் அதிகார ஒதுக்கீட்டிற்கும் அது தொடர்பான வளங்கள் ஒதுக்கீட்டிற்கும் ஒரு பெரிய முரண்பாட்டுக்கு வழிவகுக்கும். 1976 ஆம் ஆண்டு உறுதி செய்யப்பட்ட தேர்தல் தொகுதி சீரமைப்பு - மக்கள்தொகைக் கணக்கெடுப்பின்படி மக்கள்தொகையில் ஏற்பட்டிருக்கும் மாறுதல்களின் அடிப்படையில் காலமுறைப்படி தொகுதிகள் ஒதுக்கீடும் மறுஒதுக்கீடும் - 2026 ஆம் ஆண்டு முடிவுக்கு வரும் சமயத்தில் மறுபடியும் தொகுதி சீரமைப்பு செய்யப்படும்.

மக்கள்தொகையின் அடிப்படையில் பாராளுமன்றத் தொகுதிகள் மறு ஒதுக்கீடு செய்யப்படும் இந்த செயல்முறையின்படி நாட்டை நிர்வகிப்பதற்கு ஒவ்வொரு மாநிலத்துக்கும் எந்த அளவுக்கு உரிமை இருக்கிறது என்பது முடிவு செய்யப்படும். ஏற்கனவே வட இந்தியாவை விட பாராளுமன்றத்தில் குறைவாகவே பிரதிநிதித்துவம் கொண்ட தென்னிந்தியா மிகவும் சிறப்பாக மக்கள்தொகைக் கட்டுப்பாட்டை செயல்படுத்தியதற்கு 'வெகுமதியாக' இதனுடைய அரசியல் பிரதிநிதித்துவத்தை மேலும் இழக்கவிருக்கிறது. . கொள்கை வகுப்பதில் மையப்படுத்தல் அதிகரித்து வருவதால், அதை முன்னிலைப்படுத்தவும், போராடவும் அதிகக் குரல்கள் தேவைப்படும் இந்த நேரத்தில் இது சரியாக நடைபெறவிருக்கிறது. இதன் அர்த்தம் என்னவெனில், கொள்கைகளை நிறைவேற்றி வெற்றி பெற்றதற்காக மீண்டும் தண்டிப்பது போன்றதாகும்.

தென்னிந்தியாவினுடைய வெற்றிகள் அதை ஒரு முரண்பாடான சூழ்நிலைக்கு இட்டுச் சென்றது: சுகாதாரம், கல்வி, பொருளாதார வளர்ச்சி போன்ற துறைகளில் பெற்ற வெற்றியைக் கொள்கை ஆட்சி தண்டித்திருக்கிறது; மக்கள்தொகைக் கட்டுபாட்டில் பெற்ற வெற்றிக்காக 2026 ஆம் ஆண்டு ஏற்படவிருக்கும் அரசியல் பிரதிநிதித்துவ சீரமைப்பிலும் இதே போல தண்டிக்கப்படும். இந்த மாதிரியான தாக்குதல்களை பிராந்தியம் எப்படி சமாளிக்கும்?

இந்தியாவின் அரசியலமைப்பில் இருக்கும் பல பிரிவுகளுக்கு இடையேயான பதட்டம் ஒன்றும் புதியது இல்லை. இந்தியா என்று எப்போது உதயமானதோ அப்போதிலிருந்தே பிரச்சனைகள் இருந்து வருகின்றன. அரை நூற்றாண்டுக்கு முன்பே திராவிட முன்னேற்றக்

கழகத்தின் தோற்றுநரான சி என் அண்ணாதுரை மக்களவையில் அவருடைய கன்னிப்பேச்சில் இதைப் பற்றிப் பேசியிருக்கிறார். நவீன அரசியலமைப்பு குடியரசான இந்தியா, கூட்டாட்சி ஒன்றியமாக வடிவமைக்கப்பட்ட கருத்தாக்கத்தை மையமாக வைத்து அவர் கேள்விகள் கேட்டார். அந்த பேச்சிலிருந்து அதிகமாக மேற்கோள் காட்டப்படும் பகுதி கீழே கொடுக்கப்பட்டிருக்கிறது.

> பெருமதிப்புக்குரிய அவைத்தலைவர் அவர்களே, இப்போது இந்தியாவின் ஒரு பகுதியாக இருக்கிற ஒரு நாட்டிலிருந்து நான் வந்திருக்கிறேன், அதில் வேறு இனத்தைச் சேர்ந்தவர்கள் வாழ்கிறார்கள். ஆனால் அதற்காக அவர்கள் விரோதியாக இருக்க வேண்டுமென்கிற அவசியமில்லை. நான் திராவிட இனத்தைச் சேர்ந்தவன். நான் என்னை திராவிடன் என்று அழைத்துக் கொள்வதில் பெருமைப்படுகிறேன். இப்படிக் கூறுவதால் நான் வங்காளிக்கோ மராட்டியருக்கோ குஜராத்தியருக்கோ எதிரானவன் இல்லை. ராபர்ட் பர்ன்ஸ் சொன்னது போல, `மனிதன் எப்படியிருந்தாலும் மனிதன்தான்'. நான் என்னைத் திராவிட இனத்தைச் சேர்ந்தவன் என்று சொல்லிக் கொள்ளும்போது திராவிடர்களுக்கு, இந்த உலகுக்கு வழங்க திட்டவட்டமான, தனித்துவமான, மற்றவற்றிலிருந்து வேறுபட்ட சில அம்சங்கள் இருக்கின்றன எனக் கருதுகிறேன். அதனால், எங்களுக்கு சுயநிர்ணய உரிமை தேவை என்று விரும்புகிறோம்.2

அண்ணாதுரை புதிதாக எதையும் சொல்லவில்லை. புராதன கிரேக்கத்தைச் சேர்ந்த தத்துவவியலாளர்களால் அவ்வப்போது சொல்லப்பட்டு வந்த அரசியல் சொல்லாட்சியைத் தான் அண்ணா எதிரொலித்தார். துரதிர்ஷடவசமாக, இருபத்தியோராம் நூற்றாண்டின் மிகை தேசியவாத ஊடகச் சூழல் இந்த உரையாடல் பிரதிக்கு அல்லது இதை மறுசொற்றொடாக்கம் செய்து அதைத் தேசத்துரோகமான பேச்சு என எதிர்வினையாற்றி வருகின்றன. எல்லாவற்றிற்கும் மேலாக, பதினேழாம் நூற்றாண்டைச் சேர்ந்த டச்சு தத்துவஞானி பரூச் ஸ்பினோசா (Baruch Spinoza), `தனிமனிதனின் செழுமை என்பது கூட்டு வளர்ச்சியின் செழுமைக்கு அவசியமான நிபந்தனையாகும்' என்றார். ஒன்றியம் செழித்தோங்கும் நம்பிக்கையைக் கொண்டிருக்க வேண்டுமென்றால் ஒன்றியத்தை உருவாக்கும் பகுதிகள் செழித்தோங்க வேண்டும்.

இருப்பினும், இந்தியாவானது அதனுடைய அடிப்படையான தேசக் கட்டமைப்பில் இன்னும் மிகவும் தாராளமயமானதாக ஆகவில்லை. ஆங்கிலேயர்களின் கீழ் அல்லது சமஸ்தானங்களின் கீழ் ஆட்சிக்குட்பட்டிருந்தப் பகுதிகளை புதிதாக வடிவமைக்கப்பட்ட கூட்டாட்சி ஒன்றியத்தில் சேரும்படி முறையான கருத்தெடுப்பின் மூலம் கேட்டுக் கொள்ளவில்லை. இது முற்றிலும் நம்பத்தகுந்த வழிமுறையாக இருந்தாலும் பிரதேசங்கள் மற்றும் மக்களின் இணைப்பை சட்டப்பூர்வமாக்குவதற்கு கருத்தெடுப்புகளை உபயோகப்படுத்தவில்லை.

உதாரணமாக, ஹைதராபாத் நிஜாம் ஆண்டு வந்த பகுதிகளை இணைப்பதற்கு அப்பகுதியில் வாழ்ந்த மக்களிடம் அவர்கள் புதிதாக வடிவமைக்கப்பட்ட இந்திய ஒன்றியத்தின் ஒரு பகுதியாக இருக்க விரும்புகிறார்களா, இல்லையா எனக் கேட்டிருந்தால் ஏற்புடையதாக இருந்திருக்கும். மக்களும் இதைப் போன்ற ஒரு செயலுக்குக் நிஜாமை எதிர்த்து வந்த மக்கள் ஆதரவாக இருந்திருப்பார்கள். ஆனாலும் கூட, சம்மதம் கோருவது போன்ற கேள்விகள் எதுவும் அப்போது பரிசீலிக்கப்படவில்லை.

அது உருவான போது பிராந்திய லட்சியங்களும் அதற்குப் பிறகு பிராந்திய ஒருமைப்பாடும் இந்தியாவின் முக்கியமான அக்கறையாக இருந்தன. சுதந்திரப் போராட்டத்தின் போதும் அதற்குப் பிறகும் இருந்து ஒன்றியத்தின் சாத்தியம் குறித்த பயம் இதற்குப் பங்களித்தது என்பதில் சந்தேகமில்லை. இந்தியா சுதந்திரமடைவதற்கு முன்பாக நடந்த ஒரேயொரு கருத்தெடுப்பு 1947 ஆம் ஆண்டு ஜூலை மாதம் அஸ்ஸாமில் இருக்கும் சில்லெட் (Sylhet) மாவட்டத்தில் நடந்ததாகும். அதன்படி அது கிழக்கு பாகிஸ்தானுடன் இணைந்தது.

1947 ஆம் ஆண்டு ஆகஸ்ட் மாதத்துக்குப் பிறகு, சுதந்திரம் அல்லது தன்னாட்சி அல்லது அது போன்ற வேறு கோரிக்கைகள் சுதந்திர இந்தியாவின் பல பகுதிகளிலிருந்தும் - நாகலாந்திலிருந்து காஷ்மீர் வரை, அங்கிருந்து பஞ்சாப் வரை எழுந்தன. ஆனால் அவையனைத்தும் பிரத்யேக இராணுவம் கொண்டு அடக்கப்பட்டன.

இந்தியா சுதந்திரமடைந்த நேரத்தில் பெரும்பாலான உலகத்தலைவர்கள் இந்தியா தோல்வியடைந்துவிடும் என நினைத்தனர். ஆனால் என்ன விலை கொடுத்தாலாவது அவர்கள் நினைப்பது தவறு என்பதை நிரூபிக்க வேண்டுமென்கிற வகையில்

இந்தியா செயல்பட்டது. சிக்கலான ஜனநாயகக் கட்டமைப்பையும், கடினமான வரலாற்றையும் கொண்ட இந்தியா வாதத்துக்குரிய உறுதிமொழிகளையும், எதிர்காலத்தில் அதிகரிக்கக்கூடிய சிக்கல்களையும் எப்படி சமாளிக்கும்?

இந்தியாவின் பிளவுகள்: இவற்றை சமாளிக்க இயலுமா?

இந்தப் புத்தகத்தின் முதல் பகுதி, இந்திய மாநிலங்களுக்கிடையே அம்மக்களுக்கான சுகாதாரம், கல்வி, பொருளாதார வளர்ச்சி அளவீடுகளின் அடிப்படையில் இருக்கும் வேறுபாடுகளை நிலைநாட்டும். . இந்த முக்கியத் துறைகள், மற்றத் துறைகளில் உள்ள மற்ற அளவீடுகளுக்கு மேலே கருதப்படுகின்றன, ஏனெனில் அவை தனிநபர் நிலையிலும், மக்கள்தொகை நிலையிலும் வாழ்க்கையை அளவிடுகின்றன. இதையும் கூட புறநிலையாகவும் எளிதாகவும் அளவிடலாம். கூடுதலாக, இவை ஒவ்வொரு துறைக்கும், ஒவ்வொரு அளவீட்டுக்கும் காரணமாக அல்லது விளைவாக இருக்கும்.

மாநிலங்களை வரிசைப்படுத்துவது என்பது அரசியல்வாதிகளையும் அரசியல் ஊடகங்களையும் பொறுத்தவரையில் கேளிக்கை விளையாட்டாக இருக்கிறது. இந்த செயல்பாட்டில் சமீபத்திய அல்லது மீசிறப்பாகத் தேர்வு (cherry-picked) செய்யப்பட்ட புள்ளிவிவரத்தை ஆதாரமாகக் காட்டுவது நடக்கிறது. சமீபத்தில், அரசாங்கம் கூட இந்த `விளையாட்டில்' பங்கெடுத்துக் கொண்டு உபயோகமான ஆனால் தரவுகளிலும், தகவல் சேகரிக்கப்பட்ட முறையிலும் பல தவறுகளைக் கொண்ட அறிக்கையை வெளியிட அது குறித்து எழுந்த கேள்விகள் பதில்களை விட அதிகமாக இருந்தன. உதாரணமாக நிர்வாகச் சீர்திருத்தங்கள் மற்றும் பொதுமக்கள் குறைகள் துறையானது (Department of Administrative Reforms and Public Grievances),வருடா வருடம் வளர்ச்சியில் ஏற்பட்ட முன்னேற்றத்தை அளவிட்டு, வருடாந்திர அறிக்கையான `நல்லாட்சிக் குறியீடு (The Good Governance Index)' என்கிற அறிக்கையை வெளியிடும்.

இந்த அரசுகள் வெளியிடும் அறிக்கைகளில் சில அளவீடுகள் இன்றியமையாதவை, சில அளவீடுகள் முக்கியமற்றவை; ஆனால் போதுமான முக்கியத்துவம் கொடுக்கப்படாமல் அனைத்து அளவீடுகளும் சமமாகக் கருதப்பட்டு குறியீடு கணக்கிடப்படுகின்றன. அதுபோல எங்கெல்லாம் அளவீடுகளுக்கு புள்ளி மதிப்பு (weightage) தெரிவு செய்யப்படுகிறதோ அதற்கான காரண விளக்கமும் தெளிவாக இல்லை.

உதாரணமாக, வணிகம் மற்றும் தொழில்துறைக்கான மாநில தரவரிசையைக் குறிப்பிடலாம். இந்தக் குறியீட்டு எண்ணில் `எளிதாக தொழில் செய்வது' மற்றும் `ஸ்டார்ட்-அப் தரவரிசை' ஆகிய இரண்டு அளவீடுகளும் பெரிதும் தாக்கத்தை ஏற்படுத்தும். இந்த இரண்டு அளவீடுகளும் உண்மையான முன்னேற்றத்தைப் பிரதிபலிக்காத பரந்த அளவிலான உள்ளீட்டு அளவுருக்களை கணக்கீட்டுக்கு எடுத்துக் கொண்டன. இதனால் ஓர் அபத்தமான தரவரிசை வெளியிடப்பட்டது. அதன்படி, குறைந்த எண்ணிக்கையிலேயே தொழில்களைக் கொண்ட பின் தங்கிய நிலையில் இருக்கும் மாநிலமான மத்தியபிரதேசம் இந்தியாவின் தொழில்மயமான பல மாநிலங்களை விட தரவரிசையில் முன்னணியில் இருப்பதாக 2019 ஆம் ஆண்டு வணிகம் மற்றும் தொழில்துறைக்கான அறிக்கையில் குறிப்பிடப்பட்டிருந்தது.

இன்னொரு உதாரணம், நிதி ஆயோக்கின் `நிலைநிறுத்தத்தக்க வளர்ச்சி இலக்கு (Sustainable Development Goals - SDG)' கண்காணிப்பு அறிக்கையாகும். நிதி ஆயோக் இந்த SDG இண்டியா குறியீடு அறிக்கையை அதனுடைய இணைய தளத்தில் வெளியிட அதிலும் இதே பிரச்சனைதான். இந்த அறிக்கைகளில் மாநிலங்களை ஒப்பிட்டுப் பார்ப்பதின் நோக்கம் ஒன்றியத்தின் கொள்கை தனிச்சிறப்புரிமைகளின் அடிப்படையில் அன்றைக்கிருக்கும் மாநில அரசுகளை மதிப்பிடுவதாகத் தெரிகிறது.

உதாரணமாக, இந்த SDG இண்டியா குறியீடு அறிக்கையில் ஒன்றிய அரசின் நிதியுதவி திட்ட செயலாக்கங்கள் மற்றும் ஆதார் இணைப்பு ஆகியவற்றின் அடிப்படையில் மாநிலங்களுக்கு மதிப்பெண் அளிக்கப்பட்டு தரவரிசைப்படுத்தப்பட்டிருக்கிறது. இது அரசியல் அமைப்பால் வெளியிடப்பட்ட ஓர் அரசியல் அறிக்கை. இந்த மாதிரியான அறிக்கைகளுக்கு இடமிருக்கும்போது அதை நாம் அப்படியே எடுத்துக் கொள்ளாமல் எச்சரிக்கையுடன் உபயோகப்படுத்த வேண்டும். மாநிலங்களின் வளர்ச்சி மற்றும் நீண்டகால செயல்திறனின் உண்மையான மதிப்பீடுகள் இந்த மாதிரியான அறிக்கையில் இழக்க நேரிடும், குறிப்பாக மிகவும் மெதுவாக மாற்றங்களை ஏற்படுத்தும் முக்கியமான விஷயங்களின் முன்னேற்றமானது ஆண்டுக்கு ஆண்டு பதிவு செய்யப்பட வேண்டும்.

அளவுருக்களின் அடிப்படையில் தென் மற்றும் வட மாநிலங்களை ஒப்பிடும் போது, வடக்கை ஏன் தெற்கு முந்தியது,

தெற்கை மத்திய அரசு எந்த வழிகளில் எல்லாம் புறக்கணிக்கிறது, அதன் அர்த்தம் என்ன என்றும் பார்ப்போம். இந்தப் பிரச்சனைகள் பெரும்பாலும் நிதிநிலை அறிக்கை, வரிக் கொள்கை அல்லது ஒதுக்கீடு விகிதங்களில் வெளிப்படும். ஆனால் யதார்த்த வாழ்க்கையில் இதனுடைய தாக்கம் மிகவும் பெரிதாகும்.

இரண்டாவது பகுதியில், ஏற்கனவே வேறுபட்டிருக்கும் கூட்டாட்சி ஒன்றியத்தில் வளர்ச்சியின் அளவீடுகளில் இருக்கும் வேறுபாட்டின் மீதான விளைவுகளை இந்தப் புத்தகம் ஆராய்கிறது. இந்தியாவின் அரசியல் கட்டமைப்பின் தனித்தன்மையைக் கருத்தில் கொண்டால், தென்மாநிலங்களில் அதனுடைய விளைவானது எதிர்மறையானதும் பேரழிவு தரக்கூடியதுமாக இருக்கிறது. அதன் விளைவுகளும் படிப்படியாக மோசமடைகின்றன

இந்த சிக்கல்களில் பல தீர்க்க முடியாததாகத் தோற்றமளிக்கிறது. இதற்கு எளிமையான, சோம்பேறித்தனமான, உடனடியான எதிர்வினை என்னவெனில் வின்ஸ்டன் சர்ச்சில் செய்தது போல, இந்தியாவை ஒன்றுக்கொன்று விரோதத்துடனோ அல்லது இணக்கத்துடனோ இருக்கும் சிறிய பகுதிகள் அல்லது மாநிலங்களாகத் துண்டாக்குதல், (balkanization) அல்லது கணிப்பதாகும். ஆனால் பல பிரச்சனைகள் தற்போதுள்ள அரசியல் கட்டமைப்பின் மோசமான பரிமாற்ற செயல்திறனிலிருந்தே எழுகின்றன.

புத்தகத்தின் இறுதிப் பகுதி இந்தியாவின் ஜனநாயக கட்டமைப்பை மறுபரிசீலனை செய்வதோடு இந்த பிரச்சனைகளுக்கு சாத்தியமான தீர்வுகளையும் பரிசீலிக்கிறது. பரிமாற்றத் திறனை மேம்படுத்தவும், வன்முறை மற்றும் பிரிவினை அச்சுறுத்தல்களைத் தவிர்க்கவும், இந்தியா எதிர்கொள்ளும் கடினமான வளப் பங்கீட்டுப் பிரச்சனைகளைத் தீர்ப்பதற்கான சிறந்த வழிகளைக் கண்டறியவும் ஜனநாயகக் கட்டமைப்பை நாம் மீண்டும் கற்பனை செய்ய முடியுமா?

இந்த சமயத்தில் சிந்தனை ஒன்றை பரிசோதித்துப் பார்ப்பது சிறப்பாக இருக்கக்கூடும்: பிரிவினை முறையைத் தவிர்த்து, இன்னும் ஒரு பரவலாக்கப்பட்ட அரசியலை அடைய, பண்டைய ஏதென்ஸின் ஜனநாயகத்தையும் நவீன பாதுகாப்பையும் இணைக்கும் (ஆட்ட) விதிகளுக்கு உட்பட்ட நேரடி ஜனநாயகத்தை பரிசோதித்துப் பார்ப்பதாகும். இது பழமைவாத வடிவமைப்பின் மூலம் அறிவூட்டும்/ தெளிவூட்டும் தாராளமயத்தை அடைவதை நோக்கமாகக் கொண்டிருக்க வேண்டும். இது ஜனநாயகத்திற்கான பிளாக்செயின் போன்றது.

பகுதி - I

சீராய்வு

1

சுகாதாரம்

இந்தியாவின் சுகாதார அறிக்கை

ஒரு சமூகம் செழிப்பதற்கு தனிப்பட்ட நபர்களின் ஆரோக்கியம் மிகவும் முக்கியமானது என்பது வெளிப்படையாகத் தெரிந்த ஒன்றாகும். உதாரணமாக, உடல்நலத்துடன் இருக்கும் தனிநபர்கள் அதிக ஆக்கவளமுடையவர்களாக இருப்பார்கள். இருந்தாலும், தாராளவாத சமூகம் அதன் குடிமக்களுக்கு சுகாதார பாதுகாப்புக் கொடுப்பதன் பிரதானமான காரணம் அவர்களுடைய பொருளாதார விளைவாக்கத்தை மேம்படுத்துவது என்பது இல்லை. இது அவசியமான ஒரு தார்மீகத் தேவை என்பதோடு இதுவே அதன் நோக்கமும் ஆகும். இது உடல் ஆரோக்கியத்தை ஆளுகையாகவும் சமூக முன்னேற்றத்தின் உண்மையான அளவீடாகவும் மாற்றுகிறது. குறிப்பாக வளர்ந்து வரும் நாடுகளுக்கு இது பொருத்தமானதாகும். அங்கு போதுமான வளமின்மையும், கல்வியறிவின்மையும் நிலவுவதால் ஏற்கனவே இருந்துவரும் கடினமான பணியை மேலும் கடினமாக்கியுள்ளது.

குறைந்த மற்றும் நடுத்தர வருமானம் கொண்ட சமூகங்கள் ஒரு தீய சுழற்சியில் மாட்டிக்கொண்டுள்ளன. வரையறையின்படி அவர்களது தனிநபர் வருமானம் என்பது அதிகமில்லை. இதன்படி அவர்களால் உடல் ஆரோக்கியத்துக்கு செலவு செய்வது என்பது வரம்புக்குட்பட்டது. இதன் விளவாக அவர்களது உடல் ஆரோக்கியம் பாதிக்கப்படும். இதனால் அவர்களின் வருமானம் ஈட்டும் திறன் குறைவதோடு அது அவர்களது பொருளாதார நிலை மேம்பாட்டைப் பாதிக்கும், எனவே,

சமூகத்தினுடைய உடல் ஆரோக்கியத்துக்கென செய்யப்பட வேண்டிய முதலீடு பாதிப்புக்குள்ளாகும். ஆகையால், வளர்ந்து வரும் நாடுகள், சில நாடுகள் தவிர, அனைத்தும் இந்தப் பொறியை உடைத்துக் கொண்டு வர சிரமப்படுகின்றன.

குறிப்பாக இந்தியாவின் நலவாழ்வு நிலைமை மிகவும் மோசமாக இருக்கிறது. உடல் ஆரோக்கியம் குறித்த அடிப்படை அளவீடான தனிமனிதரின் சராசரி ஆயுட்காலம் இந்தியருக்கு 66 ஆண்டுகளாக இருக்கிறது. இது போர் நிறைந்த ஈராக், சிரியாவுக்குப் பின்னால் ருவாண்டாவுக்கு இணையாக 125 ஆவது இடத்தில் இருக்கிறது. பொதுவாகவே வறுமையான பிராந்தியம் எனக் கருதப்படும் கிழக்கு ஆசிய நாடுகளில் ஸ்ரீலங்கா, பங்களாதேஷ், பூட்டான், நேபாளம் ஆகிய நாடுகளுக்கு பின்னால் இந்தியா இருக்கிறது. பாகிஸ்தான் மட்டுந்தான் இந்தியாவுக்கும் குறைவான தனிமனித ஆயுட்காலத்தைக் கொண்டிருக்கும் நாடாகும்.

மிகவும் வலுவானதும் முக்கியமானதுமான சிசு இறப்பு விகித (IMR) அறிகுறியில் கூட தெற்கு ஆசிய அண்டைநாடுகளுடன் ஒப்பிடும்போது இந்தியா அந்நாடுகளை விட மோசமான நிலையில் இருக்கிறது. பிறக்கும்போது எதிர்பார்க்கப்படும் ஆயுட்காலம் இந்தியாவில் குறைவாக இருப்பதற்கானக் காரணம் துரதிர்ஷ்டவசமாக அதிகமான குழந்தைகள் பிறந்தவுடன் இறந்து விடுவதாகும். தெற்கு ஆசியாவில் இந்தியாவை விட குழந்தைகள் இறப்பு விகிதத்தில் மோசமாக இருப்பது மீண்டும் பாகிஸ்தான் தான். நமக்கு அருகாமையில் இருக்கும் மற்ற நாடுகள் நமது நாட்டை விட ஏழ்மையில் இருந்தாலும் அங்கு குறைவான குழந்தைகளே இறக்கின்றன.

மாறுபட்ட கதைகள்

குடிமக்களின் அடிப்படை உடல் ஆரோக்கியத்தில் இதுவரை இந்தியாவின் செயல்திறன் மிகவும் அலட்சியமாகவே இருந்து வருகிறது. ஆனால் அதே நேரத்தில் நம்முடைய ஆவணமும் அதிக மாறுபாடு கொண்ட ஒன்றாக இருக்கிறது (அட்டவணை 1). அனைத்து மாநிலங்களும் மோசம் என்று இல்லை. உதாரணமாக, பிறக்கும்போது எதிர்பார்க்கப்படும் ஆயுட்காலத்தின் அளவு உத்தரபிரதேசத்தை விட

கேரளாவில் பதினோரு ஆண்டு காலம் அதிகமாக இருக்கிறது. அதாவது, கேரளாவில் பிறக்கும் குழந்தையானது உத்தரபிரதேசத்தில் பிறக்கும் குழந்தையைவிட ஒரு தசாப்தத்துக்கும் அதிகமாக வாழும் என்று அர்த்தமாகும். பிறக்கும்போது எதிர்பார்க்கப்படும் ஆயுட்காலமானது தென்மாநிலத்தில் 75 ஆண்டுகள் ஆகும். இது அர்ஜெண்டினா, தாய்லாந்து போன்ற உயர்-நடுத்தர வருமான நாடுகளுடன் ஒப்பிடத்தக்கது. ஆயுட்காலம் 64 ஆண்டுகள் கொண்ட உத்தரபிரதேசமானது குறைந்த வருமானம் கொண்ட நாடுகளான ஹெய்தி, லைபீரியா, எத்தியோப்பியா ஆகியவற்றுடன் ஒப்பிடக்கூடியதாக இருக்கிறது.

அட்டவணை 1: பிறக்கும்போது ஆயுட்கால எதிர்பார்ப்பு, மக்கள்தொகை கணக்கெடுப்பு, 2011

மாநிலம்	*பிறக்கும்போது ஆயுட்கால எதிர்பார்ப்பு (வருடங்கள்)*
ஆந்திரப் பிரதேசம்	69
அஸ்ஸாம்	64
பீஹார்	68
சத்தீஸ்கர்	65
குஜராத்	69
ஹரியானா	69
ஜார்கண்ட்	67
கர்நாடகா	69
கேரளா	75
மத்தியப் பிரதேசம்	64
மஹாராஷ்ட்ரா	72
ஒடிசா	66
பஞ்சாப்	72
ராஜஸ்தான்	68
தமிழ்நாடு	71
உத்தரப் பிரதேசம்	64

உத்தராகண்ட்	72
மேற்கு வங்காளம்	70

ஆதாரம்: சாம்பிள் ரெஜிஸ்ட்ரேஷன் சிஸ்டம் (SRS), தலைமைப் பதிவாளர் மற்றும் மக்கள்தொகை கணக்கெடுப்பு ஆணையர் அலுவலகம், உள்துறை அமைச்சகம்.

பல்வேறு நோய்களின் நிகழ்வுகளும் அதனால் ஏற்படக்கூடிய இறப்பும் மக்கள்தொகையின் உடல்நலத்தை அறிந்து கொள்வதற்கான பொதுவான அறிகுறிகள் ஆகும். வளர்ச்சியடைந்த நாடுகளில் இந்தத் தரவு அளவீடுகள் எல்லாம் எளிதாகவும், சிரமமின்றியும் சீராகவும் வெளியிடப்படுவதோடு, குறிப்பாக, நம்பகத்தன்மை கொண்டதாகவும் இருக்கிறது.

வளர்ந்து வரும் நாடுகளில் உடல் ஆரோக்கியம் சார்ந்த அமைப்புகளும் மருத்துவமனைகளும் நோய்வாரியாக எத்தனை பேர் இறந்தார்கள் என்பதை நம்பத்தகுந்த வகையில் வெளியிடுவதில்லை. இதனால் பிறப்பு, இறப்பு தரவுகள் மட்டுமே நம்பந்தகுந்த முக்கியமான தரவுகளாக இருக்கின்றன. பிறக்கும்போது எதிர்பார்க்கப்படும் ஆயுட்காலம் முக்கியமான ஆவணங்கள் அடிப்படையிலான ஒரு அளவீடு ஆகும். ஆனால் அது உடல் ஆரோக்கிய அமைப்பில் ஏற்படும் மேம்பாடுகளை போதுமான அளவுக்கு சேகரிப்பதில்லை. அளவீட்டின் பெயருக்கு ஏற்றபடி இது தெரிவதற்கு வாழ்நாள் காலம் ஆகலாம்.

வழக்கமாக, இப்படிப்பட்ட நிலையில் சமூகத்தின் உடல் ஆரோக்கியத்தை அறிந்து கொள்வதற்கு உடனடியான அளவீடு என்னவெனில் சிசுக்களின் இறப்பு விகிதம் ஆகும். இது ஆயிரம் பிறப்புக்கு எத்தனை பேர் இறந்திருக்கின்றனர் என்பதைத் தெரிவிக்கும்.

கைக்குழந்தைகளுக்கு, இயற்கையாகவே, அவர்கள் கைக்குழந்தையாக இருக்கும் வரை கவனிப்புத் தேவை. துரதிர்ஷ்டவசமாக குழந்தை இறக்கும்போது மற்ற இறப்புகளைப் போல் அல்லாமல் அது IMR மூலம் எந்தவித தாமதமும் இன்றி தெரிந்து விடுவதால் அது ஒரு நல்ல அளவீடு ஆகும். மொத்த மக்கள் தொகையில் கைக்குழந்தைகள் பிரிவும் பாதிக்கப்பட்ட பிரிவுகளில் ஒன்றாகும்.

கைக்குழந்தைகளின் ஆரோக்கியம் மற்றும் உயிர்வாழ்வு பற்றிய கேள்வியானது, கவனிப்பை நாடும் மக்களின் நடத்தைகளை சமன் செய்யும் ஒரு சிறந்த சமனி. இது சுகாதார அமைப்பின் செயல்திறனுக்கான நல்ல சோதனையாக செயல்படுகிறது. குழந்தை இறப்பைத் தடுக்கும் காரணிகளில்

பெருமளவு அடிப்படை சுகாதாரப் பாதுகாப்பு நடைமுறைகள் சம்பந்தப்பட்டதுதானே தவிர உயர்தர வசதிகள் இல்லை; இது இதை ஒரு சமமற்ற ஆடுகளமாக ஆக்குகிறது. மிக முக்கியமாக, IMR- சம்பந்தப்பட்ட புள்ளிவிவரங்களை ஏழ்மையான நாடுகளில் கூட குறைவான அதிகாரத்துத்துவத்தைக் கொண்டு சேகரிப்பது எளிதாகும். ஆயுட்காலம் போலவே இது பிறப்பு மற்றும் இறப்புகளின் எண்ணிக்கை மட்டுமே, ஆனால் குறுகிய கால அளவாகும். எனவே IMR வலுவானது என்பதோடு அளவிட எளிதானது, ஏமாற்றுவது கடினமானது ஆகும்.

2018 ஆம் ஆண்டு 'மாதிரி பதிவு அமைப்பு (Sample Registration System - SRS)' அறிக்கையின்படி இந்திய அளவில் IMR 32 ஆக இருந்தது. அதாவது, 1000 பிறப்புக்கு 32 இறப்பு என்கிற அளவில் இருந்தது. இந்தியாவானது கென்யா (31), எரித்திரியா (31), செனஹல் (32) ஆகிய நாடுகளுக்கு இணையாகவும், போரால் மோசமாகப் பாதிக்கப்பட்ட சிரியா (14), ஈராக் (23) ஆகியவற்றுடன் ஒப்பிடும்போது மோசமாகவும் இருக்கிறது. ஆனால் இந்தியா முழுமைக்கும் ஒரே அளவீட்டை உபயோகிப்பது தவறான முடிவுக்கு இட்டுச் செல்லும் (பார்க்க அட்டவணை 2)

அட்டவணை 2: மாநிலங்கள் வாரியாக குழந்தைகள் இறப்பு விகிதம் (IMR), மே 2020.

மாநிலம்	*குழந்தைகள் இறப்பு எண்ணிக்கை*
ஆந்திரப் பிரதேசம்	29
அஸ்ஸாம்	41
பீஹார்	32
சத்தீஸ்கர்	41
குஜராத்	28
ஹரியானா	30
ஜார்கண்ட்	30
கர்நாடகா	23
கேரளா	7
மத்தியப் பிரதேசம்	48
மஹாராஷ்ட்ரா	19

மாநிலம்	*குழந்தைகள் இறப்பு எண்ணிக்கை*
ஒடிசா	40
பஞ்சாப்	20
ராஜஸ்தான்	37
தமிழ்நாடு	15
தெலுங்கானா	27
உத்தரப் பிரதேசம்	43
உத்தராகண்ட்	31
மேற்கு வங்காளம்	22

குறிப்பு: குழந்தைகள் இறப்பு விகிதம், 1000 பிறப்புக்கு எத்தனை இறப்பு என்கிற எண்ணிக்கையாகும்.

ஆதாரம்; சாம்பிள் ரெஜிஸ்ட்ரேஷன் சிஸ்டம், அறிக்கை 2020, தொகுதி 55, எண். 1, தலைமைப் பதிவாளர் மற்றும் மக்கள்தொகை கணக்கெடுப்பு ஆணையர் அலுவலகம், உள்துறை அமைச்சகம், மே 2020.

உடல் ஆரோக்கிய அளவுருக்களில் இந்தியாவில் சிறப்பாகச் செயல்படும் கேரளாவின் IMR 2018 ஆம் ஆண்டில் 7 ஆகும். ஒப்பீட்டளவில் உலகில் மிகவும் சக்திவாய்ந்த நாடான அமெரிக்காவின் IMR 6 ஆகும். உடல் ஆரோக்கிய அளவுருக்களில் இந்தியாவிலேயே இரண்டு சிறந்த மாநிலமாக இருப்பது கேரளாவுக்கு அண்டை மாநிலமான தமிழ்நாடாகும். இதன் IMR 15. உயர் நடுத்தர வருவாய் கொண்ட நாடுகளுடன் ஒப்பிடும் போது இந்த எண்ணிக்கையானது தமிழ்நாட்டை அதற்கு இணையான நிலையில் வைக்கிறது. ஆனால் மஹாராஷ்டிரா (19), பஞ்சாப் (20), மேற்கு வங்காளம் (22), கர்நாடகா (23) ஆகிய மற்ற மாநிலங்கள் போரால் பாதிக்கப்பட்ட ஈராக்கை விட அதிகமாக அல்லது அதற்கு இணையான நிலையில் இருக்கின்றன.

இந்த அளவீட்டில் இந்தியாவிலேயே மிகவும் மோசமான எண்ணிக்கையைக் கொண்ட மாநிலம் மத்தியப் பிரதேசம் ஆகும். இதன் IMR 48 ஆகும். இதில் மத்தியப் பிரதேசம் கடைசி மாநிலமாக இருப்பது மட்டுமல்லாமல் காலப் போக்கில் மிகவும் மோசமாகவும் ஆகிவருகிறது. 2016 ஆம் ஆண்டில் இதன் IMR 47, 2018 ஆம் ஆண்டில் இது 48 ஆக உயர்ந்திருக்கிறது. நைஜரும், ஆப்கானிஸ்தானும்

போராலும் கலவரங்களாலும் மிகவும் பாதிக்கப்பட்ட நாடுகள் ஆகும். 2018 ஆம் ஆண்டில் இதன் IMR கூட 48 ஆகத்தான் இருந்தது.

7க்கும் 48க்கும் இடையில் பரந்து இருக்கும் இந்த IMR இடைவெளியானது - அமெரிக்காவுக்கும் ஆப்கானிஸ்தானுக்கும் இடையிலான இடைவெளி போன்றதாகும் - பெரும்பாலான ஐரோப்பிய நாடுகளை விட அதிக மக்கள்தொகை கொண்ட பெரிய மாநிலங்களுக்கும் ஒரே மாதிரியான அளவீட்டை உபயோகிப்பது யதார்த்தத்தை வெளிப்படுத்துவதற்கு போதுமானதாக இருக்காது என்கிற நம்பிக்கையற்ற தன்மையை வெளிப்படுத்துகிறது.

இதில் சுவராசியமான வினோதம் என்னவெனில் IMR தரவைப் பொறுத்தளவில் மாதிரி பதிவு அமைப்புக்கும் (SRS), தேசிய குடும்ப நல ஆய்வுத் (National Family Health Survey - NFHS4) தரவுக்கும் இடையே இருக்கும் வேறுபாடாகும். 2018 ஆம் ஆண்டு மாதிரி பதிவு அமைப்பு (SRS) அறிக்கையின் படி கேரளாவின் IMR 7 ஆனால் 2016 ஆம் ஆண்டு நான்காவது தேசிய குடும்ப நல ஆய்வு அறிக்கையின்படி கேரளாவின் IMR 6 ஆகும். அதுபோல மாதிரிப் பதிவு அமைப்பின்படி உத்தரப்பிரதேசத்தின் IMR 43, ஆனால் தேசியக் குடும்ப நல ஆய்வு அறிக்கையின்படி இது 64 ஆக இருந்தது. அதாவது, இரண்டு தரவுக்கும் இடையிலான வேறுபாடு அனைத்து மாநிலங்களுக்கும் ஒரே மாதிரியான போக்கில் இல்லை. அதற்குப் பதிலாக, இது சிறந்த மாநிலத்துக்கும், மோசமான மாநிலத்துக்கும் இடையேயான, குறிப்பாக இதில் மிகவும் கீழ் நிலையில் உள்ள மாநிலங்களின், வேறுபாட்டைப் பெரிதாக்கலாம்.

இருப்பினும், இந்த இரண்டு ஆய்வுகளுக்கும் உபயோகப்படுத்தப்படும் ஆய்வு நெறிமுறைகளை (methodologies) நினைத்துப் பார்த்தால் இந்த இரண்டுக்கும் இருக்கும் வேறுபாட்டுக்கான காரணம் தெளிவாகத் தெரியவரும். பிறப்பு, இறப்பு பதிவுகளைப் பொருத்து அதனுடைய உண்மையான எண்ணிக்கையை மாதிரிப் பதிவு அமைப்பு சுட்டிக்காட்டுகிறது. தேசியக் குடும்ப நல ஆய்வு என்பது மக்கள்தொகை ஆய்வாகும். ஆய்வின்போது இறந்த குழந்தைகள், கைக்குழந்தைகள் குறித்து கேட்பார்கள்.

உண்மையான பிறப்புகளின் எண்ணிக்கைக்கும் பதிவு செய்த பிறப்புகளின் எண்ணிக்கைக்கும் இடையேயான விகிதாச்சாரங்களும்,

அட்டவணை 3: மாநிலம்வாரியாக IMR, U5MR அளவிடு, 2015-16

மாநிலம்	*IMR*	*U5MR*
கேரளா	6	7
தமிழ்நாடு	20	27
மஹாராஷ்டிரா	24	29
கர்நாடகா	27	31
பஞ்சாப்	29	33
மேற்கு வங்காளம்	28	32
ஜம்மு காஷ்மீர்	32	38
ஹரியான்னா	33	41
குஜராத்	34	43
இமாச்சலப் பிரதேசம்	34	38
ஆந்திரப் பிரதேசம்	35	41
தெலுங்கானா	28	32
ஒடிசா	40	48
ராஜஸ்தான்	41	51
ஜார்கண்ட்	44	54
அஸ்ஸாம்	48	56
பீஹார்	48	58
மத்தியப் பிரதேசம்	51	65
சத்தீஸ்கர்	54	64
உத்தரப் பிரதேசம்	64	78

குறிப்பு: IMR, U5MR 1000 பிறப்புகளின் அடிப்படையில் கணக்கிடப்பட்டிருக்கிறது.
ஆதாரம்: தேசியக் குடும்ப நல ஆய்வு (NFHS-4), 2015-16: இந்தியா, இண்டர்நேஷனல் இன்ஸ்டிடியூட் ஃபார் பாப்புலேஷன் சயின்சஸ், 2017

மருத்துவமனைகளில் நிகழக்கூடியப் பிறப்புகளின் எண்ணிக்கையும் குறைவாக இருக்கும் மாநிலங்களில், மாதிரி பதிவு அமைப்பு (SRS) கைக்குழந்தைகளின் இறப்பை குறைவாகக் கணக்கிட்டிருக்கக்கூடும். குழந்தையின் பிறப்பு பதிவு செய்யப்பட்டிருக்காத நிலையில் அதனுடைய இறப்பைப் பதிவேட்டிலிருந்து பெறுவது இயலாத காரியமாகும். ஆகையால், IMR பட்டியலில் கீழே இருக்கும் மாநிலங்களின் நிலையானது மாதிரி பதிவு அமைப்பின் (SRS) தரவுகள் வெளிப்படுத்துவதை விட மோசமாக இருக்கும்.

IMR அளவீட்டில் இது போன்ற சில வினோதங்கள் இருந்தாலும், சமூகத்தின் பொதுவான உடல்நல விளைவுகளைக் கணிப்பதற்கு வலுவான ஒன்றாக இது இருக்கிறது என அறியப்பட்டிருக்கிறது. இது ஏன் என அறிந்து கொள்வது எளிதானதாகும்: IMR அளவை மேம்படுத்துதல் என்றால் அடிப்படை பராமரிப்பைப் மேம்படுத்தல் என்பதாகும். அதன் விளைவாக அனைத்து மக்களின் உடல்நலமும் சிறப்பனாதாக அமையும். IMR ன் எண்ணிக்கை அதிகமாக இருந்தால் அதற்கும் அரசியலில் நிலையற்ற தன்மைக்கும், வன்முறைப் புரட்சிக்கும் தொடர்பு இருப்பதாக சில ஆய்வுகள் தெரிவிக்கின்றன. இது ஏன் என சிலர் உள்ளுணர்வோடு புரிந்து கொள்ள முடியும் - அடிப்படைச் சுகாதாரத்தைப் பற்றிய அக்கறை இல்லாத சமூகமானது ஆழ்ந்த பிரச்சனைகளைக் கொண்டதாக இருக்கும்.

IMR உடன் தொடர்பு உடைய இன்னொரு அளவீடு U5MR (Under Five Mortality Rate) என அழைக்கப்படும் ஐந்து வயதுக்குக் குறைவான குழந்தைகளின் இறப்பு விகிதம் ஆகும். ஒவ்வொரு ஆயிரம் குழந்தைகளின் பிறப்புக்கும் ஐந்து வயதுக்குக் கீழ் உள்ள குழந்தைகளில் எத்தனை பேர் இறந்து போகிறார்கள் என்பதைக் கணக்கிடுவதாகும். (பிறந்து ஒரு வயதுக்குள் இறக்கும் குழந்தைகளை கணக்கிடுவது IMR ஆகும்). U5MR அளவீடும் IMR அளவீடு போல குழந்தைகளின் உடல்நலனைக் கணக்கிடுவதற்கும் அப்பால் சமூகத்தின் நலனையும் வெளிப்படுத்தக் கூடியதாக இருக்கிறது. இந்தியாவில், கைக்குழந்தைகள் போலவே ஐந்து வயதுக்குக் குறைவாக உள்ள குழந்தைகளின் இறப்பு விகிதமும் பாகிஸ்தான் தவிர்த்து மற்ற அண்டை நாடுகளை விட அதிகமாக இருக்கிறது.

இந்த அளவீட்டிலும் பெரிய மாநிலங்களுக்கிடையேயான மாறுபாடு மீண்டும் அதிகமாக இருக்கிறது. SRS இன் 2015 ஆம் ஆண்டின் தரவின்படி மாநிலங்களுக்கிடையே இந்த எண்ணிக்கைக் குறைவாக இருந்தது கேரளாவிலும் (9) தமிழ்நாட்டிலும் (17) தான். உத்தரப்பிரதேசத்தில் இந்த அளவீடானது மிகவும் கவலைப்படும் அளவுக்கு 44 ஆக இருந்தது. மஹாராஷ்டிரா மாநிலம் தெற்கில் இல்லையென்றாலும் அது IMR மற்றும் U5MR என்கிற இரண்டு அளவீடுகளிலும் தொடர்ந்து நல்ல செயல்திறனைக் கொண்டதாக இருந்து வருகிறது.

குழந்தைகள் இறப்பு விகிதத்தில் இந்தியாவைப் பொருத்தவரையில் மிகவும் சங்கடப்படுத்தக்கூடிய அம்சமாக இருப்பது ஆண் குழந்தைகளின் இறப்பை விட பெண் குழந்தைகள் இறப்பு அதிகமாக இருப்பதுதான். பாலினத்தை வைத்து கருத்தடை செய்வதால் ஏற்கனவே குறைவான பெண் குழந்தைகளே பிறக்கும் நாட்டில் இந்த இறப்பு விகிதம் மிகவும் எரிச்சலூட்டக் கூடியதாக இருக்கிறது. தேசிய குடும்ப நல ஆய்வு - 4 (NFHS-4) அறிக்கையின்படி, இந்தியாவின் சிறந்த மாநிலத்துக்கும் மோசமான மாநிலத்துக்குமான U5MR அளவீடானது IMR அளவீட்டிலிருந்த வேறுபாட்டை விட அதிகமாக இருக்கிறது. ஒரு வயது குழ்ந்தைகள் எண்ணிக்கையோடு ஒப்பிடும்போது ஐந்து வயது குழந்தைகள் அதிக எண்ணிக்கையில் இருப்பதும், பின்பற்றப்படும் முறைமையில் வேற்றுமையும் இருப்பதால் இது ஒன்றும் எதிர்பார்க்காதது இல்லை.

அட்டவணை 4: U5MR, 2015

மாநிலம்	*U5MR*
ஆந்திரப்பிரதசேம்*	29
அஸ்ஸாம்	34
பீஹார்	37
சத்தீஸ்கர்	38
குஜராத்	28
ஹரியானா	34
ஜார்கண்ட்	27
கர்நாடகா	28
கரேளா	9
மத்தியப்பிரதசேம்	40
மஹாராஷ்டிரா	18
ஒடிசா	39
பஞ்சாப்	24
ராஜஸ்தான்	32

மாநிலம்	*U5MR*
தமிழ்நாடு	17
தெலுங்கானா*	NA
உத்தரப்பிரதேசம்	44
மேற்கு வங்காளம்	26

குறிப்பு: U5MR என்பது 1000 பிறப்புகளின் அடிப்படையில் கணக்கிடப்படுகிறது
*ஆந்திரப்பிரதேசம், தெலுங்கானாவுக்கான எண்ணிக்கைப் பிரிக்கப்படவில்லை.
ஆதாரம்: நிதி ஆயோக்.

குழந்தை பிறப்போடு சம்பந்தப்பட்ட மூன்றாவது அளவீடு தாய்மார்களின் இறப்பு விகிதம் (MMR) ஆகும். இது புதிதாக பிறக்கும் ஒரு லட்சம் குழந்தைகளுக்கு எத்தனை தாய்மார்கள் இறந்து போகிறார்கள் என்கிற அளவீடு ஆகும். இது சுகாதார அமைப்பு, குறிப்பாக பெண்களுக்கு, எந்த அளவுக்கு பொறுப்புணர்ச்சியுடன் செயல்படுகிறது என்பதை வெளிப்படுத்துவதாக இருக்கிறது. இருபதாம் நூற்றாண்டில் உலகெங்கிலும் சுகாதார அமைப்பில் ஏற்பட்டிருக்கும் ஒரு பெரிய முன்னேற்றம் என்னவெனில் MMRல் ஏற்பட்டிருக்கும் மேம்பாடு ஆகும்.

அட்டவணை 5: தாய்மார்கள் இறப்பு விகிதம் (MMR), 2015-17

மாநிலம்	*MMR*
அஸ்ஸாம்	229
பீஹார்	165
ஜார்கண்ட்	76
மத்தியப் பிரதேசம்	188
சத்தீஸ்கர்	141
ஒடிசா	168
ராஜஸ்தான்	186
உத்தரப் பிரதேசம்	216
ஆந்திரப் பிரதேசம்	74
தெலுங்கானா	76
கர்நாடகா	97

மாநிலம்	*MMR*
கேரளா	42
தமிழ்நாடு	63
குஜராத்	87
ஹரியானா	98
மஹாராஷ்டிரா	55
பஞ்சாப்	122
மேற்கு வங்காளம்	94

குறிப்பு: MMR என்பது ஒரு லட்சம் பிறப்பு அடிப்படையிலான தாய்மார்கள் இறப்பு விகிதம்
ஆதாரம்: இந்தியாவில் தாய்மார்கள் இறப்பு குறித்த சிறப்பு அறிக்கை, 2015-17, தலைமைப் பதிவாளர் மற்றும் மக்கள்தொகை கணக்கெடுப்பு ஆணையர் அலுவலகம், உள்துறை அமைச்சகம், மார்ச் 2022

ஆனால், இந்த அளவீட்டைப் பொறுத்தவரையில் உலகளவில் இந்தியாவானது 2017 ஆம் ஆண்டில் 130 ஆவது இடத்தில் பொலிவியாவுக்கு முன்னாலும் பாகிஸ்தானுக்குப் பின்னாலும் இருந்தது என்பது கவலையளிக்கக்கூடிய செய்தியாகும்.

வரைபடம் 1: குழந்தைகள் இறப்பு விகிதம் vs மருத்துவமனை மகப்பேறு

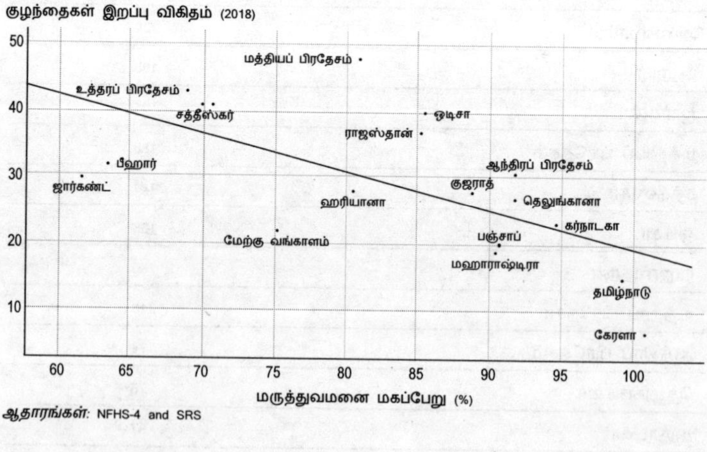

ஆதாரங்கள்: NFHS-4 and SRS

இந்தியாவுக்குள்ளும் மற்ற இரண்டு அளவீடுகளைப் போலவே இந்த அளவீட்டிலும் மாநிலங்களுக்கிடையே மிகப் பெரிய வேறுபாடு இருக்கிறது. கேரளாவில் குழந்தையைப் பிரசவிக்கும் பெண்ணை விட உத்தரப்பிரதேசத்தில் குழந்தையைப் பிரசவிக்கும் பெண் மரணமடைவதற்கான நிகழ்தகவு (probabiity) நான்கு மடங்கு அதிகம் இருக்கிறது. இந்தியாவிலிருக்கும் மற்ற பகுதிகளை விட தீபகற்ப இந்தியப் பகுதிகள் இதிலும் சிறப்பான நிலையில் இருக்கின்றன.

அதிகமாக இருக்கும் IMR, U5MR, MMR அளவீடுகளை குறைப்பதற்கு அல்லது சமாளிப்பதற்கு நல்ல ஆளுகையும் கடினமான உழைப்பும் தேவையாகும். குழந்தைப் பிறப்பின் போது ஏற்படும் மரணங்களை குறைப்பதற்கான உத்தி மிகவும் நேரடியானது. அதாவது, போதுமான நேரமும், முயற்சியும் நீண்டகால அர்ப்பணிப்பும், மாநில அரசுகளிடமிருந்து நிதி ஆதரவும் தேவையானவை ஆகும். உதாரணமாக, IMR, UFMR, MMR ஆகிய அளவீடுகளும் மருத்துவமனையில் பிறக்கும் குழந்தைகளின் எண்ணிக்கை சதவீதமும் நேர்மாறான தொடர்பைக் கொண்டிருக்கிறது. மருத்துவமனையில் குழந்தைகள் அதிகமாகப் பிறந்தால் IMR, MMR, UFMR ஆகியவற்றின் எண்ணிக்கைக் குறைவாக இருக்கும் (பார்க்க வரைபடம் 1).

அடிப்படைக் கவனிப்பு இருக்கும்பட்சத்தில் கைக்குழந்தைகள், குழந்தைகள் மற்றும் மகப்பேறின் போது இறக்கும் தாய்மார்களின் இறப்பைத் தடுக்க முடியும். ஆனால் இது நடக்க வேண்டுமெனில், அடிப்படைக் கவனிப்பு அனைவருக்கும் எளிதாகக் கிடைக்கும்படி அதைப் பரவலாக்க வேண்டும். மகப்பேறின் போது ஏற்படும் மரணங்களைத் தடுப்பதற்கு மருத்துவமனைகளில் அதிகமான மகப்பேறுகள் நடக்க வேண்டும். அதற்கு இயங்கக்கூடிய மருத்துவமனைகளும், ஆரம்ப சுகாதார நிலையங்களும் (PHC) இருப்பது அவசியமாகும். மருத்துவமனையில் மகப்பேறு என்பதில் தெற்கே இருக்கும் ஐந்து மாநிலங்கள் சிறந்த மாநிலங்களாக முன்னணியில் இருக்கின்றன. வடக்கே செல்லச் செல்ல மருத்துவமனையில் மகப்பேறு என்பது குறிப்பிடத்தக்க அளவுக்கு குறைவாக இருக்கிறது. இதில் ஆச்சரியமெதுவும் இல்லை.(பார்க்க அட்டவணை 6)

அட்டவணை 6: மருத்துவமனைகளில் மகப்பேறு

மாநிலம்/யூனியன் பிரதேசம்	*மாநிலம்/யூனியன் பிரதேசம்*
ஆந்திரப் பிரதேசம்	92
அஸ்ஸாம்*	71
பீஹார்*	64
சத்தீஸ்கர்*	70
குஜராத்	89
ஹரியானா	81
ஜார்கண்ட்*	62
கர்நாடகா	94
கேரளா	100
மத்தியப் பிரதேசம்*	81
மஹாராஷ்டிரா	90
ஒடிசா*	85
பஞ்சாப்	91
ராஜஸ்தான்*	84
தமிழ்நாடு	99
தெலுங்கானா	92
உத்தரப் பிரதேசம்*	68
மேற்கு வங்காளம்	75

*வருடாந்திர சுகாதார ஆய்வு (Annual Health Survey - AHS) தரவு உபயோகப்படுத்தப்பட்டிருக்கிறது.

ஆதாரங்கள்: NFHS-4, வருடாந்திர சுகாதார ஆய்வு (AHS), முக்கியப் புள்ளியியல் அலுவலகம், தலைமைப் பதிவாளர் மற்றும் மக்கள்தொகை கணக்கெடுப்பு ஆணையர் அலுவலகம்

மாநிலங்களில் சுகாதாரக் கட்டமைப்பு:

கைக்குழந்தைகள், குழந்தைகள், இளம் தாய்மார்களின் உயிர்வாழ்வு விகிதமும், ஒட்டு மொத்த மக்கள் தொகையின் உயிர் வாழ்வு விகிதமும் இந்தியாவிலிருக்கும் மாநிலங்களுக்கிடையே வெவ்வேறாக உள்ளது. இந்த பெரும் வித்தியாசத்துக்கான அடிப்படைக் காரணம் அங்கிருக்கும் கட்டமைப்பு வசதிகளில் இருக்கும் வேறுபாடுகளாகும்.

இந்தியக் கிராமப்புறங்களைப் பொருத்தவரையில் சுகாதாரக் கட்டமைப்பு எனில் தொலைத் தூரத்தில் இருக்கும் கிராமங்களில் நன்கு இயங்கி வரும் ஆரம்ப சுகாதார நிலையம் இருப்பதாகும். இந்த ஆரம்ப சுகாதார நிலையங்கள் மகப்பேறு சம்பந்தப்பட்ட சேவையை வழங்கக்கூடிய வசதி கொண்டதாக இருக்க வேண்டும். இதில் இயங்கக்கூடிய நிலையில் இருக்கும் ஆபரேஷன் தியேட்டர்கள், தவறமால் வேலைக்கு வரும் மருத்துவர்கள், நன்கு பயிற்சி பெற்ற செவிலியர்கள், உடனடியாக கிடைக்கும் நிலையில் மருந்துகள் வைத்திருப்பது ஆகியவை அடங்கும். உள்கட்டமைப்பில் பெரும்பாலான தென் மாநிலங்களில் இருக்கும் இன்னொரு முக்கியமான அம்சம் என்னவெனில், நன்றாக இயக்கத்தில் இருக்கும் அவசரகால ஆம்புலன்ஸ் நெட்வொர்க் ஆகும். ஆரம்ப சுகாதார நிலையத்தால் கையாள முடியாத நிலையில் உடல்நலம் சம்பந்தமாக ஏதேனும் சிக்கலான பிரச்சனைகள் ஏற்படும்பட்சத்தில் நோயாளியை உடனடியாக அருகிலிருக்கும் சிகிச்சை மையத்துக்கு கொண்டு செல்வதற்கு இது உதவும்.

இதற்கு சிந்தனைமிக்கத் திட்டமிடலும், உறுதியான செயல்படுத்தலும் தேவையாகும். ஆனால் இது எப்போதும் உடனடியான விளைவைக் கொடுக்கக்கூடியதாக இருக்காது. இந்தத் திட்டம் வெற்றிபெற்ற மாநிலங்களில் தொலைதூரக் கிராமங்களில் பணியாற்றும் மருத்துவர்களுக்கான ஊக்கத் திட்டங்களும், சுகாதாரப் பணியாளர்களை உற்சாகப்படுத்தும் வகையிலான வெகுமதிகளும் மிக முக்கியமான காரணிகளாக இருக்கின்றன. இயல்பாகவே, இத்தகைய நீண்டகாலக் கொள்கைகள் தேர்தல் சுழற்சியைக் கடந்து அதனுடைய பலன்களைத் தருவதாக இருக்கும். எனவே மாநில அரசுகளானது அதனுடைய குறுகிய கால சுயநலத்திற்கு அப்பாற்பட்டு உழைக்க வேண்டும்.

மருத்துவத்தின் நீடித்த உண்மையான 'வரும் முன் காப்பதே சிறந்தது' என்பது பிரசவத்திற்கும் அது சார்ந்த இறப்பிற்கும் பொருத்தமானதாக இருக்கும். பிரசவத்தின் போது காட்டப்படும் கவனிப்பை விட கர்ப்பிணிப் பெண்களுக்கான பேறுகாலத்துக்கு முன்பான கவனிப்பும், ஆதரவும் மிகவும் முக்கியமானதாகும். குழந்தைக்கும், தாய்க்கும் சிக்கல்கள் உருவான பின் செய்யும் எந்த மருத்துவத்தையும் விட இது IMR, U5MR, MMR ஆகியவற்றைக் கட்டுப்படுத்துவதில் மிகப் பெரிய தாக்கத்தை ஏற்படுத்துகிறது.

கிராமங்களில் தெருக்கள் தோறும் சென்று கர்ப்பம் தரித்திருக்கும் பெண்களுக்கு இந்தக் கவனிப்பை சுகாதார நலப் பணியாளர்கள் வழங்கி

வருகிறார்கள். இந்த சிரமமான, சிக்கல் நிறைந்த வேலை செய்வது குறித்து செய்தி எதுவும் வருவதில்லை இதற்கான பலனை அடுத்து வரும் தேர்தலில் ஓரளவுக்குக் காணமுடியும்.

குழந்தையின் ஆரோக்கியத்துக்கு இன்னொரு முக்கியமானப் பங்களிப்பு ஊட்டச்சத்தாகும். நல்ல ஊட்டச்சத்து கொண்ட குழந்தை சிறுவயதிலேயே இறந்து போவதற்கான வாய்ப்புகள் குறைவு; ஊட்டச்சத்துக் குறைந்த குழந்தைகளை விட இவர்கள் வளர்ந்து வரும்போது ஆரோக்கியத்துடனும் செயல்திறன் மிக்கவர்களாகவும் இருப்பார்கள். அதோடு பள்ளிக்கூடத்துக்குச் செல்லும் கால அளவையும் இது மேம்படுத்துகிறது. இந்தியக் குழந்தைகள் பெரும்பாலும் ஊட்டச்சத்துக் குறைபாட்டால் பாதிக்கப்பட்டிருக்கின்றனர். உத்தரப்பிரதேசம். பீஹார், ஜார்கண்ட் மாநிலங்களைச் சேர்ந்த ஐந்து வயதுக்குக் குறைவான குழந்தைகளில் பாதிப்பேர் வளர்ச்சிக் குறைபாடு கொண்டவர்களாக இருக்கிறார்கள்; எதிர்ப்பார்த்தபடியே இந்த மாநிலங்களில் குழந்தைகளின் இறப்பு விகிதம் அதிகமாகவே இருக்கிறது. தென் இந்தியாவில் வளர்ச்சிக் குறைபாடு உள்ள குழந்தைகளின் விகிதாச்சாரம் குறைவாகும்.

அட்டவணை 7: ஐந்து வயதுக்குட்பட்ட வளர்ச்சிக் குறைபாடு உடைய குழந்தைகள்

மாநிலம்	*வளர்ச்சிக் குறைபாடுடைய குழந்தைகள் (%)*
கேரளா	20
பஞ்சாப்	26
தமிழ்நாடு	27
ஆந்திரப் பிரதேசம்	31
மேற்கு வங்காளம்	33
ஹரியானா	34
ஒடிசா	34
மஹாராஷ்டிரா	34
கர்நாடகா	36
அஸ்ஸாம்	36
சத்தீஸ்கர்	38

மாநிலம்	*வளர்ச்சிக் குறைபாடுடைய குழந்தைகள் (%)*
குஜராத்	39
ராஜஸ்தான்	39
மத்தியப் பிரதேசம்	42
ஜார்கண்ட்	45
உத்தரப் பிரதேசம்	46
பீஹார்	48

ஆதாரம்: தேசியக் குடும்ப நல ஆய்வு (NHFS-4), 2015-16: இந்தியா, இண்டர்நேஷனல் இன்ஸ்டிடியூட் ஃபார் பாப்புலேஷன் சயின்சஸ் 2017.

ஒருங்கிணைந்த குழந்தைகள் மேம்பாட்டு சேவைகள் (Integrated Child Development Services) வாயிலாக குழந்தைகளின், குறிப்பாக கிராமங்களில் வசித்து வருபவர்களின், ஊட்டச்சத்து, சுகாதாரம் மீது இந்தியா கவனம் செலுத்தி வருகிறது. இந்தத்திட்டமானது குழந்தைகள் காப்பகங்கள் அல்லது ஆங்கன்வாடிகள் - இளம் குழந்தைகள் சம்பந்தப்பட்டத் திட்டங்கள் மற்றும் உதவிகள் - போன்ற பல முன்னெடுப்புகளுக்கு நிதி வழங்கி வருகின்றது.

முறையற்ற அமைப்பாக இருந்த ஆங்கன்வாடி மையங்கள் நாளடைவில் குழந்தைகளின் ஆரம்பகாலம் சம்பந்தப்பட்டத் திட்டங்களுக்கு மாநில அரசின் உதவி பெற்று செயல்படும் அமைப்பாக வளர்ந்தது. கடந்த சில தசாப்தங்களாக, இது மத்திய அரசின் திட்டங்களை செயல்படுத்தும் அமைப்பாக மாறியிருக்கிறது. இதன்படி, நிதி உதவியை ஒன்றிய அரசும் செயலாக்கத்தை மாநில அரசுகளும் மேற்கொண்டு வருகின்றன. குழந்தைகள் பராமரிப்பு, துணை ஊட்டச்சத்து, உடல்நலப் பரிசோதனைகள், தடுப்பூசி போன்ற சில அடிப்படை சுகாதார பராமரிப்பைக் குழந்தைகளுக்கும், கடுமையான சூழ்நிலையிலும் வறுமையிலும் வாழும் பெற்றோர்களுக்கும் இது வழங்கி வருகிறது.

புதிதாகப் பிறக்கும் குழந்தைகள் சம்பந்தமாக அரசின் பொறுப்பான செயல் என்னவெனில் அப்படிப் பிறந்த குழந்தைகளில் எத்தனை பேருடைய பிறப்பு பதிவு செய்யப்பட்டிருக்கிறது, எத்தனை பேருக்கு பிறப்புச் சான்றிதழ்கள் வழங்கப்பட்டிருக்கிறது

என்பதாகும். எத்தனை குழந்தைகள் பிறந்திருக்கின்றன, எங்கே பிறந்திருக்கின்றன என்று தெரியவில்லையெனில் மாநிலங்கள் திட்டம் தீட்டவோ அல்லது அதை செயல்படுத்தவோ இயலாது.

2014 ஆம் ஆண்டு ராஜஸ்தான், பீஹார், உத்தரப்பிரதேசம், ஜார்கண்ட் போன்ற மாநிலங்களில் பிறந்த குழந்தைகளில் மூன்றில் ஒரு குழந்தைதான் 21 நாள்களுக்குள் பதிவு செய்யப்பட்டிருக்கிறது. ஆனால் இதற்கு மாறாக, தமிழ்நாடு, கேரளா, குஜராத் ஆகிய மாநிலங்களில் புதிதாகப் பிறந்த குழந்தைகளில் சுமார் 90 சதவீதக் குழந்தைகள் 21 நாள்களுக்குள் பதிவு செய்யப்பட்டிருக்கின்றன (பார்க்க அட்டவணை 8). மருத்துவமனைகளில் பிறக்கும் குழந்தைகள் அதிகம் என்பதால் பிறப்புக்கும் பதிவுக்குமான தொடர்பு புரிந்து கொள்ளக்கூடிய ஒன்றாகும்.

அட்டவணை 8: பிறந்த 21 நாள்களுக்குள் பதிவு செய்யப்பட்ட வயது 0 முதல் 4 வயதுக்குள் இருக்கும் குழந்தைகளின் எண்ணிக்கை.

மாநிலம்	*குழந்தைகள் (%)*
டெல்லி	80
ஹரியானா	81
இமாச்சலப் பிரதேசம்	78
பஞ்சாப்	81
உத்தரப் பிரதேசம்	27
உத்தராகண்ட்	58
சத்தீஸ்கர்	40
மத்தியப் பிரதேசம்	67
பீஹார்	32
ஜார்கண்ட்	25
ஒடிசா	38
மேற்கு வங்காளம்	85
அஸ்ஸாம்	78
ராஜஸ்தான்	33

மாநிலம்	*குழந்தைகள் (%)*
கோவா	97
குஜராத்	91
மஹாராஷ்டிரா	80
ஆந்திரப் பிரதேசம்	56
கர்நாடகா	84
கேரளா	92

ஆதாரம்: ராபிட் சர்வே ஆன் சில்ட்ரன் (RSOC), 2013-14, மகளிர் மற்றும் குழந்தைகள் மேம்பாட்டு அமைச்சகம்.

அங்கன்வாடி மையங்கள் எப்படி செயல்படுகின்றன என்பதை அதனுடைய அடிப்படையான விஷயங்கள் கூறிவிடும். உதாரணமாக, பெற்றோர்கள் நம்பிக்கை கொள்ளக்கூடிய அளவுக்கு முறையான கட்டிடத்தில் குழந்தைகளுக்கான கூடம். இந்தக் கட்டிடங்களில் கழிப்பறை வசதிகள் இருப்பது அவசியம். ஊட்டச்சத்து தேவைப்படும் குழந்தைகளுக்கு சமைக்கவும், பரிமாறவும் ஒவ்வொரு கட்டிடத்திற்கும் தனிப்பட்ட முறையில் ஒரு சமயலறை இருக்க வேண்டும். இந்த மையங்கள் இயங்க குறைந்த அளவு இடையூறுகள் இருக்குமாறு பார்த்துக் கொள்ள வேண்டும். இந்த அமைப்புகளில் குழந்தைகளின் ஆரோக்கியத்தையும் ஊட்டச்சத்து நிலவரத்தையும் தொடர்ந்து கண்காணிப்பதற்கு எடைபார்க்கும் இயந்திரம் இருக்க வேண்டும். இந்த ICDS செயல்படுத்தி வரும் மாநிலங்களில் தென்னிந்திய மாநிலங்கள் நல்ல விளைவுகளைக் கண்டிருக்கின்றன. (அட்டவணைகள் 9,10,11,12)

அட்டவணை 9: நல்ல கட்டிடத்தில் இருக்கும் அங்கன்வாடிகள்

மாநிலம்	*அங்கன்வாடிகள் (%)*
ஆந்திரப் பிரதேசம்	64
அஸ்ஸாம்	92
பீஹார்	67
ஹரியானா	100
ஜார்கண்ட்	75
கர்நாடகா	60
கேரளா	98

மாநிலம்	*அங்கன்வாடிகள் (%)*
மத்தியப் பிரதேசம்	85
மஹாராஷ்டிரா	84
ராஜஸ்தான்	97
தமிழ்நாடு	100
தெலுங்கானா	80
உத்தரப் பிரதேசம்	93
மேற்கு வங்காளம்	9

ஆதாரம்: விசிட் டூ அங்கன்வாடி செண்டர்ஸ் - மாநிலவாரியான அறிக்கை, 2017-18. மத்திய கண்காணிப்பு பிரிவு, கண்காணிப்பு மற்றும் மதிப்பீட்டுப் பிரிவு தேசிய பொது ஒத்துழைப்பு மற்றும் குழந்தைகள் மேம்பாட்டு அமைப்பு.

அட்டவணை 10: பயன்படுத்தக்கூடிய நிலையில் இருக்கும் கழிப்பறைகளைக் கொண்ட அங்கன்வாடிகள்

மாநிலம்	*அங்கன்வாடிகள் (%)*
ஆந்திரப் பிரதேசம்	72
அஸ்ஸாம்	27
பீஹார்	13
ஹரியானா	86
ஜார்கண்ட்	18
கர்நாடகா	100
கேரளா	92
மத்தியப் பிரதேசம்	45
மஹாராஷ்டிரா	68
ராஜஸ்தான்	57
தமிழ்நாடு	73
தெலுங்கானா	70
உத்தரப் பிரதேசம்	33
மேற்கு வங்காளம்	29

ஆதாரம்: விசிட் டூ அங்கன்வாடி செண்டர்ஸ் - மாநிலவாரியான அறிக்கை, 2017-18. மத்திய கண்காணிப்பு பிரிவு, கண்காணிப்பு மற்றும் மதிப்பீட்டுப் பிரிவு தேசிய பொது ஒத்துழைப்பு மற்றும் குழந்தைகள் மேம்பாட்டு அமைப்பு.

அட்டவணை 11: குழந்தைகள் எடைபார்க்கும் இயந்திரங்கள் உள்ள அங்கன்வாடிகள்

மாநிலம்	*குழந்தைகள் எடை பார்க்கும் இயந்திரங்கள் (%)*
ஆந்திரப் பிரதேசம்	100
அஸ்ஸாம்	19
பீஹார்	67
ஹரியானா	100
ஜார்கண்ட்	38
கர்நாடகா	100
கேரளா	100
மத்தியப் பிரதேசம்	70
மஹாராஷ்டிரா	74
ராஜஸ்தான்	58
தமிழ்நாடு	100
தெலுங்கானா	80
உத்தரப் பிரதேசம்	20
மேற்கு வங்காளம்	88

ஆதாரம்: விசிட் டூ அங்கன்வாடி செண்டர்ஸ் - மாநிலவாரியான அறிக்கை, 2017-18. மத்திய கண்காணிப்பு பிரிவு, கண்காணிப்பு மற்றும் மதிப்பீட்டுப் பிரிவு தேசிய பொது ஒத்துழைப்பு மற்றும் குழந்தைகள் மேம்பாட்டு அமைப்பு.

அட்டவணை 12: தனி சமையலறை கொண்ட அங்கன்வாடிகள்

மாநிலம்	*தனி சமையலறைகள் (%)*
ஆந்திரப் பிரதேசம்	84
அஸ்ஸாம்	59
பீஹார்	10
ஹரியானா	77
ஜார்கண்ட்	55
கர்நாடகா	100

மாநிலம்	*தனி சமையலறைகள் (%)*
கேரளா	100
மத்தியப் பிரதேசம்	35
மஹாராஷ்டிரா	71
ராஜஸ்தான்	36
தமிழ்நாடு	100
தெலுங்கானா	100
உத்தரப் பிரதேசம்	23
மேற்கு வங்காளம்	6

ஆதாரம்: விசிட் டூ அங்கன்வாடி செண்டர்ஸ் - மாநிலவாரியான அறிக்கை, 2017-18. மத்திய கண்காணிப்பு பிரிவு, கண்காணிப்பு மற்றும் மதிப்பீட்டுப் பிரிவு தேசிய பொது ஒத்துழைப்பு மற்றும் குழந்தைகள் மேம்பாட்டு அமைப்பு.

பச்சிளம் குழந்தைகள், இளம் சிறார்கள், அவர்களுடைய அம்மாக்கள் ஆகியோரின் உடல்நலம் சமூகத்தின் ஆரோக்கியத்துக்கு மட்டுமான அளவீடு மட்டுமல்லாமல் குடிமக்களின் வாழ்வையும் மேம்படுத்துவதற்கான அனைத்து உறுதிப்பாடுகளையும் கொண்டதாகும். சிறப்பான தீர்வைக் கொண்டுள்ள மாநிலங்கள் சுகாதாரம் வழங்குவதில் சிறப்பாக செயல்படும் என்பது பொதுவாக அறியப்படும் ஒன்றாகும்.

இதே போல ஆரம்பகட்டமும் பொருளாதர நிலையும் உள்ள ஆனால் தலைமுறை தலைமுறையாக வேறுபட்ட விளைவுகளைக் கொண்டிருந்தாலும் அந்த வேறுபாட்டை விளக்குவதற்கான உதாரணமாக இந்தத் தீர்வு அமையும். மாநில அளவில் ICDS நன்றாக இயங்குவதற்கு நன்றாக இயங்கக்கூடிய PHC போன்று போதுமான உழைப்பும், கூர்மையான கவனமும் தேவையாகும். குறுகிய காலத்தில் பார்த்தால் இது நன்றியில்லாத வேலையாகத் தோன்றலாம். குடிமக்கள் இதை அவசியமென்று கருதி முயன்று பார்க்கும் ஆட்சிக்கு வாக்களிப்பார்கள். எனவே இது நீண்டகாலத்துக்கு நல்ல ஆரோக்கியம் வழங்கக்கூடிய முக்கியமான கண்ணுக்குப் புலப்படாத நிலைமையாகும்.

மற்ற அமைப்புகள் போல இந்த சுகாதார அமைப்பின் முக்கியமான அம்சம் தேவையும் வழங்கலுக்குமான சமநிலை ஆகும். சுகாதாரப் பாதுகாப்பைப் பொருத்தவரையில், தேவை என்பது மற்ற எல்லாவற்றையும் விட, சமூகத்தில் இருக்கும் மக்களின் எண்ணிக்கையையும் எந்த விகிதத்தில் மக்கள் தொகை அதிகரிக்கிறது

வரைபடம் 2; மொத்த கருத்தரிப்பு விகிதம் vs பச்சிளம் குழந்தைகள் இறப்பு விகிதம்

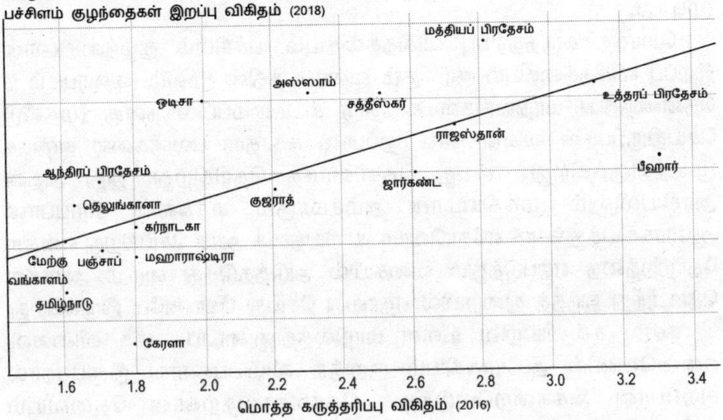

ஆதாரங்கள்: சாம்பிள் ரெஜிஸ்ட்ரேஷன் சிஸ்டம் (SRS) - புள்ளிவிவர அறிக்கை 2016, தலைமைப் பதிவாளர் மற்றும் மக்கள்தொகை கணக்கெடுப்பு ஆணையர் அலுவலகம்,, 2017 மற்றும் *சாம்பிள் ரெஜிஸ்ட்ரேஷன் சிஸ்டம்* (SRS), அறிக்கை 2020, தொகுதி 55, எண் 1, தலைமைப் பதிவாளர் மற்றும் மக்கள்தொகை கணக்கெடுப்பு ஆணையர் அலுவலகம், மே 2020

என்பதையும் பொறுத்தது ஆகும். மாநிலத்தின் மொத்த கருவுறுதல் விகிதம் (TFR) என்பது ஒவ்வொரு பெண்ணுக்கும் எத்தனை குழந்தைகள் பிறந்திருக்கிறது என்பதையும் ஒவ்வொரு மாநிலத்தின் ஆரோக்கியமான நிலை குறித்தும் மறைமுகமாக ஆனால் முக்கியமான அளவீட்டின் மூலம் தெரிவிப்பதாகும்.

இந்தியா எதிர் கொள்ளக்கூடிய முக்கியமான பிரச்சனைகளில் ஒன்று பலரின் தேவைகளைப் பூர்த்தி செய்வதற்கு போதுமான வளங்கள் இல்லாததாகும். கருத்தரிப்பு விகிதம் குறைவாக இருந்தால் குறைவான பிரசவம் நடக்கும் என்பது முதலில் கவனிக்கவேண்டியது. அப்போது தேவையை நிறைவேற்றுவதற்கு உள்கட்டமைப்பு வசதிகளுக்கு சிரமம் எதுவும் இருக்காது. இரண்டாவதாக, குறைவான கருத்தரிப்பு எனும்போது கருத்தடைக்கான அணுகல், பெண்களிடையே நிலவும் அதிக கல்வியறிவு, மக்களிடையேயான விழிப்புணர்வு போன்றவை நல்ல ஆரோக்கியமான சமூகத்துக்கான சமிக்ஞைகள் ஆகும். குறைவான எண்ணிக்கையில் குழந்தைகளைக் கொண்ட பெண்களால் குழந்தைகள் அதிக பாதிப்புக்கு உள்ளாகக்கூடிய காலகட்டமான முதல் ஐந்து ஆண்டுகள் நல்ல கவனிப்பை வழங்க முடியும். தென்னிந்தியா

குறைவான பிறப்பு சதவிகிதமே கொண்டிருப்பதால் வழங்கல் அமைப்பை அழுத்தத்துக்கு உட்படுத்தாமல் நல்ல கவனிப்பை வழங்க முடியும்.

மொத்த கருத்தரிப்பு விகிதத்தையும், பச்சிளம் குழந்தைகளின் இறப்பு விகிதத்தையும் குறிக்கும் வரைபடத்தின் மூலம் (வரைபடம் 2) தென்னிந்திய மாநிலங்கள் சுகாதார கட்டமைப்பில் நன்கு முதலீடு செய்திருப்பதன் விளைவாக சிறப்பான சுகாதார பலன்களை சாதிக்க முடிந்திருக்கிறது என்பது தெளிவாகத் தெரிகிறது. இது அதன் அரசியலிலும் முக்கியமான அம்சமாகும். மக்களின் சிறப்பான ஆரோக்கியத்துக்காக ஏதோவொரு காரியத்தை அரசு செய்கிறது என்கிற தோற்றத்தை ஏற்படுத்தும் வகையில் அடுத்தடுத்து வரும் அரசுகள் தொடர்ந்து இந்தத் துறையில் ஏதாவது செய்து கொண்டே இருக்கிறது.

நல்ல கல்வியறிவு உள்ள மாநிலத்தினுடைய 'பக்க விளைவு' என்னவெனில் ஆரோக்கியம் குறித்த விழிப்புணர்வு இருப்பதால் சிறப்பான அக்கறையெடுத்துக் கொள்ளுவதற்கான தேவையும் அதிகமாக இருக்கிறது. இது உடல்நலம் பேணுவதற்கான விலையை அதிகரிக்கச் செய்கிறது. அதாவது அதிகக் கல்வியறிவு உள்ள மாநிலமான கேரளா, அடிப்படைச் சுகாதார அளவீடுகளிலும் சிறப்பான நிலையில் இருப்பதால், மருத்துவச் சிகிச்சைக்கான செலவு அதிகமாக உள்ள மாநிலமாகவும் அது இருக்கிறது.

தென் இந்தியா: இது ஏன் ஆரோக்கியமாக இருக்கிறது?

2019 ஆம் ஆண்டின் இறுதியில் இந்திய அரசு வருடாந்திர 'நல் ஆளுகைக் குறியீட்டை (Good Governance Index)' வெளியிட ஆரம்பித்தது. இது பல்வேறு மாநிலங்களில் பல்வேறு துறைகளை அத்துறைகளுக்கான அளவீடுகளுக்கேற்ப கணக்கிட்டது. அளவீடுகளுக்காக உபயோகப்படுத்தப்பட்ட முறைகளும் சில துறைகளும் சர்ச்சைக்குகுரியது. சுகாதாரத் துறை போன்ற சில துறைகளுக்கான அளவீடுகள் நேரடியானதும், பரவலாக ஏற்றுக் கொள்ளப்பட்டதும் ஆகும். உதாரணமாக, சுகாதாரத் துறையானது IMR, MMR, TFR, தடுப்பூசி அளிப்பதில் இருக்கும் செயல்திறன், ஆரம்ப சுகாதார நிலையத்தில் இருக்கும் மருத்துவர்கள், ஆரம்ப சுகாதார நிலையங்களில் 24x7 கிடைக்கும் வசதிகள் ஆகியவற்றின் அடிப்படையில் அளவிடப்படுகிறது. இப்படி அளவிடப்பட்ட வகையில்,

எதிர்பார்த்தது போல 2019 ஆம் ஆண்டில் கேரளாவும் தமிழ்நாடும் முன்னணி மாநிலங்களாக இருந்தன. (பார்க்க அட்டவணைகள் 13, 14)

அட்டவணை 13; பொதுநல மருத்துவமனைகளில் இருக்கும் படுக்கைகளின் எண்ணிக்கை

மாநிலம்	*பொதுநல மருத்துவமனைகளில் இருக்கும் படுக்கைகள் (பத்து லட்சம் மக்கள் தொகைக்கு)*
ஆந்திரப் பிரதேசம்	438
அஸ்ஸாம்	496
பீஹார்	98
சத்தீஸ்கர்	329
குஜராத்	316
ஹரியானா	410
ஜார்கண்ட்	289
கர்நாடகா	1,054
கேரளா	1,076
மத்தியப் பிரதேசம்	378
மஹாராஷ்டிரா	426
ஒடிசா	408
பஞ்சாப்	606
ராஜஸ்தான்	601
தமிழ்நாடு	1,014
தெலுங்கானா	545
உத்தரப் பிரதேசம்	333
மேற்கு வங்காளம்	804

ஆதாரம்: ஹெல்த் மேனேஜ்மெண்ட் இன்ஃபர்மேஷன் சிஸ்டம் (HMIS) இணைய தளத்தில் மாநிலங்கள் தரவேற்றியது. 20 ஜூலை 2018.

அட்டவணை 14: மகப்பேறுக்கு முன்பு குறைந்தபட்சம் 4 முறையாவது பரிசோதனைக்குச் சென்ற தாய்மார்கள்

மாநிலம்	4 அல்லது அதற்கு மேற்பட்ட முறை பரிசோதனைக்குச் சென்றவர்கள் (%)
ஆந்திரப் பிரதேசம்	76
அஸ்ஸாம்	46
பீஹார்	14
சத்தீஸ்கர்	59
குஜராத்	71
ஹரியானா	45
ஜார்கண்ட்	30
கர்நாடகா	70
கேரளா	90
மத்தியப் பிரதேசம்	36
மஹாராஷ்டிரா	72
ஒடிசா	62
பஞ்சாப்	68
ராஜஸ்தான்	39
தமிழ்நாடு	81
தெலுங்கானா	75
உத்தரப் பிரதேசம்	26
மேற்கு வங்காளம்	76

ஆதாரம்: தேசிய குடும்பநல ஆய்வு (NHFS-4), 2015-16: இந்தியா, இண்டர்நேஷனல் இன்ஸ்டிடியூட் ஃபார் பாப்புலேஷன் சயின்ஸஸ், 2017

இதுவரை வெளிவந்திருக்கும் தரவுகளின்படி, தென்னிந்திய மாநிலங்களில் சுகாதார நலமும் அடிப்படை சுகாதார சேவைகளை வழங்குவதற்கான வசதிகளைக் கொண்ட நல்ல கட்டமைப்புகளும் இருக்கின்றன எனத் தெரிய வந்திருக்கிறது. நல்ல சுகாதார வசதிகளினால் சுகாதார நலம் நன்கு பேணப்படும் என்பது தெளிவான ஒன்றாகும். ஆனால் தென் மாநிலங்கள் ஏன் சிறந்த சேவைகளைக் கொண்டிருப்பதோடு சிறந்த விளைவுகளையும் ஏற்படுத்துகின்றன?

அட்டவணை 15; பச்சிளம் குழந்தைகளின் இறப்பு விகிதம் (IMR), 1981 Vs 2018

மாநிலம்	*1981*	*2018*	*மேம்பாடு (%)*
மத்தியப் பிரதேசம்	142	48	66
அஸ்ஸாம்	106	41	61
ஒடிசா	135	40	70
உத்தரப் பிரதேசம்	150	43	71
ராஜஸ்தான்	108	37	66
பீஹார்	118	32	73
ஆந்திரப் பிரதேசம்	86	29	66
ஹரியானா	101	28	72
குஜராத்	116	28	76
மேற்கு வங்காளம்	91	22	76
கர்நாடகா	69	23	67
பஞ்சாப்	81	20	75
மஹாராஷ்டிரா	79	19	76
தமிழ்நாடு	91	15	84
கேரளா	37	7	81

ஆதாரம்: எஸ்ஆர்எஸ் (SRS) அறிக்கை, தலைமைப் பதிவாளர் மற்றும் மக்கள்தொகை கணக்கெடுப்பு ஆணையர் அலுவலகம், உள்துறை அமைச்சகம்.

உதாரணத்துக்கு தமிழ்நாட்டை எடுத்துக் கொள்ளுங்கள். IMR ஐப் பொருத்தவரையில் சிறப்பாக செயல்பட்டிருக்கிறது (பார்க்க அட்டவணை 15). இது மகப்பேறுக்கு முன்பான உடல்நல அக்கறையில் பல புதுமைகளைச் செய்ததோடு ஆரம்ப சுகாதார நிலையங்களுக்காக அதிகமாக முதலீடு செய்த மாநிலமும் ஆகும். 1990களின் ஆரம்பத்தில் இந்த மாநிலமானது எந்தப் பகுதியில் IMR பூஜ்யம் என்கிற நிலை எட்டுகிறதோ அந்தப் பகுதிகளின் பொறுப்பான சுகாதார நல பணியாட்களுக்கு தங்கக் காசுகளை வெகுமதியாக வழங்கியது. மாநிலத்தில் எந்த ஆரம்ப சுகாதார நிலையம் IMRல் மிகப் பெரிய சரிவை சாத்தியமாக்கியதோ அந்த ஆரம்ப சுகாதார நிலையத்தைச் சேர்ந்த மருத்துவ அதிகாரிகளுக்கும், மாவட்டங்களுக்கும் கேடயங்கள்

பரிசாக அளிக்கப்பட்டன. வீட்டில் பிரசவிப்பதற்குப் பதிலாக மருத்துவமனைகளை பெண்கள் தேர்ந்தெடுக்கும்பட்சத்தில் அந்தக் கிராமத்தைச் சேர்ந்த செவிலியர்களுக்கு ஊக்கத்தொகை அளிக்கப்பட்டது. கர்ப்பிணிப் பெண்கள் ஆரம்ப சுகாதார நிலையங்களுக்குச் சென்று பிரசவித்தால் அவர்களுக்கும் ஊக்கத்தொகையாக ரொக்கம் கொடுக்கப்பட்டது.

அத்தியாவசிய மருந்துகள் எந்தவித சிரமமும் தடங்கலும் இன்றி பொதுநல சுகாதார மையங்களில் கிடைக்க வேண்டுமென்பதற்காக கொள்முதல், சேமிப்பு, விநியோகத்தை ஒழுங்குபடுத்துவதை பிரதான நோக்கமாகக் கொண்டு மாநில அரசு தமிழ்நாடு மெடிக்கல் சர்வீசஸ் கார்பொரேஷன் என்கிற அமைப்பை ஆரம்பித்தது. இந்த முன்னெடுப்புகளின் விளைவாக IMR ன் எண்ணிக்கையும் தொடர்ந்து குறைய ஆரம்பித்தது.

IMR/U5MR போன்ற அளவீடுகளில் இப்போது நன்றாக செயல்படும் மாநிலங்கள் தரவரிசையில் எப்போதுமே முன்னணியில் இருப்பது இல்லை என்பதை கருத்தில் கொள்வது முக்கியமானதாகும். உதாரணமாக, 1971 ஆம் ஆண்டு தமிழ்நாட்டின் IMR 113 ஆக இருந்தது. (அட்டவணை 15ல் கொடுக்கப்பட்டிருப்பது 1981 ஆம் ஆண்டுக்கானது. அந்த ஆண்டு இது 91 என்கிற அளவுக்கு மேம்பட்டிருந்தது) அப்போது மற்ற மாநிலங்களான மஹாராஷ்டிரா (105), பஞ்சாப் (102), கர்நாடகா (95), ஆந்திரப்பிரதேசம் (106) ஆகியவற்றின் அளவீட்டை விட இது அதிகமாக இருந்தது. ஆனால் 2018 ஆம் ஆண்டில் தமிழ்நாட்டின் IMR கேரளா தவிர மற்ற மாநிலங்களின் அளவீட்டை விட குறைவாக இருந்தது குறிப்பிடத்தக்கதாகும்.

மேம்பாட்டு விகிதத்தைப் பொருத்தவரையில், கேரளாவை விட தமிழ்நாடு நன்கு மேம்பட்டிருப்பதோடு பச்சிளம் குழந்தைகள் மற்றும் குழந்தைகளின் இறப்பு விகிதத்தில் அதிகமான சரிவையும் கண்டிருக்கிறது. அடிப்படை சுகாதார கவனிப்பு மற்றும் குழந்தைகளின் ஆரோக்கியம் ஆகியவற்றில் நல்ல சேவைகளைக் கொண்ட மாநிலங்கள் குறைந்த குழந்தை இறப்பு விகிதத்தை அடைந்திருப்பது என்பது வெறும் தற்செயலான நிகழ்வு இல்லை.

இளம் வயதினரை பாதுகாப்பதில் மகாராஷ்டிரா தொடர்ந்து நல்ல செயல்திறன் கொண்ட மாநிலமாகவே இருந்து வந்திருக்கிறது. கர்நாடகா, ஆந்திரப்பிரதேசம் ஆகிய இரண்டு மாநிலங்களும் அடிப்படை சுகாதார சேவைகளை வழங்குவதில் முன்னேற்றம் அடைந்திருப்பதால் அவையும் பரந்த 'தென்னிந்தியக் கூடை'க்குள் இருக்கிறது. கர்நாடகாவில்

கர்ப்பிணிப் பெண்களை அழைத்துச் செல்வதற்கும், மீண்டும் கொண்டு போய் விடுவதற்குமான சேவை நடைமுறையில் இருக்கிறது. ஆந்திராவில் வலுவான ஆம்புலன்ஸ் சேவை இருக்கிறது. இவையே இம்மாநிலங்களின் அளவீடு மேம்படுவதற்கான பெரும் பங்களிப்பைச் செய்திருக்கிறது

வரைபடம் 3; IMR vs தனிநபர் நிகர மாநில உள்நாட்டு உற்பத்தி (NSDP)

ஐஎம்ஆர் 2018

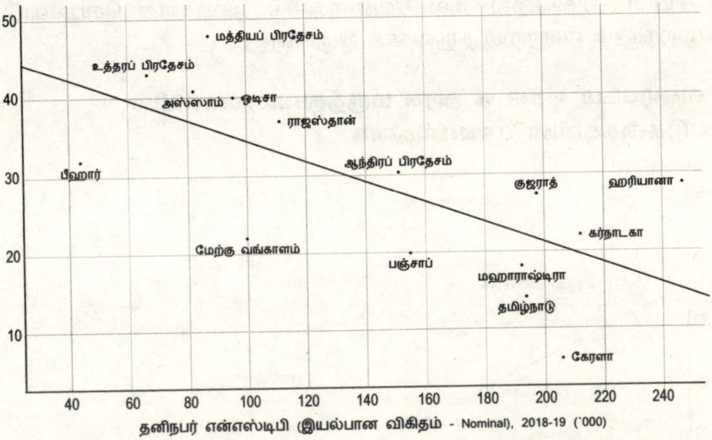

ஆதாரம்: எஸ்ஆர்எஸ் அறிக்கைகள், மே 2019 and புள்ளியியல் மற்றும் திட்ட அமலாக்க அமைச்சகம் (MOSPI)

பொதுவாகவே, தீபகற்ப இந்தியாவில் குழந்தைகள் இறப்பு விகிதம் குறைவாகவே உள்ளது ஏனென்றால் அதிகமான குழந்தைகள் இறப்பு விகிதத்துக்குக் காரணமான காரணிகள் அனைத்தையும் சரி செய்வதற்கு மாநில அரசுகள் அரசு சேவையைப் பயன்படுத்தின. சில சேவைகள் பயனளித்தன; சில சேவைகள் பயனளிக்கவில்லை. அமைப்பின் பெரும்பாலனவற்றில் குறைகள் இருக்கின்றன - பொதுமக்களைப் பொருத்தவரையில் இது ஊழல் என அறிந்து கொள்ளப்பட்டிருக்கிறது. ஆனால் இந்த தென் மாநிலங்களில் வாழ்பவர்களின் ஆரோக்கியத்தை மேம்படுத்துவதற்கான பயணம் மெதுவாக இருந்தாலும் நிலையானதாக இருந்தது.

பணக்கார மாநிலங்கள் vs ஏழ்மையான மாநிலங்கள்

நல்ல ஆரோக்கியத்தைத் தொடர்ந்து நல்ல பொருளாதாரம் அமையுமா, அல்லது அதன் விளைவால் ஏற்படுமா? இந்தக் கேள்வியோடு ஆராய்ச்சியாளர்கள் நீண்டகாலமாகப் போராடி வருகிறார்கள். இதற்கான ஆதாரங்கள் மிகவும் சிக்கலாக இருப்பதோடு பதிலும் தெளிவற்றதாக இருக்கிறது. இந்திய அனுபவமானது எதிர்பார்ப்பது போலவே ஒரு கலவையாக இருக்கிறது. நாம் எதிர்பார்ப்பது போல பணக்கார மாநிலங்கள் எப்போதும் சிறப்பாகச் செயல்படுவதில்லை; சில வேளைகளில் அவர்களது செயல்பாடு முற்றிலும் ஏமாற்றம் தருவதாக இருக்கிறது.

வரைபடம் 4: IMR vs அரசு மருத்துவமனைகளில் படுக்கைகளின் எண்ணிக்கை

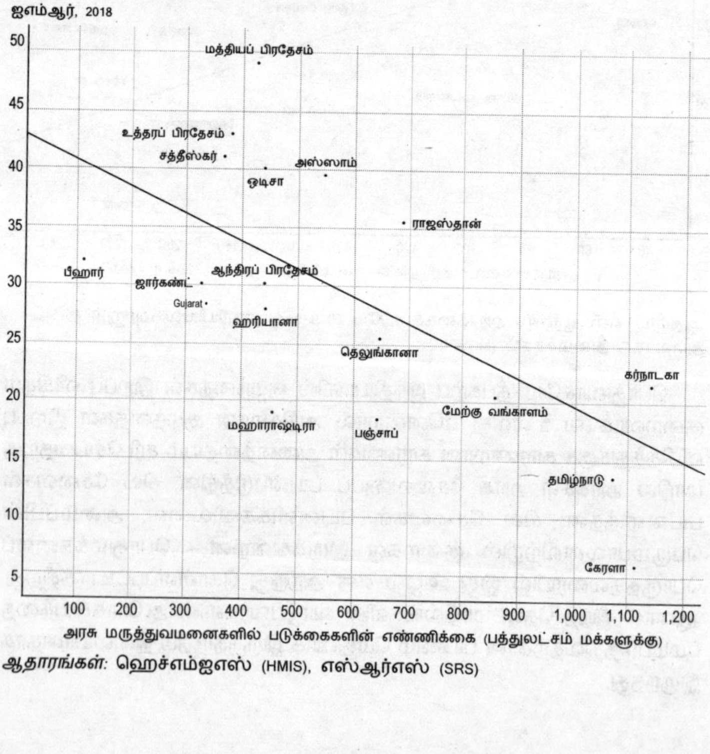

ஆதாரங்கள்: ஹெச்எம்ஐஎஸ் (HMIS), எஸ்ஆர்எஸ் (SRS)

உதாரணமாக, ஒப்பீட்டளவில் ஹரியானா ஒரு வளமான மாநிலம், ஆனால் இதனுடைய IMR அளவீடானது பொருளாதாரத்தில் இம்மாநிலத்தை விட கீழ்நிலையில் இருக்கும் மாநிலங்களைவிட மிகவும் மோசமான நிலையில் இருக்கிறது. இந்தியாவைப் பொருத்தவரையில் கேரளா, மேற்கு வங்காளம் போன்ற மாநிலங்கள் அதனுடைய பொருளாதார நிலையை விட இதில் சிறப்பாகவே செயல்படுகிறது. வரைபடத்தில் மாநிலங்களின் IMR உடன் மாநிலங்களின் தனிநபர் வருமானம் குறிக்கப்பட்டிருக்கிறது (வரைபடம் 3)

வருமானத்துக்கும், ஆரோக்கியத்துக்கும் முழுவதும் தலைகீழான தொடர்பு இருக்கும்பட்சத்தில் IMR க்கு எதிராக தனிநபர் வருமானத்தைக் குறிக்கும்போது நேரான கோடு கிடைக்கும். அதாவது தனிநபர் வருமானம் அதிகரிக்கும்போது, IMR விகிதம் குறையும்.

தனிநபர் வருமானத்துக்கு எதிராக நாம் IMR ஐக் குறிக்கும்போது ஒரு குறிப்பிட்ட மாநிலத்தின் திறம்பட்ட சுகாதார நலம் வழங்கப்படுவதை நேர்போக்குக் கோட்டின் வேறுபாட்டிலிருந்து (ஓட்டு மொத்த போக்குக் கோட்டிலிருந்து விலகியிருப்பது) கணக்கிட முடியும். ஹரியானாவின் IMR எதிர்பார்த்ததை விட அதிகமாக இருப்பதிலிருந்து குழந்தைகள் மீது அது கொண்டிருக்கும் அக்கறையின்மை தனித்துவமாக வெளிப்படுகிறது; மேற்கு வங்காளம் பொருளாதார ரீதியாக ஏழை மாநிலமாக இருந்தாலும் அங்கு IMRன் அளவீடு எதிர்பார்த்தத்தை விட குறைவாக இருக்கிறது.

இருப்பினும், பொதுவாக, பணக்கார மாநிலங்கள் இதில் நன்றாக செயல்படுகின்றன என்பது உண்மைதான். அதுபோலவே, மற்ற காரணிகளான மருத்துவமனையில் குழந்தையை பிரசவிப்பது, பத்துலட்சம் பேருக்கான படுக்கைகளின் எண்ணிக்கை போன்றவையும் எதிர்பார்ப்புக்கேற்ப IMR மற்றும் U5MR ஆகியவற்றின் மீது தாக்கத்தை ஏற்படுத்துகிறது. எடுத்துக்காட்டாக, மருத்துவமனையில் அதிக படுக்கைகள் இருப்பதன் விளைவுகூட குறைவான IMRக்கான காரணமாக இருக்கலாம். (பார்க்க வரைபடம்-4)

வேறு மாதிரி சொல்ல வேண்டுமெனில், சுகாதாரத்துக்கு வளங்கள் இருப்பது அடிப்படைத் தேவையாகும் ஆனால் அதை முன்னிலைப்படுத்தி செயலாற்றுவதற்கான உறுதியும் முக்கியமானதாகும்.

குழந்தை பிறப்பு தொடர்பான இறப்பு விகிதம், குழந்தைகளுக்கான ஊட்டச்சத்துக்கான ஒழுங்கமைப்பு ஆகியவற்றிற்கு அப்பால் அரசு மருத்துவமனைகளில் தனிநபர் அளவில் (per capita) எத்தனை மருத்துவர்கள் இருக்கிறார்கள், படுக்கைகள் இருக்கின்றன என்பதும் சமூகமானது சுகாதார நெருக்கடியைச் சந்திப்பதற்கு எப்படித் தயாராக இருக்கிறது என்பதைக் காட்டும்.

ஒவ்வொரு மாநிலமும் ஆண்டு தோறும் மருத்துவர்களை உருவாக்குவது போல இவையெல்லாம் அனைத்து மக்களுக்கும் சுகாதார நலன் வழங்குவதற்கான பாரம்பரிய அளவீடுகள் ஆகும். இந்தியாவிலிருக்கும் மற்ற பெரிய மாநிலங்களோடு ஒப்பிடும் போது தென்னிந்தியா சுகாதாரம் சம்பந்தப்பட்ட உள்கட்டமைப்பு கணக்கீடுகளில் பொதுவாகவே முன்னணியில் இருந்து வருகிறது. உத்தரப்பிரதேச மக்கள் தொகையுடன் ஒப்பிடும் போது அதில் நான்கில் ஒரு பங்காக இருக்கும் கர்நாடகா அதிகப்படியான மருத்துவர்களை உருவாக்குகிறது. (பார்க்க அட்டவணை 16)

அட்டவணை 16: பதிவுசெய்யப்பட்ட மருத்துவர்களின் எண்ணிக்கை

மாநிலம்	*பதிவுசெய்யப்பட்ட மருத்துவர்கள் (பத்து லட்சம் மக்கள் தொகைக்கு)*
ஆந்திரப் பிரதேசம்	1,098
அஸ்ஸாம்	337
பீஹார்	637
சத்தீஸ்கர்	125
குஜராத்	755
ஹரியானா	71
ஜார்கண்ட்	93
கர்நாடகா	1,275
கேரளா	594
மத்தியப் பிரதேசம்	473
மஹாராஷ்டிரா	1,920
ஒடிசா	264

மாநிலம்	பதிவுசெய்யப்பட்ட மருத்துவர்கள் (பத்து லட்சம் மக்கள் தொகைக்கு)
பஞ்சாப்	534
ராஜஸ்தான்	517
தமிழ்நாடு	1,353
தெலுங்கானா	54
உத்தரப் பிரதேசம்	1,144
மேற்கு வங்காளம்	958

குறிப்பு: தெலுங்கானா என்கிற மாநிலம் உருவானதுக்குப் பிறகு செய்யப்பட்ட புதிய பதிவுகள் மட்டும்.

ஆதாரம்: இந்திய மருத்துவக் கழகம் (Medical Council of India - MCI)

குழந்தைகளின் சமீபத்திய இறப்பு விகிதம், அல்லது பல்வேறு மாநிலங்களின் வரலாற்று நிலை, அல்லது கடந்த பல ஆண்டுகளில் அம்மாநிலங்களில் ஏற்பட்ட முன்னேற்றம், அல்லது ஒப்பீட்டளவில் தனிநபர் வருமானத்தில் ஒவ்வொரு மாநிலத்தின் செயல்பாடு, அல்லது சுகாதார உள்கட்டமைப்பை நிறுவுவது என எந்தவொரு தரவை எடுத்துக் கொண்டாலும் தெற்கும் தீபகற்ப இந்தியாவும் மத்திய, வடக்குப் பகுதிகளில் உள்ள மாநிலங்களை விட சிறப்பாக செயலாற்றி வருவது தெரியவரும்.

ஒரே நாடு, ஒரே மருத்துவர்

தென் மாநிலங்களின், குறிப்பாக கேரளாவும் தமிழ்நாடும், செயல்பாட்டைக் கருத்தில் கொண்டால் மற்ற மாநிலங்கள் இந்த மாதிரியைப் பின்பற்ற வேண்டும் என ஒருவர் அனுமானிக்கக்கூடும். இந்த மாநிலங்களின் வெற்றிகரமான திட்டங்களை தங்களுடைய மாநிலத்தின் தனித்துவமான சூழ்நிலைக்கேற்ப மாற்றியமைத்துக் கொள்ள முயற்சி செய்யலாம். ஆனால் இந்தியாவில், ஒன்றிய அரசு இதற்கு நேர்மாறான காரியத்தை செய்து வருகிறது: இந்தியாவின் சுகாதார நலத்துறையை மையப்படுத்த முயலுவதோடு வெற்றி கண்ட மாநிலங்களையும் மையப்படுத்தப்பட்ட அணுகுமுறையைப் பின்பற்றும்படியும் வற்புறுத்துகிறது.

ஒரே அளவு அனைவருக்கும் பொருந்தும் என்பது போல அனைத்துத் திட்டங்களையும் டெல்லியிலிருந்து இயக்குவது எப்போதும் உகந்த இயக்க வழிமுறையைக் கொண்டிருக்காது. இருப்பினும் ஒன்றிய அரசு தரப்பில் அதன் நிதியிலிருந்து பல திட்டங்களை சுகாதார நலன் சார்ந்த துறையில் அமல்படுத்தி வருகிறது. இப்போது மத்திய நிதி உதவியோடு காப்பீடு திட்டமும், மருத்துவமனையில் பிரசவிப்பவர்களுக்கான ரொக்க வெகுமதி திட்டமும் அமலில் இருந்து வருகிறது. இது மத்திய அரசு திட்டங்களாவதற்கு முன்பாகவே தென்னிந்தியாவில் வெற்றிகரமாக செயல்பட்டு வந்த திட்டங்களாகும். மாநில அரசுகளின் நல்ல திட்டங்களை நகலெடுத்து அமல்படுத்துவதற்குச் சொல்லப்படும் காரணங்கள் வெகுளித்தனமாகவும், மாநிலங்களின் உரிமைகளைப் பறிப்பதற்கான சாக்குபோக்காவும் இருக்கிறது.

இந்தியாவில் வெவ்வேறு வளர்ச்சி நிலையிலிருக்கும் மாநிலங்களுக்கு அவை எந்தெந்த அளவுருக்களில் கவனம் செலுத்த வேண்டுமோ அதற்கேற்றாற்போல திட்டங்கள் இருக்க வேண்டும். எடுத்துக்காட்டாக, மருத்துவமனையில் பிரசவிப்பதற்கு வழங்கப்படும் ஊக்கத்தொகைத் திட்டமானது அனைத்து மாநிலங்களிலும் போதுமான ஆரம்ப சுகாதார நல மையங்கள் இருக்கிறதா, அப்படியிருந்தால் அதில் போதுமான அளவுக்குப் பணியாளர்கள் இருக்கிறார்களா என்பதையெல்லாம் உறுதி செய்யாமல் அனைத்து மாநிலங்களிலும் இது அமலில் இருந்து வருகிறது.

இது போல, மதிய உணவுத் திட்டம், குழந்தைகள் பராமரிப்பும் ஆரம்பத் தலையீடும் போன்றவை ICDS திட்டத்தின் கீழ் முற்றிலும் மையப்படுத்தப்பட்டத் திட்டங்களாக அமல்படுத்தப்பட்டது. இந்த மையப்படுத்தப்பட்ட திட்டங்கள் மாநில அதிகாரவர்க்கத்தின் அறிக்கையளிக்கும் சுமையை அதிகரிக்கும் என்பதோடு உள்ளூர் தேவைக்கேற்ப திட்டமிடப்படாமல் டெல்லியில் உருவான திட்டம் என்கிற தோற்றத்தையும், மாநிலங்களின் சம்மதம் இல்லை என்கிற நிலையையும் கொண்டிருக்கிறது.

மத்திய அரசின் முதன்மையான சுகாதாரத் திட்டமான தேசிய சுகாதார இயக்கம் (National Health Mission) இரண்டு துணை இயக்கங்களைக் கொண்டிருக்கிறது. அவை தேசிய கிராமப்புற சுகாதார இயக்கம், தேசிய நகர்ப்புற சுகாதார இயக்கம் ஆகும். இந்த இயக்கங்களின் நோக்கங்களில்

பல நோக்கங்களை ஏற்கனவே தென்னிந்திய மாநிலங்கள் அடைந்து விட்டன. இதில் கூறப்பட்டிருக்கும் முதன்மையான நான்கு நோக்கங்களை நாம் எடுத்துக் கொள்வோம்.

- பிரசவத்தின் போது தாய்மார்களின் இறப்பு விகிதத்தை 1000 பிறப்புகளுக்கு 1 எனக் குறைப்பது.
- பச்சிளம் குழந்தைகளின் இறப்பு விகிதத்தை 1000 பிறப்புகளுக்கு 25 எனக் குறைப்பது
- மொத்தக் கருத்தரிப்பு விகிதத்தை 2.1 என்கிற அளவுக்குக் கொண்டு வருவது
- 15 வயதிலிருந்து 49 வயதுக்குள் இருக்கும் பெண்களிடையே ரத்தசோகை நோயைத் தடுப்பது, குறைப்பது.

கேரளாவில் IMRன் அளவு இரண்டு தலைமுறைகளுக்கும் மேலாக ஆயிரம் பேருக்கு இருபத்தைந்து என்கிற அளவை விட குறைந்தே இருக்கிறது. தமிழ்நாடு இந்த அளவை ஒரு தலைமுறைக்கு முன்பே எட்டி விட்டது. மகாராஷ்டிராவின் நிலையும் இதே தான். கர்நாடகா இந்த இலக்கை சமீபத்தில் எட்டியிருக்கிறது. இந்த மாநிலங்களின் MMR, TFR அளவும் கூட பரிந்துரைக்கப்பட்டிருக்கும் இலக்கை விட குறைவாகும்.

அதனால், மிகவும் முன்னேறிய மாநிலங்களுக்காக இலக்கு நிர்ணயிக்கும் நோக்கத்தை இந்த தேசிய அளவிலான திட்டம் தோல்வியடையச் செய்து விடுகிறது. இதை விட மோசமான விஷயம் என்னவெனில், கொள்கைகளை உருவாக்கும் அதிகாரத்தை மாநிலங்களிடமிருந்து வெளிப்படையாக பறித்துக் கொள்ளும்போது இதைச் செய்வதாகும். மாநிலத்தில் எந்தத் தாக்கத்தையும் ஏற்படுத்தாத பரந்த அளவிலான நோக்கத்தை தீர்மானிப்பது ஒரு புறம் எனில் இன்னொரு புறம் இந்த நோக்கங்களை அடைய உதவுவதற்காக நிதி ஒதுக்குவதாகும். பிந்தைய காரணத்தால் தேசிய சுகாதாரத் திட்டம் (The National Health Mission) மிகவும் ஆபத்தான விகிதத்தில் பாதிக்கப்பட்டுள்ளது. இந்த காரணத்தினால் மருத்துவமனையில் பிரசவிப்பது போன்ற இதனுடைய திட்டங்கள் தேசிய அளவில் பிரச்சனை உள்ளதாக இருக்கிறது.

2018-19 ஆம் ஆண்டு ஒன்றிய அரசின் நிதி நிலை அறிக்கையின்படி, தேசிய சுகாதார இயக்கம், ICDS என்கிற அமைப்பின் கீழான திட்டங்கள், மதிய உணவுத் திட்டம் ஆகிய மத்திய நிதியுதவி திட்டங்களுக்கான மொத்த செலவு ரூ 62,658 கோடியாகும். 2020-21 ஆம் ஆண்டுக்கான நிதிநிலை மதிப்பீடு ரூ 73,672 கோடியாகும்.

இது மிகவும் குறிப்பிடத்தக்க அளவிலான நிதியாகும், இதிலிருக்கும் மாநிலங்களுக்கான பங்கை விட்டுக் கொடுக்க எந்தவொரு மாநிலமும் விரும்புவதில்லை. தென் மாநிலங்களைப் பொருத்தவரையில் இதுவரைக்குமான அதனுடைய முன்னேற்றத்தை வைத்துப் பார்க்கும்போது இந்த நிதியானது அதன் முன்னுரிமையற்ற திட்டங்களுக்கானதாகும். அனைத்து மாநிலங்களுக்கும் பொருந்தும் வகையில் ஒன்றிய அரசு வித்தியாசமான திட்டம் அல்லது கொள்கையை அறிமுகப்படுத்த வேண்டுமென்பதில்லை. மாநிலங்களுக்கிடையே பெரிய அளவில் வேறுபாடு இருக்கும்போது என்னதான் ஒரு திட்டம் நல்லதாக இருந்தாலும் அனைத்து மாநிலங்களுக்கும் அது பயனுள்ளதாக இருக்க வேண்டுமென நினைப்பது தர்க்கரீதியில் இயலாத காரியமாகும்.

இந்தச் சூழலில் தேசியத் தகுதி மற்றும் நுழைவுத் தேர்வை (NEET) அமலுக்குக் கொண்டுவரும் ஒன்றிய அரசின் முடிவானது ஏற்கனவே சுகாதாரத்தில் முன்னேறிய மாநிலத்துக்கு பெருத்த அடியாகும். சுகாதார நலத்திற்குத் தேவையான முக்கிய வளமான மருத்துவர்களை மருத்துவக் கல்லூரிகள் உருவாக்குகின்றன. சில அளவுருக்களை மாற்றியமைப்பதன் மூலம் மாநிலத்தில் மிகவும் நலிவுற்ற பிரிவினருக்கு சுகாதார நலன் வழங்குவதற்காக அந்த மாநிலத்தில் உருவான மருத்துவர்களை அங்கேயே தக்க வைத்துக் கொள்வது அவசியமான ஒன்றாகும். ஆனால் இந்த வசதியை மாநிலத்தின் பிடியிலிருந்து நீட் எடுத்துக் கொண்டுவிட்டது.

இந்தியாவில் எந்தவொரு மாநிலத்தோடு ஒப்பிட்டாலும் கர்நாடகா அதிகமான மருத்துவர்களை உருவாக்குகிறது. மக்கள் தொகைக்கும் மருத்துவர்களுக்குமான விகிதத்தில் மஹாராஷ்டிரா அதிகமான மருத்துவர்களைக் கொண்டிருக்கிறது. அதைத் தொடர்ந்து தமிழ்நாடும், கர்நாடகாவும் இருக்கிறது. ஆந்திர

மாநிலம் தென்னிந்தியாவில் இருக்கும் அதனுடைய அண்டை மாநிலங்களை பின் தொடர்ந்து அதனுடைய மக்கள் தொகை ஒப்பீட்டளவில் அதிக மருத்துவர்களை உருவாக்குவதோடு பிரத்யேகமான கவனிப்பு (tertiary care) வசதிகள் கொண்ட மருத்துவமனைகளில் அதிக எண்ணிக்கையிலான படுக்கைகளைக் கொண்டிருக்கிறது.

இந்த மாநிலங்கள், அதற்கே உரித்தான அம்சங்களுடன் அதனுடைய மருத்துவக் கல்வி முறைமையை இயக்கி வந்தன. தென் மாநிலங்களில் இருக்கும் மாநில அரசுகள் அந்த மாநிலங்களில் உருவாகும் மருத்துவர்களில் அதிகமானோரை கிராமங்களில் இருக்கும் ஆரம்ப சுகாதார மையங்களில் சுகாதார சேவை வழங்குவதற்கு நியமிக்க முயன்றனர். எடுத்துக்காட்டாக, தமிழ்நாட்டில் ஆரம்ப சுகாதார மையங்களில் வேலை செய்த மருத்துவர்கள் மேற்படிப்பு படிக்க விரும்பினால் அவர்களுக்கு முன்னுரிமை அளித்து அவர்களை ஊக்கப்படுத்தி வருகிறது. இந்தக் காரணத்திற்காக, மக்கள் தொகையோடு ஒப்பிடும் போது ஆரம்ப சுகாதார மையங்களில் பணியாற்றும் மருத்துவர்களின் எண்ணிக்கை விகிதம் அதிகமிருக்கும் மாநிலங்களில் தமிழ்நாடும் ஒன்றாக இருக்கிறது. மருத்துவக் கல்லூரிப் படிப்பை முடித்தவுடன் கிராமங்களில் சென்று வேலைபார்க்க வேண்டுமென்பதை கர்நாடகா கட்டாயமாக்கியிருக்கிறது.

தமிழ்நாட்டைப் பொருத்தவரையில் அது இந்தியாவில் இருக்கும் மற்ற மாநிலங்களிலிருந்து வேறுபட்ட உறுதியான நடவடிக்கை / இட ஒதுக்கீடு கொள்கையை வைத்திருக்கிறது; வரலாற்றுரீதியாக பின் தங்கிய சமூகத்தினருக்கு அதிக விகிதத்தில் இருக்கைகள் ஒதுக்கீடு செய்யப்பட்டிருக்கிறது இதன் விளைவாக, மக்கள் தொகையில் மருத்துவர்கள் அதிக பிரதிநிதித்துவம் கொண்டவர்களாக இருக்கிறார்கள். மக்கள்தொகை அடிப்படையில் மருத்துவர்கள் வேறுபட்டவர்கள் என்பதோடு அதன் பிரதிபலிப்பும் ஆகும். உலகம் முழுவதும் சுகாதார கவனிப்பை மேம்படுத்துவதில் இது குறிப்பிடத்தக்கக் காரணி என நிரூபிக்கப்பட்டுள்ளது. எல்லாவற்றிற்கும் மேலாக, சாதியால் பாதிக்கப்பட்ட சமூகத்தில், மருத்துவர்-நோயாளி உறவும் பாரபட்சம்/தப்பெண்ணத்திற்கு பலியாக வாய்ப்புள்ளது.

மக்கள்தொகையைப் பிரதிநிதித்துவப்படுத்தாத நிலையில் மருத்துவர்கள் அவர்களுக்கு சிகிச்சை அளிக்கும்போது அது தடைகளை அதிகரிப்பதோடு ஒடுக்கப்பட்ட சமூகத்தைச் சேர்ந்தவர்கள் சுகாதார நலன் வேண்டுவதைத் தடுக்கவும் செய்யும்.

நீட் தேர்வு முறையானது மாநிலத்துக்கு உகந்த மருத்துவக் கல்வியை நடத்துவதற்கான அதிகாரத்தை அதனிடமிருந்து நீக்கியிருக்கிறது. மாநில அளவில் சுகாதார நலனின் முக்கிய வளமான மருத்துவர்கள் உருவாவதற்கு மேலே குறிப்பிட்ட புதுமைகள் காரணமாக இருந்ததோடு மட்டுமல்லாமல் அதன் விளைவாக மக்கள் தொகை நிலையிலான நன்கு செயல்படும் மாநிலங்களுக்கான சுகாதார அளவீடுகளில் ஒட்டு மொத்த மேம்பாடு ஏற்பட்டிருக்கிறது.

அடுத்த ஒன்று அல்லது இரண்டு தசாப்தங்களுக்கு தென்னிந்திய மாநிலங்கள் இந்தியாவின் மற்ற பகுதிகளை விட வித்தியாசமான சவால்களைக் கொண்டிருக்கும். ஒரு தலைமுறைக்கும் மேலாக TFR ஆனது மாற்றீடு செய்யும் அளவுக்கும் கீழே இருந்து வருவதால் இம்மாநிலங்கள் வயதான மக்களைக் கொண்டதாக இருக்கும். குழந்தைகள் இறப்பு விகிதத்தைக் குறைத்ததில் கேரளாவும் தமிழ்நாடும் பெரும் பலன்களை அடைந்திருக்கின்றன; எனவே இவற்றிற்கு முன்னால் இருக்கும் சவால் முதியோர் நலம் காப்பது ஆகும். இதை வயதான மக்கள் தொகை கொண்ட நாடுகள் மற்றும் சமூகங்களின் அனுபவம் காட்டியிருக்கிறது. எனவே மாற்றீடு செய்யும் அளவுக்கு மேல் அல்லது இப்போதுதான் குறைய ஆரம்பித்திருக்கும் TFR உள்ள மாநிலங்களை விட தென்னிந்திய மாநிலங்களின் சுகாதார நலனுக்கான செலவானது இந்தியாவில் இருக்கும் மற்ற மாநிலங்களை விட வேறுபட்டு இருக்கும்.

எடுத்துக்காட்டாக, தென் இந்தியாவில் வசிக்கும் மக்களிடையே உடல் பருமனாவதும், நீரிழிவு நோயும் அதிகரித்து வரும் போக்கு இருக்கிறது. இதற்கு குறைவான கலோரி கொண்ட உணவுகளை சாப்பிடுவதும், சாப்பாட்டில் ஊட்டச்சத்துக் கலவையை மேம்படுத்துவதும் தீர்வாகும். ஆனால் இந்தியாவின் வடக்கு மற்றும் மத்தியப் பகுதியில் உள்ளவர்களோ போதுமான அளவுக்கு கலோரி உள்ள உணவை உட்கொள்ளாததால் ஏற்படும் பிரச்சனையை தீர்க்க முயன்று வருகிறார்கள்.

இது போல் இப்போது இருக்கும் நிலையில் IMR/U5MR/MMR ஆகியவற்றின் எண்ணிக்கை தென்னிந்தியாவை ஒப்பிடும்போது வட இந்தியாவில் மிகவும் அதிகமாக இருக்கிறது. எனவே, ஒரு சீரான கட்டமைப்புடன் மேம்பாடுகளை ஊக்குவிப்பது என்பது இயலாத காரியமாகும். இதற்கெல்லாம் மேல், இந்த இரண்டு சமூகங்களில் நிலவும் அரசியல் பின்னணியில் அவை சுகாதார நலனில் ஏற்படும் விளைவுகளை வித்தியாசமாகப் பார்க்கும். இந்த மாதிரியான சூழ்நிலையில் ஜனநாயகமும் கூட்டாட்சி ஒன்றியமும் என்ன செய்ய வேண்டும்?

சுகாதாரத்தைப் பொருத்தவரையில் நன்றாக செயல்படாத மாநிலங்களில் வசிக்கும் மக்கள் அது நன்றாக இருக்க வேண்டுமென விரும்புவது இயல்பானதாகும். இதற்கு அரசியல்வாதிகள் ஜனநாயகத்தில் வாக்காளர்களுக்கு வேண்டுவதை அளிப்பதாக வாக்குறுதி அளிப்பார்கள். இருப்பினும், இந்தியா போன்ற கூட்டாட்சி ஒன்றியம் உள்ள நாட்டில் அரசாங்கத்தின் தவறான படிநிலையில் அளிக்கப்படும் வாக்குறுதி அதிகாரத்தில் ஒரு சமநிலையற்ற தன்மையை ஏற்படுத்துவதில் முடியும். பெரும்பாலான வருவாய் ஆதாரங்கள் ஒன்றிய அரசிடம் இருக்கும்பட்சத்தில் இந்த சமநிலையற்ற தன்மையானது தவிர்க்கமுடியாமல் ஒன்றியத்துக்கு சாதகமாக கட்டமைப்பை மடைமாற்றம் செய்யும்.

ஆகையால், ஒன்றிய அரசு அமல்படுத்தி வரும் பல புதிய சுகாதார நலத் திட்டங்கள் குடிமக்களுக்கு நிதி உதவி வழங்கும் வகைமையின் கீழ் வந்துவிடும் என்பது தெளிவாகிறது. இவையெல்லாம் மாநில அரசுகளிடமிருந்து உள்ளீடுகளை/ கருத்துகளைக் கேட்காமல் குறிப்பிட்ட நிதி அல்லது காப்பீடு அல்லது இது மாதிரியான வேறு உதவிகள் மூலமாக நிர்வகிக்கப்பட்டு வருகின்றன.

மாநிலங்கள் அளவில் அந்தந்த மாநிலங்கள் அமல்படுத்தி வரும் திட்டங்களுக்கு எதிராக டெல்லி தீர்மானிக்கும் அளவுருக்களின் அடிப்படையில் சுகாதார நலனுக்காக ரொக்கம் வழங்கும் திட்டங்களால் மத்திய அரசுக்கு அரசியல் ரீதியிலான பலன் கிடைப்பதைத் தவிர உண்மையான நோக்கம் எதுவும் நிறைவேறுவதில்லை. எல்லாவற்றிற்கும் மேலாக,

மருத்துவமனைகளை அல்லது மருத்துவர்களை அல்லது ஆரம்ப சுகாதார நிலையங்களை அல்லது எந்தவொரு மருத்துவ உள்கட்டமைப்புகளையும் ஒன்றிய அரசின் நேரடிக் கட்டுப்பாட்டில் இது வரை இல்லை, ஆனால் நீட் போன்ற முன்னெடுப்புகள் மூலம் இதை மாற்றியமைக்க முயலலாம்.

மாறாக, ஒரு கூட்டாட்சி ஒன்றியத்தில் சட்டப்பூர்வமாக மையச் செயல்பாடாக இருக்கும் சுகாதார நலனில் இந்தியாவின் ஆராய்ச்சித் திறன் இன்னும் பரிதாபகரமாக இருக்கிறது. ஆராய்ச்சி என்பது, பேறுகாலத்துக்கு முந்தைய திட்டங்களைப் போல நீண்ட காலம் எடுக்கக் கூடியது. .ஆராய்ச்சித் திட்டங்கள் முடிவுக்கு வருமுன் அரசாங்கங்கள் மாறக்கூடும். அடுத்து வரக்கூடிய ஒன்றிய அரசுகள் - அரசியலில் நன்மதிப்பு பெறுவதற்காக பணப் பரிமாற்றத்தில் கவனம் செலுத்துகிறதே தவிர - இதிலிருந்து நீண்டகால முடிவுகளை அடையவில்லை. ஒன்றிய அரசுக்கு இதைச் செய்வதற்கு ஊக்கம் எதுவும் இல்லை எனும் நிலையில் குறைந்தபட்சம் சில மாநில அரசுகளாவது தேர்தல் சுழற்சியை மீறிச் செய்கின்றன என்பதை இது நமக்கு சொல்கிறது.

சுயநலம் கொண்ட அரசியல்வாதிகள் அதிகார சமநிலையை அவர்கள் ஆக்ரமித்திருக்கும் நாற்காலியை நோக்கி செலுத்துவது என்பது விரும்பத்தகாதது என்றாலும் பிரதிநிதித்துவ ஜனநாயகத்தில் தவிர்க்கமுடியாத விளைவாகும். கூட்டாட்சி ஒன்றியத்தில், குறிப்பாக மாநிலங்களை விட அதிக அதிகாரம் கொண்டதாக மைய அரசு இருக்கும்போது, அதிகாரமானது நிலையாக எப்போது ஒன்றிய அரசுக்கு ஆதரவாகவே இருக்கும்.

இது, வளர்ச்சியின் முடிவுகள் மிகவும் வேறுபட்டதாக இருக்கும் ஒரு நாட்டில், கொள்கை வகுப்பதும், அரசாங்கத்தின் சரியான அடுக்கில் அந்தக் கொள்கையை உருவாக்கும் சக்தியை நிலைநிறுத்துவதும் ஊக்குவிப்புகளுடன் முடிகிறது. இது பல பெரிய கூட்டாட்சி ஒன்றியங்களில் நன்கு அறியப்பட்ட தவறாகும், ஆனால் இந்தியாவின் தனித்துவமான பன்முகத்தன்மை வாய்ந்த சூழ்நிலைகள் ஒப்பீட்டளவில் சாதாரணமான மத்திய அதிகாரத்தை மிகவும் ஆபத்தானதாக ஆக்குகின்றன. இது ஒன்றியத்தையே சாத்தியமற்றதாக மாற்றும் நோக்கில் ஒரு சரிவை ஏற்படுத்தலாம்.

இந்தப் போக்கு, மோசமாக செயல்பட்ட ஆனால் மக்கள்தொகை ரீதியாக வலிமைமிக்க மாநிலங்களுக்கு ஆதரவாக அதிகாரத்தை ஒருமுகப்படுத்துவதோடு நன்றாக செயல்பட்ட மாநிலங்களை பலவீனப்படுத்துகிறது. இது செயல்திறனை தண்டித்து தோல்விக்கு வெகுமதி அளிக்கிறது. இப்போதோ அல்லது பிறகோ, தென்னிந்தியாவில் உள்ள மக்கள் தங்கள் ஆரோக்கியத்தை நிர்வகிக்கும் கொள்கை அமைப்பு ஏன் ஒன்றரை தலைமுறையாக அவர்கள் வாழ்ந்த யதார்த்தத்தை விட பின்தங்கியிருக்கிறது என்று கேட்கக்கூடும்.

2
கல்வி

கல்வி - செயல்திறனை ஊக்குவிக்கும் மருந்து

வாசிப்பது, எழுதுவது, கணக்குப் போடுவது என நம்மிடம் இருக்கும் திறமையானது நமக்கு நம்மைப் பற்றியும் நம்மைச் சுற்றியிருப்பவர்களைப் பற்றியும் சிந்திக்கும் ஆற்றலைக் கொடுக்கிறது. மேம்படுத்துவதில் கல்விக்கு இருக்கும் சக்தியை மிகைப்படுத்திக் கூறுவது மிகவும் கடினம்; சிறந்த ஆரோக்கியம், அதீத மகிழ்ச்சி, பொருள் ரீதியில் பெரும் முன்னேற்றம், நிலையான ஒரு சமூகம் போன்றவைதான் இதன் விளைவுகளாகும்.

மற்ற எந்தவிதமான ஆளுகைகளையும் விட ஜனநாயகமானது படித்த, அறிவார்ந்த குடிமக்களைச் சார்ந்துதான் இருக்கிறது. இது புதிதல்ல; ஒவ்வொரு விஷயத்திலும் எது அதோடு சம்பந்தப்பட்ட வாதங்கள், எது அதற்கு அன்னியமான வாதங்கள் என்பதை அறியும் திறன் கொண்டவர்தான் நன்கு படித்தவர் என அரிஸ்டாட்டில் வரையறுத்தார். இந்தத் திறன் தான் ஜனநாயகத்தில் நல்ல கொள்கைக்கும், மோசமான கொள்கைக்கும் அல்லது வேட்பாளர்களுக்கும் இடையில் வேறுபாட்டைக் காண உதவுகிறது. ஆகையால் நியாயமான ஒருவர் நம்முடைய சாத்தியக்கூறுகளை அடைவதற்கு கல்விக்கு இருக்கும் மையத்தன்மையை மறுக்கமாட்டார்.

இந்தியாவும் மற்ற ஆசிய நாடுகளும் இருபதாம் நூற்றாண்டில் நுழைந்தபோது அந்நாட்டு மக்களில் பெரும்பாலோனோர் கல்வியறிவற்றவர்களாக இருந்தார்கள். நவீன காலத்துக்கேற்ப இந்த நாடுகளில் பரந்து விரிந்த சீரான கல்வி அறிமுகப்படுத்தப்

பட்டிருக்கவில்லை மீஜி மறுசீரமைப்பைத் (Meiji restoration) தொடர்ந்த ஜப்பான் மட்டும் இதற்கு விதிவிலக்காகும். ஜப்பான் கல்வியை அனைவருக்குமாக்கியதில் ஏற்பட்ட வெற்றியும் அதனால் பத்தொன்பதாம் நூற்றாண்டின் இறுதியிலும் இருபதாம் நூற்றாண்டின் ஆரம்பத்திலும் அந்நாட்டின் பொருளாதாரத்தில் அது ஏற்படுத்திய தாக்கமும் பல ஆசிய நாடுகளும் ஏன் சமகாலத்து ஐரோப்பிய நாடுகளும் அதைப் பின்பற்ற விரும்பின.

இருபதாம் நூற்றாண்டின் ஆரம்பத்தில் இந்தியாவைப் போலவே கொரியா, மலேசியா, இந்தோனேசியா, ஸ்ரீலங்கா, வியட்நாம், சீனா போன்ற நாடுகள் மிகவும் மோசமான கல்வியறிவைக் கொண்டிருந்தன. ஆனால் இவை வெவ்வேறு வழிகளில், மாறுபட்ட அளவுகளில், மாறுபட்ட செயல்திறனுடன் ஜப்பானின் நிலையைத் தொட்டது. இந்த நாடுகள் எல்லாம் கிட்டத்தட்ட நூறு சதவிகித கல்வியறிவை அடைந்திருக்கின்றன. ஆனால் இந்தியா, மிகவும் வருந்தத்தக்க நிலையில், இந்த இருபத்தொன்றாம் நூற்றாண்டில் கூட இதில் பின் தங்கியிருக்கிறது. ஆசிய நாடுகளுடன் ஒப்பிடுகையில் இந்த இடைவெளி இது தொடர்பான மற்ற அளவீடுகளிலும் - சுகாதாரம்/உடல்நலம், உற்பத்தி நடவடிக்கைகள், தனிநபர் வருமானம் - இருப்பது தெரிய வந்திருக்கிறது.

கல்வியை அளவிடுவதற்கான அடிப்படை அளவீடு கல்வியறிவு விகிதமாகும். அதாவது சுகாதார நலனைப் பொருத்தவரையில் ஆயுட்காலம் எப்படியோ அது போல இதுவும் ஓர் உத்தேசமான மதிப்பீடாகும். இது ஒரு குறைபாடுள்ள குறியீடு என்பதோடு கல்வியறிவு சோதனைகள் மோசமாக நிர்வகிக்கப்படுவதால் அதன் துல்லியத்தன்மை சந்தேகத்துக்குரியதாகும். உண்மையான கல்வியறிவு விகிதத்தை விட அறிவிக்கப்படும் கல்வியறிவு விகிதம் அதிகமாகும். இருந்தபோதிலும், கல்வியில் அடைந்திடும் சாதனைகளைத் தெரிந்து கொள்வதற்குத் தேவையான ஓர் அடிப்படை கணக்கீடாக கருதுவதற்கு இது உதவும். 2018 ஆம் ஆண்டு இந்தியாவின் கல்வியறிவு விகிதம் 77.7 சதவீதம் ஆகும். 2011 ஆம் ஆண்டுக்கான இலக்காக 80 சதவீதம் நிர்ணயிக்கப்பட்டது. ஆனால் பத்தாண்டுகளுக்குப் பிறகு கூட மிதமான இலக்கை நாடு எட்டவில்லை. உலகளவிலான குறைந்த வருமானம், நடுத்தர வருமானம் கொண்ட நாடுகளின் சராசரியோடு ஒப்பிடும்போது இந்த இலக்குக் குறைவுதான்.

அட்டவணை1: கல்வியறிவு விகிதம் - 7 வயதும் அதற்கு மேலும்

மாநிலம்	*மாநிலம்*
ஆந்திரப் பிரதேசம்	66
அஸ்ஸாம்	86
பீஹார்	71
குஜராத்	82
ஹரியானா	80
ஜார்கண்ட்	74
கர்நாடகா	77
கேரளா	96
மத்தியப் பிரதேசம்	74
மஹாராஷ்டிரா	85
ஒடிசா	77
பஞ்சாப்	84
ராஜஸ்தான்	70
தமிழ்நாடு	83
தெலுங்கானா	73
உத்தரப் பிரதேசம்	73
மேற்கு வங்காளம்	81

ஆதாரம்: ஹவுஸ்ஹோல்ட் கன்ஸம்ப்ஷன் ஆன் எஜுகேஷன் இன் இண்டியா, என்எஸ்எஸ் 75வது சுற்று. ஜூலை 2017-ஜூன் 2018, தேசிய மாதிரி ஆய்வு அலுவலகம், புள்ளியியல் மற்றும் திட்ட அமலாக்க அமைச்சகம்.

எதிர்பார்த்தது போலவே இந்தியாவிலிருக்கும் மாநிலங்களுக்கிடையே குறிப்பிடத்தக்க அளவுக்கு இதில் வேறுபாடு இருக்கிறது (பார்க்க அட்டவணை 1). பல தசாப்தங்களாக கேரளா இதில் முன்னணியில் இருந்து வருகிறது. அனைத்து வயதினரிடமும் ஏறக்குறைய முழுமையான எழுத்தறிவை இம்மாநிலம் கொண்டிருக்கிறது. இதன் அண்டை மாநிலமான தமிழ்நாட்டில் இளைஞர்கள் மற்றும் பதின்மவயதினரிடையே ஏறக்குறைய முழுமையான கல்வியறிவும், முதியோர்களிடையே குறைவான கல்வியறிவும் இருக்கிறது. இதன் சமீபத்திய வரலாற்றில் கல்வியறிவில் முன்னேற்றம் ஏற்பட்டிருப்பதை இது காட்டுகிறது.

குழந்தைகளைப் பள்ளிக்குச் செல்ல வைப்பதும், அவர்களை வாசிக்க, எழுத வைப்பதும் மாநிலத்தின் பிரதான பொறுப்பாகும்.

இது நிறைவேறும்பட்சத்தில் இளம் வயதினரின் உபக்குழுக்களில் கல்வியறிவு மேம்பாடு அடைந்திருப்பது தெரியவரும். முதியோர்களிடையே முதியோர் கல்வி அறிவுத் திட்டம் அல்லது வேறு ஏதாவது திட்டத்தின் மூலம் கல்வி அறிவை வளர்ப்பது என்பது மிகவும் சிரமமான வேலையாகும்.

எனவே, ஒட்டு மொத்த அளவில் குறைந்த கல்வியறிவு கொண்ட வளரும் நாடுகளில் கல்வியறிவு விகிதங்கள் மூலம் கல்வி சாதனைகளைப் புரிந்துகொள்வதற்கான ஒரு சிறந்த வழி, வயதானவர்களை அடிப்படையாகக் கொண்டு அதற்கு மேல் இளம் வயதினர் முன்னேற்றம் அடைவதாகும்.

குழந்தைகளைப் பள்ளிக்குச் செல்ல வைப்பது

சுகாதார நலனைப் போலவே அடிப்படைக் கல்வியிலும் இந்தியா பெரும்பாலான நாடுகளை விட பின் தங்கிய நிலையில்தான் இருந்து வருகிறது. ஒரு தடவை வெளியாகும் அளவீட்டை விட எழுத்தறிவில் இருக்கும் வேறுபாடு மிகவும் சிக்கலான ஒன்றாகும். ஒப்பீட்டளவில் ஒவ்வொரு சமூகத்தின் செயல்திறனையும் புரிந்து கொள்வதற்கு வயதுவாரியான அளவீடு தேவையாகும். எல்லாவற்றிற்கும் மேலாக, பள்ளிக்கூடங்களைக் கட்டுவது, போதுமான அளவுக்கு பணியாளர்களை நியமிப்பது, குழந்தைகளை அதிக நாள்கள் பள்ளிப் படிப்பில் தக்கவைப்பது போன்றவற்றின் விளைவை தரவுகளின் மூலம் அறிந்து கொள்வதற்கு நீண்டகாலம் ஆகும். பள்ளி மற்றும் கல்விக்கான இந்த அவசியமான உள்ளீடுகளை வழங்குவதில் இந்திய மாநிலங்கள் எப்படி செயல்படுகின்றன?

மாநிலவாரியாகப் பிரிக்கப்பட்ட வயதுவாரியான கல்வியறிவுத் தகவலை 2011 ஆம் ஆண்டு மக்கள்தொகைக் கணக்கெடுப்பு கொண்டிருக்கிறது. எப்படி இந்தியாவின் மாநிலங்கள் எழுத்தறிவை அணுகியிருக்கின்றன, அதனுடைய கொள்கைகள் மக்கள்தொகை மீது எந்த அளவுக்கு விளைவுகளை ஏற்படுத்தியிருக்கின்றன என்பதைத் தெரிந்து கொள்வதற்கு இது ஒரு நல்ல அளவீடாகும். எடுத்துக்காட்டாக, இதில் ஒரு சிறந்த மாநிலமாக ஆரம்பத்திலிருந்தே கேரளா நீண்ட இடைவெளிக்கு அப்பால் இருந்து வருகிறது. இந்த மாநில முதியோர்களின் கல்வியறிவு விகிதம் இந்தியாவின் மொத்த மக்கள்தொகையின், சிறார்கள் உட்பட, கல்வியறிவு விகிதத்துக்கு சமமாக இருக்கிறது. (பார்க்க அட்டவணை 2, 3)

அட்டவணை 2: கல்வியறிவு விகிதம் - 80 வயதுக்கு மேல்

மாநிலம்	*கல்வியறிவு விகிதம் (%)*
கேரளா	69
தமிழ்நாடு	42
மகாராஷ்டிரா	47
கர்நாடகா	38
ஆந்திரப் பிரதேசம்	32
குஜராத்	41
ஹரியானா	26
பஞ்சாப்	28
மேற்கு வங்காளம்	50
மத்தியப் பிரதேசம்	30
ஒடிசா	40
ஜார்கண்ட்	34
ராஜஸ்தான்	22
அஸ்ஸாம்	40
உத்தரப் பிரதேசம்	35
பீஹார்	36

ஆதாரம்: மக்கள்தொகைக் கணக்கெடுப்பு 2011, மக்கள்தொகைக் கணக்கெடுப்பு பிரிவு, தலைமைப் பதிவாளர் மற்றும் மக்கள்தொகை கணக்கெடுப்பு ஆணையர் அலுவலகம், உள்துறை அமைச்சகம்

அட்டவணை 3: கல்வியறிவு விகிதம் - 10 முதல் 14 வயது வரை

மாநிலம்	*கல்வியறிவு விகிதம் (%)*
கேரளா	99
தமிழ்நாடு	98
மகாராஷ்டிரா	96
கர்நாடகா	95
ஆந்திரப் பிரதேசம்	94
குஜராத்	94
ஹரியானா	93
பஞ்சாப்	93

மாநிலம்	கல்வியறிவு விகிதம் (%)
மேற்கு வங்காளம்	93
மத்தியப் பிரதேசம்	92
ஒடிசா	92
ஜார்கண்ட்	90
ராஜஸ்தான்	89
அஸ்ஸாம்	88
உத்தரப் பிரதேசம்	88
பீஹார்	83

ஆதாரம்: மக்கள்தொகைக் கணக்கெடுப்பு 2011, மக்கள்தொகைக் கணக்கெடுப்பு பிரிவு, தலைமைப் பதிவாளர் மற்றும் மக்கள்தொகை கணக்கெடுப்பு ஆணையர் அலுவலகம், உள்துறை அமைச்சகம்

வரைபடம் 1; கல்வியறிவு விகிதம் - 80 வயதுக்கு மேல் vs 10-14 வயது

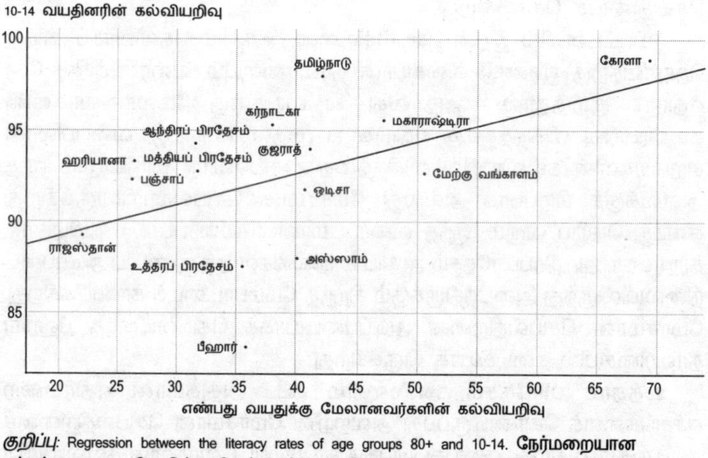

குறிப்பு: Regression between the literacy rates of age groups 80+ and 10-14. நேர்மறையான எச்சங்களானது (கோடுக்கு மேல் உள்ள மாநிலங்கள்) காலப்போக்கில் போக்குக் கோடு (trend line) செயல்திறனை விட சிறப்பாகக் காட்டுகிறது. எதிர்மறையான எச்சங்களானது (கோடுக்குக் கீழ் உள்ள மாநிலங்கள்) எதிர்பார்த்ததை விட குறைவான செயல்திறனைக் காட்டுகிறது. சிறப்பான செயல்திறன் மாநிலமாக தமிழ்நாட்டையும், மோசமான செயல்திறன் மாநிலமாக பீஹாரையும் இது காட்டுகிறது.

ஆதாரம்: மக்கள்தொகைக் கணக்கெடுப்பு 2011, மக்கள்தொகைக் கணக்கெடுப்பு பிரிவு, தலைமைப் பதிவாளர் மற்றும் மக்கள்தொகை கணக்கெடுப்பு ஆணையர் அலுவலகம், உள்துறை அமைச்சகம்

எண்பது வயதுக்கு மேலானவர்களின் கல்வியறிவு விகிதத்தில் கேரளாவுக்கு அடுத்து இரண்டாவது இடத்தில் மேற்கு வங்காளம் இருக்கிறது. ஆனால் பெரிய மாநிலங்களுக்கிடையேயான பத்து வயது முதல் பதினான்கு வயதுக்குட்பட்டவர்களின் கல்வியறிவுப் பட்டியலில் இது ஒன்பதாவது இடத்தில் இருக்கிறது. முதியவர்களின் கல்வியறிவு விகிதத்துக்கும் சிறுவர்களின் கல்வியறிவு விகிதத்துக்குமான தரவரிசையில் இருக்கும் இடைவெளியானது கடந்த 70 ஆண்டுகளில் அம்மாநிலத்தின் ஆளுகை எந்த அளவுக்கு சரிந்திருக்கிறது என்பதைக் காட்டுவதாக இருக்கிறது. ஆந்திரப்பிரதேசத்தில் இது தலைகீழாக இருக்கிறது; முதியோர்களின் எழுத்தறிவில் இது 12 ஆவது இடத்திலும், சிறுவர்களுக்கான எழுத்தறிவில் 5 ஆவது இடத்திலும் இருக்கிறது. இந்த வயதுப் பிரிவுகள் மீது ஆந்திரப்பிரதேசத்தின் முன்னேற்றமும் மேற்கு வங்காளத்தின் சரிவும் இந்த இரண்டு மாநிலங்களின் ஒட்டு மொத்த கல்வியறிவு தரவரிசையை விட முக்கியமான செய்தியைச் சொல்கிறது.

ஒப்பீட்டளவில் இதன் செயல்திறனை இன்னும் தெளிவாகப் புரிந்து கொள்வதற்கு இரண்டு வகையான தரவுகளையும் வரைபடத்தில் நேர் எதிராக குறித்தால் - அதாவது, 80 வயதுக்கு மேலானவர்களின் கல்வியறிவு விகிதத்துக்கு எதிராக 10 முதல் 14 வயது வரையிலான சிறுவர்களின் கல்வியறிவு விகிதத்தை - ஒவ்வொரு மாநிலமும் எந்த அளவுக்குச் சிறப்பாக அல்லது மோசமாக செயலாற்றியிருக்கிறது என்பது தெரிய வரும். இந்த வரைபடமானது (வரைபடம் 1) தமிழ்நாடு, கர்நாடகா, ஆந்திரப்பிரதேசம் ஆகிய மாநிலங்கள் அதனுடைய அடிப்படை நிலையிலிருந்து அடைந்திருக்கும் சிறந்த மேம்பாட்டைக் காண்பிக்கிறது. மோசமான செயல்திறனை அடிப்படையாகக் கொண்டிருந்த பீஹார் தரவரிசையில் கடைசியாக இருக்கிறது.

உத்தரப் பிரதேசம், அஸ்ஸாம் கூட அதிகமான எதிர்மறை எச்சங்களைக் கொண்டிருப்பது அவற்றின் மோசமான செயல்திறனைச் சுட்டிக் காட்டுகிறது. எண்பது வயதுக்கு மேற்பட்டவர்களின் கல்வியறிவு விகிதத்தில் தமிழ்நாடு, மஹாராஷ்டிரா, குஜராத் ஆகியவை ஏறக்குறைய ஒரே நிலையில் இருந்தாலும் பத்து முதல் பதினான்கு வரையிலான சிறுவர்களின் கல்வியறிவு விகிதத்தைப் பொருத்தவரையில் தமிழ்நாடு இந்த மாநிலங்களிலிருந்து பிரிந்து அனைவருக்கும் எழுத்தறிவு என்கிற நிலையை அடையும் பொருட்டு கேரளாவுக்கு இணையான நிலையை

அடைந்திருக்கிறது. வரைபடம் சுட்டிக் காட்டுவது போல கர்நாடகாவும் இணைந்த ஆந்திரப்பிரதேசமும் கல்வியறிவு மேம்பாட்டைப் பொருத்தளவில் அடுத்த சிறந்த மாநிலங்களாக இருக்கின்றன. இந்தியாவின் மற்ற பகுதிகளுடன் ஒப்பிடும் போது தென்னிந்தியா சிறப்பாக செயல்பட்டு முன்னணியில் இருக்கிறது.

அடிப்படை கல்வியறிவு அனைவருக்கும் இல்லாத சூழ்நிலையில், கல்வியை அனைவருக்கும் அணுக்கப்படுத்துவது முன்னேற்றத்துக்கான முக்கியமான அளவுகோலாகும். குறிப்பாக சாதி குறித்த பாரபட்சமும், பாகுபாடும் இருக்கும் சூழலில் சமூகத்தில் இதற்கான அணுகலை வரலாற்றின் பெரும்பகுதி சீரற்றதாக ஆக்கியிருக்கிறது. கல்வி அணுகலை மதிப்பிடும் அடிப்படையான அளவீடு மொத்த சேர்க்கை விகிதம் (Gross Enrolment Ratio - GER) ஆகும். பதிவு செய்யப்பட்ட மாணவர்களின் மொத்த எண்ணிக்கையை அந்த வயதினரின் ஒட்டு மொத்த மக்கள்தொகையின் விகிதமாக இதில் நாம் வெளிப்படுத்துகிறோம்.

உதாரணமாக, ஆரம்பப்பள்ளியில் சேர வேண்டிய வயதில் இருக்கும் குழந்தைகளில் மொத்தம் எத்தனை பேர் ஆரம்பப்பள்ளியில் சேர்ந்திருக்கிறார்கள் என்பதை வெளிப்படுத்தும் விகிதமானது ஆரம்பப்பள்ளிக்கான மொத்த சேர்க்கை விகிதம் எனக் குறிப்பிடப்படும். இந்த விகிதக் கணக்கீட்டில் இருக்கும் பகுதியானது (வகுபடு விகிதத்தில் மேலிருக்கும் எண் - numerator) திரும்பப் படிப்பவர்களையும், தாமதாகச் சேர்ந்தவர்களையும் கணக்கில் கொள்வதால் சிறிய வகுப்புகளைப் பொருத்தவரையில் 100 சதவீதத்துக்கும் அதிகமாக இது இருக்கக்கூடும் ஏனெனில், வயது அதிகமான குழந்தைகளை சிலர் பள்ளிக்கூடத்தில் தாமதாகச் சேர்ப்பார்கள். ஆனால் காலப்போக்கிலும் கூடுதலான வகுப்புகளுக்குச் செல்லும்போதும் இந்த விகிதாச்சாரம் சமநிலைக்கு வந்துவிடுவதால் எத்தனை குழந்தைகள் பள்ளிக்கூடங்களுக்குச் செல்கிறார்கள் என்பதைப் புரிந்து கொள்வதற்கும், குறிப்பாக எத்தனை பேர் இடைநிறுத்தம் செய்கிறார்கள் என்பதைத் தெரிந்து கொள்வதற்கும் இந்த மதிப்பீடு உதவும்.

சமீப காலத்தில், குழந்தைகளை மழலையர் பள்ளியிலும், ஆரம்பப்பள்ளியிலும், உயர் ஆரம்பப்பள்ளியிலும் சேர்ப்பதில் இந்தியாவிலிருக்கும் பல மாநிலங்கள் சிறப்பாக செயலாற்றி வருகின்றன. இந்த மூன்று நிலைகளிலும் மொத்த சேர்க்கைப் பதிவு

பெரும்பாலான மாநிலங்களில் ஏறக்குறைய எல்லோருக்குமானதாக ஆகியிருக்கிறது. சிறார்களின் கல்வியறிவு பெரும்பாலான மாநிலங்களில் அதிக விகிதத்தில் இருக்கிறது என்பதை இது காண்பிக்கிறது. இந்தக் குழந்தைகளை உயர்நிலைப் பள்ளி அளவிலும், மேல்நிலைப் பள்ளி அளவிலும் தக்க வைப்பதென்பது இந்தியா முழுவதுக்கும் இருக்கும் சவாலாகும். இந்த அடுத்த நிலையிலான மதிப்பீட்டில் சில மாநிலங்கள் மற்ற மாநிலங்கல் சிறப்பாக செயலாற்றி வருகின்றன (அட்டவணைகள் 4, 5)

அட்டவணை 4: மொத்த சேர்க்கை விகிதம் (GER), உயர்நிலைப் பள்ளி, 2016-17

மாநிலம்	*மொத்த சேர்க்கை விகிதம் (%)*
ஆந்திரப் பிரதேசம்	76
அஸ்ஸாம்	79
பீஹார்	77
சத்தீஸ்கர்	88
குஜராத்	75
ஹரியானா	86
ஜார்கண்ட்	64
கர்நாடகா	84
கேரளா	99
மத்தியப் பிரதேசம்	80
மஹாராஷ்டிரா	92
ஒடிசா	80
பஞ்சாப்	87
ராஜஸ்தான்	77
தமிழ்நாடு	94
தெலுங்கானா	82
உத்தரப் பிரதேசம்	68
மேற்கு வங்காளம்	79

ஆதாரம்: உயர்கல்வித் துறை , புள்ளியியல் பிரிவு, மனிதவள மேம்பாட்டு அமைச்சகம்

அட்டவணை 5: மொத்த சேர்க்கை விகிதம் (GER), மேல்நிலைப் பள்ளி, 2016-17

மாநிலம்	*மொத்த சேர்க்கை விகிதம் (%)*
ஆந்திரப் பிரதேசம்	61
அஸ்ஸாம்	40
பீஹார்	29
சத்தீஸ்கர்	54
குஜராத்	43
ஹரியானா	61
ஜார்கண்ட்	37
கர்நாடகா	42
கேரளா	79
மத்தியப் பிரதேசம்	47
மஹாராஷ்டிரா	71
ஒடிசா	40
பஞ்சாப்	72
ராஜஸ்தான்	60
தமிழ்நாடு	84
தெலுங்கானா	51
உத்தரப் பிரதேசம்	59
மேற்கு வங்காளம்	51

ஆதாரம்: உயர்கல்வித் துறை , புள்ளியியல் பிரிவு, மனிதவள மேம்பாட்டு அமைச்சகம்

உயர்நிலைப் பள்ளி, மேல்நிலைப் பள்ளிக்கான மொத்த சேர்க்கைப் பதிவின் விகிதமானது மாநிலத்தின் அடிப்படைக் கல்விக் கொள்கை மற்றும் அதை நிறைவேற்றும் தன்மையில் இருக்கும் திடமான தன்மையை வெளிப்படுத்தும் அளவீடாக அமைகிறது. முதலாவதாக, குழந்தைகளை ஆரம்பத்திலிருந்து பள்ளிக்கூடத்தில் தக்க வைக்கக்கூடிய மாநிலத்தின் திறனை இது

அளவிடுகிறது. குழந்தையானது மேல் வகுப்புகளுக்குச் செல்ல வேண்டுமெனில் அதற்கு முதலில் இருக்கும் வகுப்புகளைக் கடந்து செல்ல வேண்டும். இரண்டாவதாக, ஓரளவுக்கு இது முந்தைய வகுப்புகளின் கல்வி முடிவுகளின் அளவீடும் ஆகும்.

பல காரணங்களினால் மாணவர்கள் பள்ளியிலிருந்து இடைநிறுத்தம் ஆகலாம். சில சமயங்களில் தேர்வுகளில் தொடர்ந்து குறைவான மதிப்பெண்கள் பெற்றதனால் இருக்கும். சில சமயங்களில் அடுத்த வகுப்புச் செல்ல முடியாமல் தோல்வி அடைந்ததால் இருக்கும். பதின்ம வயதில் இருக்கும் பெண்கள் பள்ளிக்குச் செல்வதை நிறுத்திக் கொள்வதற்கு பாலியல் வன்முறை பயம், பாதுகாப்புக் குறைபாடு ஆகியவை பொதுவான காரணங்களாக இருக்கின்றன. கொடிய வறுமை, பொருளாதார வாய்ப்புகளின் போதாமை, குழந்தையால் ஈட்டப்படும் வருமான வாய்ப்பிழப்பு ஆகியவையும் மற்ற பொதுவான காரணங்கள் ஆகும்.

ஆக, குழந்தைகளை பள்ளியில் தக்க வைப்பது என்பது ஒட்டு மொத்த நல்ல ஆளுகையின் (governance) விளைவாகும். பள்ளிக் கல்வி சமந்தப்பட்ட அம்சங்கள், பொது நலக் கொள்கைகள், பாதுகாப்பு

வரைபடம் 2: மொத்த சேர்க்கை விகிதம், உயர்நிலைப் பள்ளி vs மேல்நிலைப் பள்ளி

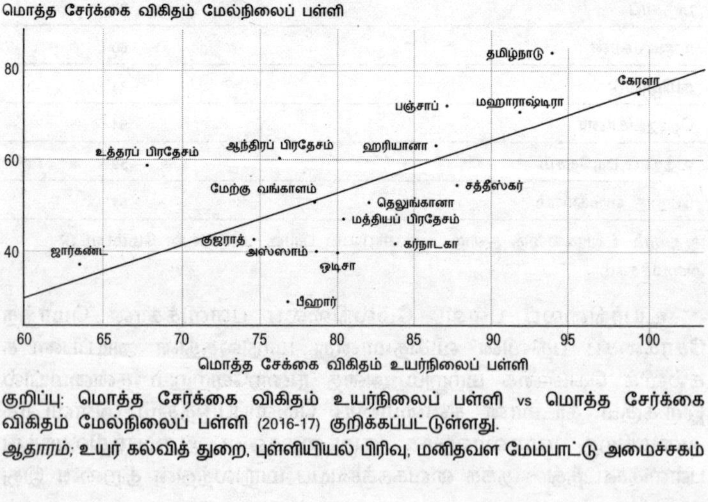

குறிப்பு: மொத்த சேர்க்கை விகிதம் உயர்நிலைப் பள்ளி vs மொத்த சேர்க்கை விகிதம் மேல்நிலைப் பள்ளி (2016-17) குறிக்கப்பட்டுள்ளது.

ஆதாரம்; உயர் கல்வித் துறை, புள்ளியியல் பிரிவு, மனிதவள மேம்பாட்டு அமைச்சகம்

கொடுப்பதற்கான திறன் ஆகியவை மாணவர்கள் பள்ளிக் கல்வியை இடை நிறுத்தம் செய்வதிலிருந்து தடுக்கும். இது முன்னேற்றத்துக்கான முன்னணி அறிவிப்புக் குறியாகவும் ஆளுகைக்கான பின்னடைவுக் காட்டியாகவும் இருப்பதோடு நல்லொழுக்க சுற்றுக்கு ஓர் எடுத்துக்காட்டாவும் இருக்கும். அதாவது, மாணவர்களை அதிக காலம் பள்ளிகளில் தக்க வைப்பதற்கு சிறப்பாகச் செயலாற்றும் சமூகம் அவசியமாகும் அப்படி அவர்கள் நீண்டகாலம் பள்ளிக்கு வருவது நல்ல சமூகத்தை உருவாக்க உதவி செய்யும்.

மாணவர்களைப் பள்ளிக்கு அழைப்பதில் இருந்து அவர்கள் உயர் வகுப்புகளுக்குச் செல்வது வரையிலான செயல்பாட்டில் தமிழ்நாடும் கேரளாவும் முன்னணியில் இருப்பதாக மனிதவள மேம்பாட்டு அமைச்சகத்தின் தரவுகள் தெரிவிக்கின்றன.. இதற்கடுத்து மஹாராஷ்டிரா மட்டுந்தான் உயர்நிலைக் கல்வி நிலையில் 90 சதவீதத்துக்கு மேலான மொத்த சேர்க்கை விகிதத்தைக் கொண்ட மாநிலமாக இருக்கிறது. கடந்த இரண்டு தலைமுறைகளாக கேரள மாநிலம் பள்ளியின் அனைத்து நிலையிலும் அதிக மொத்த சேர்க்கை விகிதத்தைக் கொண்டதாக இருந்து வருகிறது; வரலாற்றுரீதியாக தமிழ்நாடு அதிக மொத்த சேர்க்கை விகிதத்தைக் கொண்டிருக்கவில்லை என்றாலும் சமீப காலத்தில் தமிழ்நாடு குறிப்பிடத்தக்க வகையில் மேல்நிலைப் பள்ளி மொத்த சேர்க்கை விகிதத்தின் அனைத்து அளவீடுகளிலும் கேராளவை முந்தியிருக்கிறது.

2016-17 ஆம் ஆண்டில் தமிழ்நாட்டின் மேல்நிலைப் பள்ளியில் மொத்த சேர்க்கை விகிதம் 84 சதவீதமாகவும் கேரளாவின் சதவீதம் 79 ஆகவும் இருந்தது. தமிழ்நாட்டின் உயர்நிலைப் பள்ளி மொத்த சேர்க்கை விகிதமான 94 கேரளாவின் 99 சதவீதத்தை விட குறைவாக இருக்கும்பட்சத்தில் தமிழ்நாட்டின் மேல்நிலைப் பள்ளியின் மொத்த சேர்க்கை விகிதம் குறிப்பிட்டுச் சொல்லுமளவுக்கான சாதனையாகும். அதாவது கேரளாவின் உயர்நிலைப் பள்ளிக்கும் மேல்நிலைப் பள்ளிக்குமான சேர்க்கை விகித இடைவெளி சுமார் 20 சதவீதம் ஆகும் ஆனால் தமிழ்நாட்டில் அந்த இடைவெளி 10 சதவீதம் தான். மொத்த சேர்க்கை விகிதம் அனைத்து நிலைகளிலும் அதிகமாக இருக்க வேண்டுமென்பதோடு ஒரு நிலையிலிருந்து இன்னொரு நிலைக்குச் செல்வதற்கான சரிவு குறைவாக இருக்க வேண்டுமென்பது அரசுகளின் நோக்கமாக இருக்க வேண்டும்.

உயர்நிலைப் பள்ளி, மேல்நிலைப் பள்ளி என்கிற இரண்டு நிலைகளின் மொத்த சேர்க்கை விகிதத்தை ஒன்றுக்கொன்று எதிராக (பார்க்க வரைபடம் 2) குறிக்கும் போது ஒரு மாநிலமானது அதனுடைய அடிப்படை விகிதத்தோடு ஒப்பிடும்போது எந்த அளவுக்குச் சிறப்பாகச் செயல்படுகிறது என்பதை தெரிவிக்கிறது. அதாவது, உயர்நிலைப் பள்ளிக்கு எத்தனை மாணவர்களை அரசால் சேர்க்க முடிந்தது என்பதை அடிப்படை விகிதமாகக் கொண்டு அதிலிருந்து எத்தனை பேர் மேல்நிலைப் பள்ளியில் சேர்வதற்கு அரசு எந்த அளவுக்கு மாநிலம் சிறப்பாகச் செயல்பட்டிருக்கிறது என்பதை இந்த வரைபடம் விளக்குகிறது. அடிப்படை கல்வியறிவைப் பொருத்தவரையில் அடிப்படை விகிதம் அதிகமிருந்தாலும் அதிகமான நேரிடை எச்சங்களுடன் தமிழ்நாடு சிறப்பாக செயலாற்றி வருகிறது. மறுபடியும் தமிழ்நாட்டுக்குச் சமமான நிலையில் இருக்கும் மஹாராஷ்டிராவிலிருந்து விலகி கேரளாவுடன் அதைவிட சிறப்பான நிலையோடு சேர்கிறது. இது போல தலைநகரையும் எல்லையையும் பகிர்ந்து கொள்ளும் மாநிலங்களான பஞ்சாப்பும் ஹரியானாவும் கல்வியறிவு விகிதத்தில் வேறுபட்டிருக்கிறது. ஹரியானாவை விட பஞ்சாப் குறிப்பிடத்தக்க வகையில் சிறப்பான நிலையில் இருக்கிறது.

இளைஞர்களை கல்லூரிக்கு வரவழைத்தல்

உயர்கல்வியில் அதாவது, கல்லூரிகளில், பல்கலைக்கழகங்களில், தொழில்முறை படிப்புகளில் (professional courses), தொழிற்பயிற்சி படிப்புகளில் (vocational streams) சேர்க்கையை மதிப்பிடுவதற்கு மொத்த சேர்க்கை விகிதம் ஒரு முக்கியமான அளவுரு ஆகும்.

2018-19 ஆம் ஆண்டு இந்திய அளவில் உயர்கல்வி சேர்க்கையின் விகிதம் 26 ஆகும். அந்த ஆண்டில் இந்த விகிதத்தை மட்டுமல்லாது பல பெரிய மாநிலங்களின் விகித்த்தையும் பின்னுக்குத் தள்ளிவிட்டு தமிழ்நாடு 49 சதவீதத்துடன் முன்னணியில் இருந்தது. இது பெரிய மாநிலங்களை மட்டுமல்லாமல் கல்விக்கான மையமாகத் திகழும் மாநகரம் மற்றும் மாநிலமான டெல்லியை பின்னுக்குத் தள்ளிவிட்டிருந்தது.

அட்டவணை 6: மொத்த சேர்க்கை விகிதம் (GER), உயர்கல்வி

மாநிலம்	*மொத்த சேர்க்கை விகிதம் (%)*
ஆந்திரப் பிரதேசம்	32
அஸ்ஸாம்	19
பீஹார்	14
சத்தீஸ்கர்	19
டெல்லி	46
குஜராத்	20
ஹரியானா	29
இமாச்சலப் பிரதேசம்	40
ஜார்கண்ட்	19
கர்நாடகா	29
கேரளா	37
மத்தியப் பிரதேசம்	22
மஹாராஷ்டிரா	32
ஒடிசா	22
பஞ்சாப்	30
ராஜஸ்தான்	23
தமிழ்நாடு	49
தெலுங்கானா	36
உத்தரப் பிரதேசம்	26
மேற்கு வங்காளம்	19

ஆதாரம்; ஆல் இண்டியா சர்வே ஆன் ஹையர் எஜுகேஷன் (AISHE) அறிக்கை 2018-19, மனிதவள மேம்பாட்டு அமைச்சகம், உயர்கல்வித் துறை, 2019

பரந்த அளவில் கிராமப்புற பகுதிகளைக் கொண்ட பெரிய மாநிலமான தமிழ்நாட்டின் உயர்கல்வி சேர்க்கை சதவீதம் நாட்டினுடைய தலைநகரின் விகிதத்தை விட அதிகமிருப்பது குறிப்பிடத்தக்க முன்னேற்றத்திற்கான ஒரு மதிப்பீடு ஆகும். இந்த அளவீட்டில்

தமிழ்நாட்டைத் தொடர்ந்து கேரளா, தெலுங்கானா, ஆந்திரப்பிரதேசம் போன்ற மற்ற பெரிய மாநிலங்கள் இருக்கின்றன. சிறிய வகுப்புகளின் மொத்த சேர்க்கை விகிதத்தின் சாதனைகளைக் கருத்தில் கொள்ளும்போது உயர்கல்வியில் தென்னிந்திய மாநிலங்கள் மீதான இந்த சாய்வுப் (skew) போக்கு எதிர்பார்க்கப்பட்டதுதான்.

உயர் கல்வியின் மொத்த சேர்க்கை விகிதமானது மேல்நிலைக் கல்வியின் மொத்த சேர்க்கை விகிதம் போல பள்ளிக்கூடத்தில் ஒவ்வொரு வகுப்பிலும் குழந்தைகள் எப்படி தக்க வைக்கப்படுகிறார்கள் என்பதை குறிக்கும் அளவீடாகும். இரண்டாவதாக, இது முந்தைய நிலைகளின் கல்வி வெளியீட்டின் அளவீடாகும். அதாவது, ஏதாவதொரு பல்கலைக்கழகம் அல்லது வேறெதாவது அமைப்பு பள்ளிக்கூட மாணவர்களை ஏற்றுக் கொண்டால் அது அவர்களின் பள்ளிக் கல்விக்குக் கிடைத்த ஒப்புதல் ஆகும். மூன்றாவதாக, கல்வியை சமூகம் எந்த அளவுக்கு மதிக்கிறது என்பதையும் இது மதிப்பிடுகிறது. இது தான் மிகவும் முக்கியமானதாகக் கூட இருக்கலாம். இறுதியாக, இது கல்லூரியில் படித்த பணியாளர்களின் எண்ணிக்கையைச் சுட்டிக்காட்டுவதால், அதிகப் பொருளாதார வளர்ச்சிக்கும், தனிநபர் வருமானத்திற்கும் ஒரு முன்னறிவிப்பாக இருக்கிறது.

எனவே, வளர்ந்து வரும் நாடுகளை ஒப்பிடுவதற்கு இந்த உயர் கல்வியில் மொத்த சேர்க்கை விகிதம் ஓர் அளவீடாக மேற்கோள் காட்டப்படுகிறது. இப்படி ஒப்பிடும் போது இந்தியா முழுமைக்குமான இதன் அளவீடு 27.1 சதவீதமாகும். தர வரிசையில் இது போட்ஸ்வானாவுக்கு (25.1 சதவீதம்) மேலாக இருக்கிறது ஆனால் தென்னிந்திய மாநிலங்கள் பிரேசில் (55 சதவீதம்), சீனா (58 சதவீதம்) ஆகிய நாடுகளுக்கு இணையாக இருக்கின்றன. இந்தியாவில் இந்த அளவீட்டில் சிறந்த மாநிலங்களாக இருப்பவை கூட OECD நாடுகளின் அளவை (76 சதவீதம்) எட்டுவதற்கு முனைப்போடு செயலாற்ற வேண்டியிருக்கும் அதே வேளையில் மற்ற மாநிலங்கள் இந்த அளவை அடைவதற்கு பகீரதப் பிரயத்தனம் செய்ய வேண்டும்.1

சாப்பிட வாருங்கள், கற்றுக்கொள்ளுங்கள்

குழந்தைகளைப் பள்ளிக்கு வரவழைப்பதும் அவர்களை உயர்நிலை, மேல்நிலை வகுப்புகள் வரை தக்கவைப்பதும் நல்ல ஆளுகைக்கான சிறந்த அறிகுறி ஆகும். இதன் விளைவாக, குழந்தைகளைப் பள்ளியில் சேர்க்கும் விதம், அவர்கள்

இடைநிறுத்தப்படுவதைத் தடுக்கும் விதம் ஆகியவை நூற்றாண்டுகால பரிசோதனைக்கும் தீவிர ஆய்வுக்கும் உட்படுத்தப்பட்டது.

இந்த அளவீட்டில் மிகவும் மேம்பட்ட மாநிலம் தமிழ்நாடாகும். மொத்த சேர்க்கை விகிதம் மேம்படுவதற்கும் இடைநிறுத்தத் தடுப்பு வெற்றி பெறுவதற்கும் முக்கியக் காரணமாக இருந்தது மதிய உணவுத் திட்டம் என்கிற முன்னோடித் திட்டமாகும். (பார்க்க அட்டவணை 7). ஏழை மாணவர்கள் சாப்பிடுவதற்கு பள்ளிக்கூடத்துக்கு வந்து கல்வி கற்கவும் செய்தது தமிழக அரசியலில் ஒரு மைல்கல்லாகும் (உரைக்கல்லாகும்?/touchstone).

அட்டவணை 7: இலவச மதிய உணவு பெறும் மாணவர்கள் (அரசு அமைப்புகளுக்கு வருபவர்களில்)

மாநிலம்	*ஆரம்பப் பள்ளிக்கு முன்னால் (%)*	*ஆரம்பப் பள்ளி (%)*	*நடுத்தரப் பள்ளி (%)*	*உயர்நிலைப் பள்ளி (%)*
ஆந்திரப்பிரதேசம்	97.3	98.8	97.0	86.9
அஸ்ஸாம்	86.3	94.9	81.6	10.8
பீஹார்	96.6	97.4	75.8	10.5
சத்தீஸ்கர்	95.1	99.3	93.7	8.6
குஜராத்	97.0	98.0	88.6	11.0
ஹரியானா	96.8	96.5	89.8	10.7
ஹிமாச்சலப் பிரதேசம்	92.9	96.7	87.4	6.2
ஜார்கண்ட்	96.8	97.7	90.0	11.4
கர்நாடகா	100.0	98.4	98.6	92.8
கேரளா	77.9	92.3	94.0	43.2
மத்தியப்பிரதேசம்	90.1	96.6	86.1	13.1
மஹாராஷ்டிரா	95.3	96.5	81.8	24.3
ஒடிசா	97.6	97.3	90.7	7.8
பஞ்சாப்	97.3	92.8	76.5	9.5
ராஜஸ்தான்	91.6	98.6	90.2	5.5
தமிழ்நாடு	87.5	94.8	91.3	85.4
தெலுங்கானா	97.0	99.7	99.9	97.5

மாநிலம்	ஆரம்பப் பள்ளிக்கு முன்னால் (%)	ஆரம்பப் பள்ளி (%)	நடுத்தரப் பள்ளி (%)	உயர்நிலைப் பள்ளி (%)
உத்தராகண்ட்	43.4	93.9	82.5	2.3
உத்தரப்பிரதேசம்	93.2	95.4	85.6	10.4
மேற்கு வங்காளம்	96.9	98.7	93.5	15.7

ஆதாரம்: NSS அறிக்கை எண். 585: ஹவுஸ்ஹோல்ட் சோஷியல் கன்ஸம்ப்சன் ஆன் எஜுகேஷன் இன் இண்டியா, என்எஸ்எஸ் 75வது சுற்று, ஜூலை 2017-ஜூன் 2018, புள்ளியியல் மற்றும் திட்ட அமலாக்க அமைச்சகம், தேசிய புள்ளியியல் அலுவலகம்.

1923 ஆம் ஆண்டு, காலனிய நிர்வாகத்தில் மாண்டேகு-செம்ஸ்போர்டு சீர்திருத்தம் மாநில அளவிலும் உள்ளாட்சி அளவிலும் சுய-ஆளுகையை அனுமதித்தபின், அப்போது மெட்ராஸ் மாநகராட்சியின் தலைவராகவும், நீதிக் கட்சியின் நிறுவன உறுப்பினராகவும் இருந்த சர்.பிட்டி.தியாகராய செட்டி நகர மாணவர்களுக்காக இலவச மதிய உணவுத் திட்டத்தை ஆரம்பித்தார். உணவுக்காக வரும் குழந்தைகளை கல்வி கற்பதற்கும் தக்க வைத்துக் கொள்ளலாம் என்கிற அனுமானத்தில் பரிசோதனை ரீதியாக அமல்படுத்தப்பட்ட ஒரு புதுமையானத் திட்டமாகும். ஆனால் சில வருடங்களுக்குப் பிறகு இந்தத் திட்டத்துக்குப் போதிய நிதிவசதி இல்லையென்று பிரிட்டிஷ் நிர்வாகம் சொல்லியவுடன் இத்திட்டம் நிறுத்தப்பட்டது.

இதனுடைய அடுத்த மறு செய்கையாக சுதந்திரத்துக்குப் பிறகு 1956 ஆம் ஆண்டு கே. காமராஜ் தமிழ்நாட்டு முதல்வராக இருந்தபோது இத்திட்டத்தில் மாறுதல் செய்து மறுமுறை அமலுக்குக் கொண்டு வந்தார். அதன்படி மாநிலம் முழுவதும் உள்ள பள்ளிகளில் சேர்ந்த மாணவர்களுக்கு ஆண்டுக்கு 200 நாள்கள் உணவு வழங்கும்படி விரிவுபடுத்தப்பட்டது. இதற்காக ஏற்பட்ட நிதிச் சுமையை மாநில அரசும் உள்ளாட்சி அமைப்புகளும் பகிர்ந்து கொண்டன. இந்தத் திட்டம் தூரத்தில் வசிக்கும் குழந்தைகளையும் பள்ளிக்கூடத்துக்கு வரவழைத்தது என்றாலும் இதனுடைய செலவைப் பகிர்ந்து கொள்ளக்கூடிய சூத்திரம் ஒரு சீரற்ற செயல்படுத்தலை எதிர் கொள்ள நேர்ந்தது.

1982 ஆம் ஆண்டு, முதலமைச்சர் எம். ஜி. ராமச்சந்திரன் இந்தத் திட்டத்தின் மூலம் அனைத்துக் குழந்தைகளும் பயன் பெறும்

வகையில் முதலில் கிராமங்களிலும் அதன் பின் நகரங்களிலும் அமல்படுத்தினார். இதனால் ஏற்பட்ட நிதிச் சுமை முழுவதையும் மாநில அரசே ஏற்றுக் கொண்டது. இந்தத் திட்டம் ஆரம்பிக்கப்பட்டபோது இதற்காகும் செலவைக் கருத்தில் கொண்டு இது ஓர் ஊதாரித்தனமானச் செலவாகவும், நீடித்து நிலைக்காது எனவும் கருதப்பட்டது. ஆனால், மாநில அரசு இதை முன்னெடுத்துச் சென்றதோடு திட்டத்தைக் கண்காணிப்பதற்கு அரசு அதிகாரிகள் முழு மூச்சுடன் களத்தில் இறக்கப்பட்டனர்.

இவருக்குப் பிறகு வந்த முதலமைச்சர்களும் இந்தத் திட்டத்தை உயிர்ப்புடன் வைத்திருந்தது மட்டுமல்லாமால் முட்டை, பால் போன்ற பொருள்களையும் மெனுவில் சேர்த்து தமிழ்நாடு கல்விக் கொள்கையில் மதிய உணவுத் திட்டத்தை ஒரு முக்கியமான அம்சமாக மாற்றினார்கள். ஒரு தலைமுறைக்குப் பிறகு மாநிலமானது மொத்த சேர்க்கை விகிதத்தில் முன்னணியில் இருப்பதற்கு இந்த `அரிசிக் குவளைத் திட்டம் (bowl of rice)' சான்றாகும்.

இந்தக் கொள்கை மிகவும் வெற்றிகரமாக செயல்பட்டு வந்ததால் 2001 ஆம் ஆண்டு இந்திய உச்ச நீதிமன்றம் இந்திய மாநிலங்களில் உள்ள அனைத்துப் பள்ளிக் குழந்தைகளுக்கும் மதிய உணவு கட்டாயம் வழங்க வேண்டும் எனக் கூறியது. கொள்கையைச் செயல்படுத்துவதற்கு இந்த அளவுக்கான நீதித்துறை செயல்பாடு கலவையான விளைவுகளைக் கொண்டிருக்கிறது. ஆனால், பொதுவாக, உச்ச நீதிமன்றத்தின் இந்தத் தீர்ப்புக்குப் பிறகு ஆரம்பப்பள்ளிகளில் குழந்தைகளின் சேர்க்கை விகிதம் மேம்பட்டிருக்கிறது. நீதிமன்ற தலையீட்டுக்கு முன்பே தென்னிந்திய மாநிலங்கள், அதனுடைய அண்டை மாநிலத்திலிருந்து கற்றுக் கொண்டு, இதே போன்ற திட்டங்களை அறிமுகப்படுத்தியதோடு அதன் செயல்பாட்டிலும் முன்னணியில் இருந்து வருகின்றன. இன்றைக்கும் மொத்த சேர்க்கை விகிதத்துக்கும் மதிய உணவு திட்டத்துக்கும் இடையே தொடர்பு இருப்பது தெளிவான ஒன்றாகும்.

மற்ற தென் மாநிலங்களோடு ஒப்பிடுகையில் சிறிது ஏமாற்றமளிக்கும் வகையில் கர்நாடகா இதில் முன்னணியில் இருக்கிறது. கடந்த சில தசாப்தங்களாகவே அடிப்படை பள்ளிக் கல்வியில் சிறப்பாக செயல்பட்டு வந்தாலும் கூட உயர்நிலை மற்றும் மேல்நிலை வகுப்புகளில் மாணவர்களைத் தக்க வைத்துக் கொள்ளத் தவறிய மோசமான மாநிலங்களில் இதுவும் ஒன்றாகும்.

இதைவிட மோசம் என்னவெனில் மாநிலமானது அரசியல் சர்ச்சையில் ஈடுபட்டிருக்கும் நேரத்தில் குழந்தைகள் அணிந்துவரும் உடையின் அடிப்படையில் அவர்களை வெளியேற்றுவது அல்லது மதக் காரணங்களுக்காக மதிய உணவுத் திட்ட மெனுவில் மாற்றங்கள் செய்வது ஆகியவை மூலம் குழந்தைகளை பள்ளிக்கு வெளியிலேயே வைக்க நினைத்தனர். செய்யக்கூடிய அல்லது செய்ய வேண்டிய அளவுக்கு சிறப்பாக செயல்படாத மாநிலத்துக்கு இது குறிப்பாக எதிர்வினையை உருவாக்கும்.

பள்ளியில் பெண்குழந்தைகள்

மொத்த சேர்க்கை விகிதத்தை அதிகரிப்பதிலும் கல்வியில் இடைநிறுத்தத்தை தடுப்பதிலும் மதிய உணவுத் திட்டம் மற்றும் ஊக்கப்படுத்தல் திட்டங்கள் உதவி செய்கின்றன என்பது ஒத்துக் கொள்ளப்பட்ட ஒரு படிப்பினையாகும். இதோடு மொத்த சேர்க்கை விகிதத்தில் சிறுவர்களுக்கும் சிறுமிகளுக்கும் இடையே இருந்த இடைவெளியும் இல்லாது போயிற்று. அதோடு பள்ளிக்குச் செல்வதற்கு வாய்ப்புக் குறைவாக இருந்த ஏழ்மையிலும், பின் தங்கிய பகுதிகளிலும் வசித்து வந்த சிறுமிகளையும் இது பள்ளிக்கூடம் நோக்கி அழைத்து வர உதவியது..

கேரளாவைத் தவிர அனைத்துப் பகுதிகளிலும், கல்வியின் அனைத்து நிலைகளிலும் சிறுவர்களை விட சிறுமிகளின் இடை நிறுத்த விகிதம் அதிகமாக இருக்கிறது. இதனால், ஆண்களின் கல்வியறிவு விகிதம் பெண்களின் கல்வியறிவு விகிதத்தை விட அதிகமிருப்பதில் எந்த ஆச்சரியமும் இல்லை.

வளர்ச்சி விளைவுகளை அதிகப்படுத்துவதற்கு மிகப் பெரிய சக்தி பெருக்கியாக இருக்கும் பெண்களை பள்ளிக் கல்வியில் தக்க வைப்பது அவசியமாகும். உலகளவில் பெண் குழந்தைகளின் கல்வி என்பது குறைந்த கருவுறுதல் விகிதத்துடன் தொடர்புடைய மிக முக்கியமான காரணியாகும். இதன் விளைவாக பெண் தொழிலாளர்கள் பங்கேற்பு விகிதமும் (Labour Force Participation rate - LFPR) அதிகரிக்கும்.

இதற்கும் மேலாக, கல்வியறிவு பெற்ற பெண் பெற்றோராக இருக்கும்பட்சத்தில் அந்தப் பெண்ணின் குழந்தைகளும் கண்டிப்பாக

அவரைப் போலவே கல்வியறிவுப் பெறுவார்கள். இது புதிதாக பிறப்பவர்களின் எண்ணிக்கை குறையவும் சிறப்பான அடிப்படை சுகாதார நலன் சேவை மற்றும் கல்வியைப் பெறவும் முடிவதோடு தனிப்பட்ட நபரின் வருமானத்தையும் அதிகரிக்கக்கூடிய ஒரு நல்ல சுழற்சியை உருவாக்குகிறது.

தமிழ்நாட்டில் எம்.ஜி.ராமச்சந்திரன் மதிய உணவுத் திட்டத்தை மீண்டும் தொடங்கியபோது மாநிலத்தின் தகுதிக்கு அப்பால் இந்தத் திட்டத்துக்குச் செலவு செய்வதாக விமர்சித்த போது அவர் பெண்களுக்கும், பெண் குழந்தைகளுக்கும் ஊட்டச்சத்துக் கொடுப்பது மிகவும் முக்கியமான ஒன்றாகும் எனத் தெளிவாகக் கூறினார். இந்தக் கொள்கையானது ஒரே தலைமுறையில் சமூகத்துக்குப் பலமடங்கு திருப்பியளித்திருக்கிறது.

பெண் குழந்தைகள் கல்வியில் வெற்றிக்கான அறிகுறி - இது பொதுவான கல்வி வெற்றிக்கான ஒரு நல்ல பதிலியும் கூட - பத்து அல்லது அதற்கும் மேற்பட்ட வருடங்கள் பள்ளிப் படிப்பைப் பெற்ற பெண்களின் சதவீதமாகும். NFHS-4 ஆய்வின்படி, இந்த அளவீட்டில் கேரளா முன்னணியில் இருப்பதாகத் தெரியவந்திருக்கிறது. அதைத் தொடர்ந்து ஹிமாச்சலப்பிரதேசம், பஞ்சாப், தமிழ்நாடு ஆகியவை இருக்கின்றன (பார்க்க அட்டவணை 8).

ஆனால், ஒட்டு மொத்தக் கல்வியறிவைப் போலவே, இந்த அளவீடு மீண்டும் ஒட்டு மொத்த மக்கள் தொகையில் கல்வியறிவு பெற்ற பெண்களை அளவிடுகிறது. இளம் வயது பெண்கள் அதிக முன்னேற்றம் அடைவதுதான் சமீபத்திய ஆதாயங்களின் நம்பகமான குறிகாட்டியாக இருக்கும். எனவே, இப்போது 2006 ஆம் ஆண்டிலிருந்து 2016 ஆம் ஆண்டுவரை பத்து வருடங்களுக்கும் மேலாக பள்ளியில் படித்த பெண்களின் சதவீதத்தில் ஏற்பட்டிருக்கும் மேம்பாட்டைப் பார்க்கும்போது எதிர்பார்த்தது போலவே தென்னக மாநிலங்கள் முன்னணியில் இருக்கின்றன (பார்க்க அட்டவணை 9)

இந்த சூழ்நிலையில், கொள்கை உருவாக்குபவர்களுக்கான கேள்வி என்னவெனில், மதிய உணவுத் திட்டம் மற்றும் குழந்தைகள் அணுகும்படி பள்ளிகளை நிறுவுதல் தவிர எது பெண்குழந்தைகளை பள்ளியிலேயே தக்க வைக்கிறது? என்பதுதான்.

அட்டவணை 8: பத்துவருடங்களுக்கும் மேலாக பள்ளிக்குச் சென்ற பெண்கள்

மாநிலம்	*பெண்கள் (%)*
ஆந்திரப் பிரதேசம்	34
அஸ்ஸாம்	26
பீஹார்	23
சத்தீஸ்கர்	27
குஜராத்	33
ஹரியானா	46
இமாச்சலப் பிரதேசம்	59
ஜம்மு காஷ்மீர்	37
ஜார்கண்ட்	29
கர்நாடகா	46
கேரளா	72
மத்தியப் பிரதேசம்	23
மஹாராஷ்டிரா	42
ஒடிசா	27
பஞ்சாப்	55
ராஜஸ்தான்	25
தமிழ்நாடு	51
தெலுங்கானா	31
உத்தரப் பிரதேசம்	33
மேற்கு வங்காளம்	27

ஆதாரம்; தேசிய குடும்ப நல ஆய்வு (NFHS-4), 2015-16: இண்டியா, இண்டர்நேஷனல் இன்ஸ்டிடியூட் ஃபார் பாப்புலேஷன் சயின்சஸ், 2017.

அட்டவணை 9: பத்து வருடப் பள்ளிபடிப்பு கொண்ட பெண்களின் முன்னேற்றம, 2006 -16

மாநிலம்	*முழுமையான முன்னேற்றம் (மேம்பாட்டை % ல் அளவிடுகிறது)*
கேரளா	24
தமிழ்நாடு	19
கர்நாடகா	18
பஞ்சாப்	17
ஹரியானா	16
இமாச்சலப் பிரதேசம்	15
உத்தரப்பிரதேசம்	15
சத்தீஸ்கர்	14
ஜார்கண்ட்	14
ராஜஸ்தான்	13
மஹாராஷ்டிரா	11
ஒடிசா	11
மேற்கு வங்காளம்	11
ஜம்மு காஷ்மீர்	11
பீஹார்	10
குஜராத்	10
மத்தியப் பிரதேசம்	9
அஸ்ஸாம்	7

ஆதாரம்; தேசிய குடும்ப நல ஆய்வு (NFHS-4), 2015-16: இண்டியா, இண்டர்நேஷனல் இன்ஸ்டிடியூட் ஃபார் பாப்புலேஷன் சயின்சஸ், 2017.

பெண் குழந்தைகள் மேல்நிலை வகுப்புகளுக்கு செல்லும் சமயத்தில் பள்ளியிலிருந்து இடைநிறுத்தம் செய்கிறார்கள் ஏனெனில் மாதவிடாய் சுகாதாரம் சம்பந்தமான வசதிகள், கழிப்பறைகள் போன்றவற்றின் போதாமை ஆகும். எங்கே மாதவிடாய் சுகாதாரம் சம்பந்தமான வசதி இருக்கிறதோ அங்கே அவர்கள் பள்ளிகளுக்கு நீண்டகாலம் செல்கிறார்கள் (வரைபடம் 3)

வரைபடம் 3: மாதவிடாய் சுகாதாரத்தின் அணுகலும் பெண்கள் பள்ளிக்கு அதிக நாள்கள் செல்வதும்

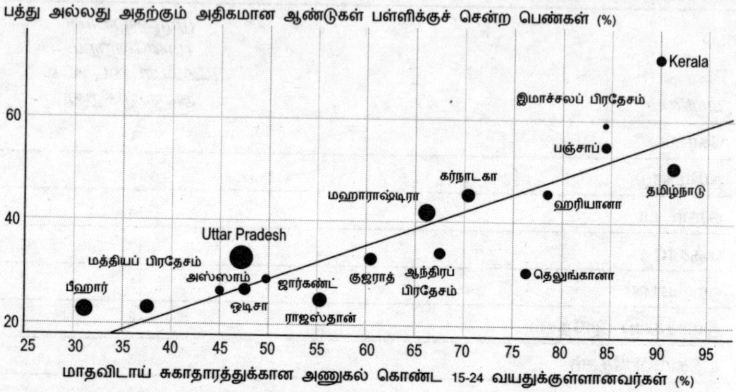

குறிப்பு: ஒவ்வொரு மாநிலத்தின் மக்கள்தொகைக்கு ஏற்ப வட்டத்தின் அளவு குறிக்கப்பட்டுள்ளது.
ஆதாரம்; தேசிய குடும்ப நல ஆய்வு (NFHS-4), 2015-16: இண்டியா, இண்டர்நேஷனல் இன்ஸ்டிடியூட் ஃபார் பாப்புலேஷன் சயின்சஸ், 2017.

பள்ளியில் பெண்கள் பத்துவருடங்கள் என்கிற அளவீட்டு சதவீத மேம்பாட்டில் எப்படி முன்னணியில் இருக்கிறதோ (பார்க்க அட்டவணை 10) அது போல 15 முதல் 24 வயதுள்ள பெண்களுக்கு மாதவிடாய் சுகாதார வசதியும் அதற்கான அணுகலும் பள்ளிகளில் இருக்கிறது என்கிற அளவீட்டிலும் தென்னிந்திய மாநிலங்கள் முன்னணியில் இருக்கின்றன. மேல்நிலைப் பள்ளிக் கல்வியில் அதனுடைய மொத்த சேர்க்கை விகிதத்துக்கும் இளம் வயதினரின் கல்வியறிவு மேம்பாட்டுக்கும் இது ஆதரவாக இருக்கிறது.

அட்டவணை 10: மாதவிடாய் சுகாதாரத்துக்கான அணுகல் கொண்ட 15-24 வயதுக்குள்ளானவர்கள் (%)

மாநிலம்	*அணுகல் கொண்ட 15-24 வயது கொண்ட பெண்கள் (%)*
ஆந்திரப் பிரதேசம்	68
அஸ்ஸாம்	45
பீஹார்	31

மாநிலம்	அணுகல் கொண்ட 15-24 வயது கொண்ட பெண்கள் (%)
சத்தீஸ்கர்	47
குஜராத்	60
ஹரியானா	78
இமச்சாலப் பிரதேசம்	84
ஜம்மு காஷ்மீர்	67
ஜார்கண்ட்	50
கர்நாடகா	70
கேரளா	90
மத்தியப் பிரதேசம்	37
மஹாராஷ்டிரா	66
ஒடிசா	47
பஞ்சாப்	84
ராஜஸ்தான்	55
தமிழ்நாடு	91
தெலுங்கானா	76
உத்தரப் பிரதேசம்	47
மேற்கு வங்காளம்	55

ஆதாரம்; தேசிய குடும்ப நல ஆய்வு (NFHS-4), 2015-16: இண்டியா, இண்டர்நேஷனல் இன்ஸ்டிடியூட் ஃபார் பாப்புலேஷன் சயின்சஸ், 2017.

கல்விக்கான இந்தியாவின் மையப்படுத்தப்பட்ட அணுகுமுறை

தென்னிந்திய மாநிலங்களில் - குறிப்பாக கேரளாவிலும் தமிழ்நாட்டிலும் - ஒவ்வொரு குழந்தையையும் ஆரம்பப்பள்ளியில் சேர்ப்பதற்கென்று ஓர் அமைப்பு முறை இருக்கிறது என்பதோடு அப்படி சேரும் பத்து குழந்தைகளில் எட்டுப் பேர் மேல்நிலைப் பள்ளியில் சேர்கிறார்கள். தமிழ்நாட்டைப் பொருத்தளவில் இரண்டு பேரில் ஒருவர் ஏதோவொரு மேல்நிலைக் கல்விப் பெறுகிறார்கள். தெலுங்கானா, ஆந்திரப்பிரதேசம், கர்நாடகா ஆகிய மாநிலங்களும் வேகமாக முன்னேறி வருகின்றன.

இதற்கிடையில், குஜராத், மத்தியப்பிரதேசம், ராஜஸ்தான், உத்தரப்பிரதேசம் ஆகிய மாநிலங்கள் குறிப்பிடதக்க வகையில் தென்னிந்திய மாநிலங்களிலிருந்து அளவீட்டிலும் போக்கிலும் வேறுபட்டு இருக்கின்றன. சாதனை அடி எண் (achievement base) அதிகமாக இருந்தாலும் கூட தமிழ்நாடும் கேரளாவும் வேகமாக முன்னேறிச் செல்கின்றன. கல்விக் கொள்கையில் தென்னிந்திய மாநிலங்கள் அடிப்படை உள்ளீட்டு அளவீடுகளான மொத்தச் சேர்க்கை விகிதத்தைக் கண்காணிப்பதற்கு அப்பால் கற்பித்தலையும் பாடத்திட்டங்களையும் மாற்ற வேண்டிய அடுத்த நிலைக்குச் செல்வதை இது அவசியமாக்குகிறது.

குஜராத் போன்ற மாநிலங்களில் உயர்நிலைப் பள்ளியிலிருந்து மேல்நிலைப் பள்ளிக்குச் செல்பவர்களின் இடைநிறுத்த எண்ணிக்கை அதிகமாக இருப்பதால் அது பாலின சமத்துவம் மற்றும் இதர அம்சங்களில் கவனம் செலுத்துவதன் மூலம் பதின்மவயதினரிடையே ஏற்படும் இடைநிறுத்த அளவைக் குறைக்கலாம். இன்னும் சில மாநிலங்களில் - குறிப்பாக மத்தியப் பகுதியிலும் வடக்கிலும் இருக்கும் மாநிலங்கள் - உயர் ஆரம்பப் பள்ளியிலிருந்து உயர்நிலைப் பள்ளிக்குச் செல்வதில் இடைநிறுத்தம் ஏற்படுகிறது. இதைக் குறைப்பதற்கு பள்ளிக்கூடம் செல்வதற்கான அணுகலை விரிவாக்கம் செய்வது, குழந்தைகளைப் பள்ளிக்கு வரவழைப்பதை ஊக்கப்படுத்தும் வகையில் வழிமுறைகளை அறிமுகப்படுத்துவது ஆகிய முற்றிலும் வேறுமாதிரியான அணுகுமுறையை மேற்கொள்ள வேண்டும்.

எனவே ஒவ்வொரு மாநிலத்துக்கும் அதன் தேவைக்கேற்ற கல்விக் கொள்கை அவசியமாகும். ஒவ்வொரு மாநிலத்தின் தேவையும் வெவ்வேறாக இருக்கும்போது அனைத்து மாநிலங்களுக்குமான ஒரே கொள்கை பயனற்றது என்பதோடு அந்தந்த மாநிலத்தின் தேவையையும் அதனால் பூர்த்தி செய்வது என்பது இயலாத காரியம் ஆகும். ஆனால், இதைவிட முக்கியமானது என்னவெனில், சில மாநிலங்களில் மேல்நிலைப் பள்ளியின் மொத்த சேர்க்கை விகிதம் OECD நாடுகள் நிலையிலும் சில மாநிலங்களில் ஆப்ரிக்காவின் தென் சஹாரா நாடுகளின் நிலையிலும் இருக்கும் சூழ்நிலையில் பொதுவான ஒரு கல்விக் கொள்கையால் மேம்பாடு செய்ய முடியாது என்பதோடு எந்த மாநிலமும் இதனுடைய உண்மையான பலனை அடையமுடியாது.

இப்படிப்பட்டக் கொள்கைக்கு நிதி அதிகம் தேவைப்படலாம் அல்லது சரிவர இயங்காமல் இருக்கும் அல்லது ஒவ்வொரு மாநிலத் தேவையையும் போதுமான அளவுக்கு உள்ளடக்கியதாக இருக்காது. எனவே இதற்கான ஒரே வழி மாநிலங்களே அதனதன் கல்விக் கொள்கையைத் தீர்மானித்துக் கொள்வதுதான் என்பதை விபரமறிந்த சாதாரண பார்வையாளர் அனைவரும் ஏற்றுக் கொள்வர்.

இந்திய அரசு அறிமுகப்படுத்திய புதியக் கல்விக் கொள்கை - 2020, இதற்கு நேர் எதிரான திசையில் செல்வதாக இருக்கிறது. இந்தியா முழுமைக்கும் ஒரு கொள்கை என அரசு பரிந்துரைத்திருக்கிறது. அதிகாரத்துவப் பார்வையில் இதன் விபரங்கள் நகைச்சுவையாகவும், அரசியல் நோக்கில் ஆரவாரமான வெற்றுரையாகவும் தான் முடியும் என பலரும் அஞ்சுகிறார்கள். 2035 ஆம் ஆண்டுக்குள் இந்தியா அளவில் மேல்நிலைப் பள்ளியில் சேர்க்கை விகிதம் 50 சதவீதத்தை எட்ட வேண்டுமென இந்த ஆவணம் இலக்கு நிர்ணயித்திருக்கிறது ஆனால் தமிழ்நாட்டின் மொத்த சேர்க்கை விகிதம் 2018 ஆம் ஆண்டிலேயே 48 சதவீதத்தை அடைந்து விட்டது.

பொருத்தமற்ற இந்த இலக்கே இந்தக் கொள்கை எந்த அளவுக்குப் பொருத்தமற்றது என்பதைக் காட்டுகிறது. இதோடு இந்தப் புதியக் கல்விக் கொள்கை ஆவணமானது வெவ்வேறு நிலைகளில் அனைத்து மாநிலங்களுக்கும் தரப்படுத்தப்பட்ட ஒரே மாதிரியான நுழைவுத் தேர்வு நடத்தும் உத்திக்கு முக்கியத்துவம் கொடுத்திருக்கிறது. முதலாவதாக, மூன்றாம், ஐந்தாம், எட்டாம் வகுப்புகளில் படிக்கும் மாணவர்களின் கல்வித் திறனை வெவ்வேறு நிலைகளில் அறியும் பொருட்டு தேர்வு வைக்க வேண்டுமென முன்மொழியப்பட்டிருக்கிறது.

உயர்நிலை மற்றும் மேல்நிலைப் பள்ளிக் கல்வியின் மொத்த சேர்க்கை விகிதம் குறிப்பிடத்தக்க அளவுக்கு சில மாநிலங்களில் குறைந்திருக்கும் நிலையில் இதைப் போன்று பல நிலைகளில் மாணவர்களுக்குத் தேர்வு வைப்பது என்பது பிரச்சனையை இன்னும் பெரிதுபடுத்துமே தவிர குறைக்க வழி செய்யாது.

குழந்தைகள் ஐந்தாம் வகுப்பில் தோல்வி அடைந்ததால் இடை நிறுத்தம் செய்ய வேண்டுமா அல்லது விரும்பிய முடிவை எட்டவில்லையென்றால் பள்ளியிலேயே தொடர்ந்து படிக்க வேண்டுமா, சமூகமாகிய நாம் என்ன செய்ய வேண்டும்?

கல்வி இடைநிறுத்தம் அதிகம் இருக்கும் நம் போன்ற சமூகமானது குழந்தைகளைப் பள்ளிக்கூடத்தில் தக்க வைத்துக் கொள்ள வேண்டுமென்பதுதான் இதற்கான பதிலாகும். ஒப்பீட்டளவில் மொத்த சேர்க்கை விகிதம் அதிகமாக இருக்கும் மாநிலங்களான கேரளாவும், தமிழ்நாடும் இனி அதிகமான இடைநிறுத்த அளவீட்டை எதிர் கொள்ள வேண்டியிருக்கும். ஆனால், தெரிவு என்னவாக இருந்தாலும், மாநிலங்கள் எடுக்கும் முடிவானது அவற்றின் சமூகங்களின் முன்னுரிமையை மனதில் கொண்டு எடுக்க வேண்டும். அதனால்தான் நாம் மாநில அரசுகளைத் தேர்ந்தெடுக்கிறோம்.

மேல்நிலைப் பள்ளிக்குப் பிறகு இந்தியாவெங்கிலும் இருக்கும் கல்லூரிகளிலும் பல்கலைக்கழகங்களிலும் படிப்பதற்குத் தேவையான நுழைவுத் தேர்வை நடத்த தேசிய தேர்வு முகமை என்கிற ஓர் அமைப்பை நிறுவுவதற்கும் புதிய கல்விக் கொள்கை-2020 திட்டமிட்டு இருக்கிறது. வெவ்வேறு மாநிலங்களில் இயங்கி வரும் கல்லூரிகள், பல்கலைக்கழகங்கள் எல்லாம் அந்தந்தப் பகுதியின் சமூக முன்னுரிமை, அதனுடைய வேறுபட்ட பரிணாம நிலைக்கு ஏற்ப தங்களது கல்வித் திட்டங்களை வகுத்து நடத்தி வருகிறது.

இந்த மேல்நிலைக் கல்விக்காக பள்ளிக்கூடங்களின் பாடத்திட்டங்களிலும், கற்பித்தல் முறையிலும் செலுத்தும் கவனமானது முற்றிலும் வேறானதாக இருக்கும். இந்தத் தேர்வுகள் மூலம் எதையாவது அடையவேண்டுமெனில் அனைத்து மாணவர்களையும் ஒரே அளவுகோலில் வகைப்படுத்த வேண்டும். இந்த அளவுகோலானது பொருத்தமற்றதும் அபாயகரமானதாகவும் இருக்கும். ஏனெனில், இது ஒரு சூழல் சார்ந்தது என்பதோடு, ஒவ்வொரு மாநிலத்தின் சூழலோடு ஒப்பிடும்போது அதற்கு அந்நியமானதாகவே இருக்கக்கூடும்.

தேசிய கல்விக் கொள்கை முன்மொழியும் ஒரே மாதிரியான அனைவருக்கும் பொதுவான தரப்படுத்தப்பட்ட தேர்வானது மிகவும் அபாயகரமான பிரச்சனைகளைக் கொண்டிருப்பதாகக் கண்டறியப்பட்டிருக்கிறது[2]. கல்லூரி நுழைவுக்கான அளவீடாக இந்தத் தேர்வைப் பயன்படுத்தும் போது இது மாணவர்களின் வெற்றியை மோசமாகக் கணிக்கக்கூடியது என தெரிய வந்திருக்கிறது. எல்லாவற்றிக்கும் மேலாக, நுழைவுத் தேர்வானது தகுதியை ஒருவருடைய மதிப்பெண் அடிப்படையில் கணக்கிட வேண்டுமெனில்

அவர் சேரக்கூடிய பாடத்திட்டத்தில் எப்படி செயல்படுவார் என்பதை ஓரளவுக்குக் கணிக்கக்கூடியதாக அது இருக்க வேண்டும். உலகளவில் எடுத்துக் கொண்டால் தரப்படுத்தப்பட்ட ஒரே மாதிரியான தேர்வைப் பொருத்தளவில் இது உண்மையில்லை. மாணவர்களின் ஒட்டு மொத்த கிரேடுகள் / கடந்த காலத் தேர்வுகளின் மதிப்பெண் - அது எந்தக் கல்வி அமைப்பைச் சார்ந்ததாக இருந்தாலும் - ஒரு நல்ல கணிப்பானாக இருக்கும்.3

இதோடு மட்டுமல்லாமல் தரப்படுத்தப்பட்ட தேர்வுகளின் மதிப்பெண்கள் ஏற்கனவே சமூகத்தில் இருக்கும் சமத்துவமின்மை குறித்து கூடுதல் விரும்பத்தகாத விளைவுகளைப் பிரதிபலிப்பதாக இருக்கின்றன. எனவே உலகளவில் கல்லூரிகள், பல்கலைக்கழகங்களில் சேர்வதற்கு அளவுகோலாக இருக்கும் இந்த மாதிரியான தேர்வுகளிலிருந்து விலகல் ஏற்பட்டுக் கொண்டிருக்கிறது.4 இதற்கிடையில் இந்தியாவானது, இல்லாத ஒருங்கிணைந்த கொள்கைத் தீர்வைத் தேடிச் செல்கிறது.

தேசிய அளவிலான ஒரே நுழைவுத் தேர்வு என்கிற உத்திக்கு இந்தியாவெங்கும் இருக்கும் மருத்துவக் கல்லூரிகளில் இளங்கலை மருத்துவம் படிப்பதற்காக நடத்தப்படும் நீட் தேர்வை உதாரணமாகச் சொல்லலாம். இது ஏற்கனவே அனைத்து மாநிலங்களிலும் கட்டாயமாக்கப்பட்டிருக்கிறது. மாநில அரசுகள் அவற்றின் சொந்த சுகாதார அமைப்புகளை இயக்கி வருகின்றன; இதோடு மருத்துவர்களைப் பயிற்றுவிக்கும் பெரிய மருத்துவமனைகளில் சிலவற்றையும் நிர்வகித்து வருகின்றன. இதில் பயிற்சி பெற்ற மருத்துவர்கள் தான் இந்த அமைப்புகளை நிர்வகித்து வருபவர்களாக இருக்கிறார்கள். இந்த மாநிலங்களில் இயங்கி வரும் தனியார் அமைப்புகளையும் மாநில அரசுகளே ஒழுங்குபடுத்துகின்றன. இதன் அர்த்தம் என்னவெனில், சமீப காலம் வரை மாநிலங்கள் தங்கள் கல்வி மற்றும் சுகாதார விபரங்களுக்கு ஏற்ப திட்டங்களை தீட்டுவதற்கும் மருத்துவக் கல்விக்கான அளவுகோல்களைத் தீர்மானிப்பதற்குமான திறனைக் கொண்டிருந்தன.

தமிழ்நாடு போன்ற வெற்றிகரமான மாநிலங்கள் தேசிய அளவில் சராசரி தனிநபர் மருத்துவர்களின் எண்ணிக்கையை விட அதிகமான அளவுக்கு மருத்துவர்களை உருவாக்கியிருக்கிறது. கிராமப்புற சேவைக்கு ஈடாக மேம்பட்ட துறைகளில் சேர்ந்து படிக்க நினைக்கும் மருத்துவர்களுக்கென்று ஊக்கத்திட்டத்தையும் இவை

செயல்படுத்தி வருகின்றன. தமிழ்நாடு அதனுடைய கல்லூரி நுழைவு செயல்பாட்டில் மற்ற மாநிலங்களை விட அதிக அளவிலான இடங்களை சமூகத்தில் ஒடுக்கப்பட்டப் பிரிவினருக்காக ஒதுக்கீடு செய்திருக்கிறது. மிகவும் முக்கியமாக, இதனுடைய மருத்துவக் கல்லூரிகளில் சேர்வதற்கென்று எந்தவொரு தரப்படுத்தப்பட்ட தேர்வையும் இது நடத்துவது இல்லை.

இந்தக் காரணிகளால் பரந்த சமூகப் பொருளாதார தளத்திலிருந்து அதிகமான மாணவர்கள் தமிழ்நாட்டில் உள்ள மருத்துவக் கல்லூரிகள் அனுமதிக்கப்பட்டு மருத்துவர்கள் ஆவதற்குப் பயிற்சி பெற்றனர். நோயாளிகளின் சமூகப் பின்னணியைக் கொண்டிருக்கும் மருத்துவர்கள் சிகிச்சையளிக்கும்பட்சத்தில் அது அந்த சமூகத்தினரிடையே சுகாதாரத்தில் நல்ல விளைவை ஏற்படுத்த உதவுகிறது என பல ஆய்வுகளிலிருந்து தெரிய வந்திருக்கிறது.5. பள்ளிகளில் மாணவர்களின் செயல்பாட்டை அடிப்படையாகக் கொண்டு பரந்த சமூகத்திலிருந்து தெரிவு செய்யப்பட்டு மருத்துவர்களான மாணவர்களால் எந்த அளவுக்கு சுகாதாரத்தில் தமிழ்நாடு மேம்பாடு அடைந்திருக்கிறது என்பதை இதற்கு முந்தையப் பகுதியில் இருக்கும் தரவு வெளிப்படுத்துகிறது.

இன்னொரு உதாரணத்தை எடுத்துக் கொள்வோம். அதிகமான மருத்துவர்களைப் பயிற்றுவிக்கும் திறன் கர்நாடகாவில் இருக்கிறது என்பதால் அந்தத் திறனை அதனுடைய சுகாதார மேம்பாட்டுக்குப் பயன்படுத்திக் கொள்ள விரும்பும். ஆனால் இந்த நீட் என்கிற ஒழுங்குமுறையானது அந்த மாநிலத்தில் இருக்கும் வசதியை அது பயன்படுத்திக் கொள்ளத் தடையாக இருக்கிறது. மாறாக, அந்த மருத்துவக் கல்வியை நாடு தழுவிய அளவுக்கு மற்ற மாநிலங்களும் உபயோகப்படுத்த இது வழிவகுப்பதால் இவ்வளவு திறனையும் உருவாக்கிய மாநிலத்துக்கு அது ஊக்கக்கேட்டை ஏற்படுத்துகிறது. சுகாதாரம் மற்றும் கல்வியில் குறிப்பிட்ட திட்டங்களைச் செயல்படுத்தி, தொடர்ந்து மருத்துவர்களை உருவாக்குவதற்கான திறனைக் கட்டியெழுப்பி இருக்கும் மாநிலங்கள் அதன் வெற்றிக்காக இப்போது தண்டிக்கப்படுகின்றன.

சூழ்நிலைக்கேற்ப பல நலத்திட்டங்களை உருவாக்கிக் கொண்ட வெற்றிகரமான மாநிலங்கள் இன்றைக்கு தேசிய அளவில் பூஜ்ய கூட்டுத் தொகை ஆட்ட நிலைக்குத் தள்ளப்பட்டிருக்கின்றன.

தேசிய கல்விக் கொள்கை - 2020 நீட் போலவே அனைத்துப் படிப்புகளுக்கும் நுழைவுத் தேர்வு செயல்பாட்டை பரிந்துரைத்திருக்கிறது.

ஒரே மாதிரியான தன்மைக்கான இடைவிடாத நாட்டம் காலப்போக்கில் முடுக்கிவிடப்பட்டிருக்கிறது. கல்வி முதலில் மாநிலப் பட்டியலில் இருந்தது. நெருக்கடி நிலை காலகட்டத்தில் 1976 ஆம் ஆண்டு 42 ஆவது சட்ட திருத்தத்தின்படி கல்வியானது பொதுப் பட்டியலுக்குக் கொண்டு செல்லப்பட்டது. அன்றிலிருந்து மத்தியில் இருக்கும் ஒவ்வொரு அரசாங்கமும் கல்வியில் ஒன்றிய அரசின் பங்கை அதிகரித்துக் கொண்டே செல்கிறது. இந்த முயற்சிகள் எல்லாம் பாடத்திட்டத்தையும், கற்பித்தலையும் மையப்படுத்தலை நோக்கிச் செல்லும் நகர்வாகவே இருந்து வருகிறது.

பள்ளிகளில் மூன்று மொழிக் கொள்கை இந்தியாவின் மையப்படுத்தல் நடவடிக்கைக்கு ஓர் உதாரணமாகும். 1968 ஆம் ஆண்டு இந்தக் கொள்கை நாடாளுமன்றத்தில் ஏற்றுக் கொள்ளப்பட்டதிலிருந்து வெளிப்படையாகவும், மறைமுகமாகவும் பல்வேறு வழிகளில் இந்திய அரசு இந்தி மொழியைப் பள்ளிக் கூடங்களில் கற்பிக்க முயன்று வருகிறது. இந்தி என்பது ஒருங்கிணைப்புக்கான ஒரு கருவி என அழுத்தம் கொடுப்பது இந்திய அரசின் பழையத் திட்டமாகும்.

மூன்றாவது மொழி கற்பது என்பது மாணவனின் சொந்த விருப்பம் எனில் விபரமறிந்த யாரும் அதைத் தடுக்கப் போவதில்லை. ஆனால் இந்தியாவில் பள்ளிக்கே செல்லாத குழந்தைகள் இருக்கிறார்கள் அப்படி அவர்கள் பள்ளிக்குச் சென்றாலும் கூட அவர்கள் எந்தவொரு மொழியையும் ஒழுங்காக வாசிக்கவோ, எழுதவோக் கற்றுக் கொள்வதில்லை. அப்படியிருக்கும்போது மூன்றாவது மொழியைக் கற்பது என்பது வகுப்பு நேரத்தை வீணடிப்பதாகும் - முக்கியமாக அது கட்டாயப்படுத்தப்படுவதால் மொழியைத் தெரிவு செய்வதும் கட்டுப்படுத்தப்படுகிறது. இந்தியைக் கட்டாயப்படுத்தப்படுவதற்கு எதிர்ப்புத் தெரிவித்த பிறகு தேசிய கல்விக் கொள்கை - 2020ன் இறுதிப் பதிப்பில் இது பற்றி வரைவுப் பதிப்பிலிருந்த மேற்கோள் நீக்கப்பட்டிருந்தாலும் அது மூன்று மொழி கொள்கையை வலியுறுத்துவதோடு பொதுவாக `இந்திய மொழிகளுக்கு' குறிப்பாக சமஸ்கிருதத்திற்கு முன்னுரிமை கொடுங்கள் என சொல்லப்பட்டிருக்கிறது.

'இந்திய மொழிகள்" என்று அரசியலுக்காகக் கண்டுபிடிக்கப்பட்ட யோசனையை மொழியியல் அறிஞர்கள் அங்கீகரிக்கவில்லை. இந்தோ - கங்கைச் சமவெளியில் பேசப்பட்டு வந்த பல இந்தோ - ஐரோப்பிய மொழிகளில் சமஸ்கிருதமும், இந்தியும் அடங்கும். அடுத்து தென்னிந்தியாவில் பேசப்பட்டு வருகிற தமிழ், தெலுங்கு, கன்னடம், மலையாளம் போன்ற மொழிகள் திராவிட மொழிகள் ஆகும். கிழக்கிலும் வடகிழக்கிலும் பேசப்பட்டு வருகிற சில மொழிகள் சீன-திபெத்திய மொழிக் குடும்பத்தைச் சேர்ந்ததாகும்.

அப்படியென்றால் இந்திய மொழி என்ன என்பது பற்றி நாம் ஆச்சரியமடையக்கூடும். இது இன்றைக்கு இந்திய அரசியல் எல்லைக்குள் பேசப்பட்டு வருகிற மொழியில் ஒன்றா? அப்படியென்றால் ஆங்கிலமும் இந்திய மொழியில் ஒன்று எனக் கணக்கிடப்படும். இன்றைக்கு இந்தியா என அழைக்கப்படும் பகுதிக்குள் தோன்றிய ஒரு மொழியா? அப்படியென்றால், மத்திய ஆசியாவில் தோன்றிய சமஸ்கிருதத்திற்கு அந்தத் தகுதியில்லை. இந்தியாவிலேயே தோன்றி, இந்தியாவிலேயே பேசப்படும் மொழியா? என்றால் ஆங்கிலம், சமஸ்கிருதம் இரண்டுமே தூக்கியெறியப்படும்.

மூன்று மொழிக் கொள்கை என்பது அரசியல்தானே தவிர அது ஒருபோதும் கல்விக் கொள்கை சார்ந்தது இல்லை. அது அரசியல் ரீதியிலான முடிவு என்பதால் அதற்கான எதிர்வினையும் ஆழமான அரசியல் சார்ந்ததாகவே இருக்கிறது. அதனால்தான் இந்தி எதிர்ப்புப் போராட்ட வரலாற்றைக் கொண்ட தமிழ்நாடு இந்த சமீபத்திய பிரதியான மூன்று மொழிக் கொள்கையையும் எதிர்க்கிறது.

அட்டவணை 11: ஆரம்பப்பள்ளிகளில் பயிற்றுவிக்கும் மொழி

மொழி	*வீட்டில் பேசும் மொழியே பயிற்றுவிக்கும் மொழி (%)*	*பயிற்றுவிக்கும் மொழி ஆங்கிலம் (%)*
இந்தி	60	38
அஸ்ஸாமி	74	24
பெங்காலி	75	18
போடோ	23	23
குஜராத்தி	71	27
கன்னடம்	42	53

மொழி	*வீட்டில் பேசும் மொழியே பயிற்றுவிக்கும் மொழி (%)*	*பயிற்றுவிக்கும் மொழி ஆங்கிலம் (%)*
மலையாளம்	19	81
மணிப்புரி	18	68
மராத்தி	55	43
நேப்பாளி	2	75
ஒடியா	81	17
பஞ்சாபி	20	78
தமிழ்	9	91
தெலுங்கு	17	80
உருது	6	82

குறிப்பு: அதே மொழியை பயிற்றுவிக்கும் மொழியாகக் கொண்ட ஒரு சதவீதத்திற்கும் அதிகமான வருகைப்பதிவுக் கொண்ட மொழிகள் மட்டுமே எடுத்துக் கொள்ளப்பட்டது. இதனால், சமஸ்கிருதம், கொங்கணி, டோக்ரி, காஷ்மீரி போன்ற மொழிகள் விடுபட்டிருக்கின்றன.

ஆதாரம்: *NSS அறிக்கை எண். 585: ஹவுஸ்ஹோல்ட் சோஷியல் கன்ஸம்ஷன் ஆன் எஜூகேஷன் இன் இண்டியா, என்எஸ்எஸ் 75வது சுற்று, ஜூலை 2017-ஜூன் 2018,* புள்ளியியல் மற்றும் திட்ட அமலாக்க அமைச்சகம், தேசிய புள்ளியியல் அலுவலகம்.

இந்தப் புதிய தேசியக் கல்விக் கொள்கையில் இன்னொரு ஆழமான பிரச்சனை என்னவெனில், பள்ளிப்பாடங்களை மாணவர்கள் ஆங்கிலத்தில் இல்லாமல் தாய் மொழியிலேயே கற்க வேண்டும் என்பதாகும். தென் இந்தியாவில் பெரும்பாலான குழந்தைகள் ஆங்கிலத்தைத் தங்களது பயிற்றுவிக்கும் மொழியாகத் தெரிவு செய்திருக்கின்றனர் (பார்க்க அட்டவணை 11). ஆங்கிலம் என்பது உலகளாவிய ஒரு மொழியாக இருப்பதால் அதில்தான் அறிவுசார்ந்த விஷயங்களில் முதலில் பகிரப்படும். எனவே அதிகமான மொத்த சேர்க்கை விகிதம் கொண்ட மாநிலங்களுக்கு அதுவே விருப்பமானத் தெரிவாக இருக்கும். இதில் குறிப்பிடத்தக்கது என்னவெனில், இந்த மாநிலங்கள் எல்லாம் இந்தி பேசாத மாநிலங்களாக இருப்பதுதான். மூன்று மொழிக் கொள்கையைத் திணிப்பதன் மூலம் பயிற்றுவிக்கும் மொழியாக ஆங்கிலத்தை அனுமதிக்காதபட்சத்தில் குழந்தைகளால் ஆங்கிலத்தை சரளமாக உபயோகிக்க முடியாது. இது இந்தி பேசாத மக்களை மனதளவில் முடக்குவதோடு காலப்போக்கில் ஆங்கிலத்துக்குப் பதிலாக இந்தியை ஆதிக்க மொழியாகவும், இணைப்பு மொழியாகவும் கொண்டுவர அரசு செய்யும் முயற்சியாகப் பார்க்கப்படுகிறது.

நடைமுறை வாழ்க்கையில் பல நூற்றாண்டுகளாக இறந்த மொழி எனக் கருதப்பட்டு வருகிற சமஸ்கிருதத்தை தேசிய கல்விக் கொள்கையில் வானளாவப் புகழப்பட்டிருப்பதோடு அதைக் கற்றுக் கொள்ள வேண்டுமென வலியுறுத்துவது இந்தோ-ஐரோப்பிய மொழி பேசாத இந்தியாவின் பல மாநிலங்களில் வசித்து வருபவர்களுக்கும், இந்து அல்லாத மற்ற மதத்தினருக்கும் இன்னொரு பிரச்சனையாகும்.

கீழே கொடுக்கப்பட்ட ஏதாவது ஒரு காரணத்துக்காக மக்கள் புதிய மொழியைக் கற்று கொள்வார்கள். அவை, அதைக் கற்றுக் கொள்வதால் பொருளாதார ரீதியில் நன்மை, அல்லது குறிப்பிட மொழி பேசும் மக்களின் அனுபவத்தைத் தெரிந்த கொள்ள வேண்டுமெனில் அந்த மொழியின் இலக்கியம் மூலம் தெரிந்து கொள்வது, அல்லது அதி நவீன ஆராய்ச்சி நடக்கும் மொழியாக இருப்பது. சமஸ்கிருதம் இது எதிலுமே சேராதது. இதனால் தேசிய கல்விக் கொள்கையில் இதை வலியுறுத்துவது பிரச்சனைக்குத்தான் வழி வகுக்கும்.

இந்திய அரசு வெளியிட்ட 2018-19 ஆம் ஆண்டு பொருளாதார ஆய்வறிக்கையின் படி நிதி அமைச்சகம் உள்நாட்டு உற்பத்தி வருமானத்தில் 3.1 சதவீதத்தைக் கல்விக்கு ஒதுக்கியிருக்கிறது. இது மாநில அரசுகளுக்கும் மத்திய அரசுக்கும் சேர்த்து ஒதுக்கப்பட்ட நிதியாகும். உலகின் முன்னணி நாடுகளுடன், ஏன் சிக்கலில் இருக்கும் சில நாடுகளுடன் ஒப்பிடும் போது கூட இது மிகவும் குறைந்த சதவீதமாகும்

கல்வி சம்பந்தமாக ஆதரவு அளிப்பதாக (ஸ்பான்சர்) ஒன்றிய அரசு அறிவித்திருக்கும் திட்டங்களில் கூட மாநில அரசுக்கான செலவைப் பற்றி குறிப்பிட்டிருக்கிறது. இந்தியாவில் வரி வசூலிப்பு முறையைக் கருத்தில் கொள்ளுபோது அது மத்திய அரசுக்குச் சாதகமாகவும், செலவு என்பது மாநில அரசுகளுக்குப் பாதகமாகவும் இருக்கும்பட்சத்தில் மாநில அரசுகளின் நிதி நிலைமை திருப்திகரமாக இல்லை. இவை எல்லாவாற்றையும் கருத்தில் கொள்ளும்பட்சத்தில், மையப்படுத்தப்பட்ட கல்விக் கொள்கையை மாநிலங்கள் ஏற்றுக் கொள்வதற்கு ஒன்றிய அரசானது வரி வருமானத்தை மாநிலங்களிடையே பகிர்ந்து கொடுப்பதை ஒரு பேரமாக மாற்றியிருக்கிறது.

பல நோக்கங்களுக்காக மக்கள் கல்வியைத் தொடர்வார்கள். பொதுவாக, அவர்கள் அந்தஸ்து அல்லது பணத்தை அல்லது இரண்டையும் எதிர்பார்ப்பார்கள். சில வேளைகளில் ஒரு குறிப்பிட்ட நோக்கத்தை அடைவதற்கு விஷய ஞானத்தை பெற படிப்பதுண்டு. விஷய ஞானத்துக்கு மட்டுமே படிப்பதென்பது மிகவும் அரிதான

ஒன்றாகும். தனிப்பட்ட நபர்கள் எந்த நோக்கத்திற்காகப் படிக்க வேண்டுமென நினைத்தாலும் தாராளவாத சமூகமானது பொதுவாக அனைவரும் அணுகக்கூடிய அளவுக்கு கல்வியைப் பரவலாக்குவதை நோக்கமாகக் கொண்டிருக்கும். தனிப்பட்ட நபர்களின் நோக்கம் என்னவாக இருந்தாலும் கல்வியைப் பரவலாக்குவது என்பது நல்லவொரு செயலாகும்.

வரிசைப்படுத்தி, வடிகட்டி சிறந்தவர்களை மட்டும் தேர்ந்தெடுப்பதை விட தாராளவாத சமூகத்தில் கல்வியைப் பரவலாக்குவதன் மூலம் சிறப்பான நிலையை அடைய நல்லதொரு வேலைசெய்யும். சில சமூகங்களில் வடிகட்டி சிறந்தவர்களை மட்டும் தேர்ந்தெடுத்து உயரிய இடங்களுக்கு அனுப்பி வைப்பார்கள். இது குறுகிய நோக்கமுடையதாக இருந்தாலும் கூட இதுவும் ஒரு தெரிவுதான். இப்போது இந்தியாவில் தொடர்ந்து நடைபெற்று வரும் மையப்படுத்தலினால் மாநிலத்தில் யார் எந்த நிலையில் இருக்கிறார்கள், அவர்கள் யார், அவர்களுக்கு என்ன தேவை என்பதை அறிந்து அதற்கேற்ப தெரிவு செய்யும் மாநிலத்தின் உரிமை பறிக்கப்படுகிறது. உயர்கல்விக்கு தேசிய தரப்படுத்தப்பட்ட சோதனை சட்டக அமைப்பே அனைத்து சேர்க்கைகளுக்கும் அடிப்படையாக இருக்க வேண்டும் என மத்திய அரசு விரும்புவது எந்த அளவுக்கு உண்மையோ அது போலவே அடிப்படைப் பள்ளி அமைப்புகளிலும் NEP மற்றும் முதன்மைத் திட்டங்கள் மூலம் பள்ளிக் கல்வியையும் மையப்படுத்த முயல்கிறது.

பகுதி 3

பொருளாதாரம்

இது இன்னும் முட்டாள்தனமான பொருளாதாரம்தான்!

இந்தியாவின் மாநிலங்கள் ஒன்றுக்கொன்று முற்றிலும் வேறுபட்டவையாகும். இந்தியாவின் பணக்கார மாநிலங்களில் ஹரியானாவும் ஒன்று. இது பீஹாரை விட ஆறு மடங்கு செல்வம் கொண்டதாகும். சுதந்திரம் அடைந்த சில ஆண்டுகளுக்குப் பிறகு, தனிநபர் வருமான அடிப்படையில் கணக்கிட்டபோது மற்ற மாநிலங்களை விட மேற்கு வங்காளம் மற்றப் பெரிய மாநிலங்களை விட பணக்கார மாநிலமாக இருந்தது. மஹாராஷ்டிரா, பஞ்சாப், குஜராத் மாநிலங்கள் எல்லாம் இதற்குப் பின்னால் இருந்தன. ஆனால் கடந்த அறுபதாண்டுகளில், மேற்கு வங்கம் தனது முதல் இடத்தை இழந்து இன்றைக்கு இந்திய தரத்தின்படியே குறைந்த வருமானம் கொண்ட மாநிலமாக சரிந்திருக்கிறது. மேலே கொடுக்கப்பட்டிருக்கும் பட்டியலில் இருக்கும் மற்ற அதிக வருமானம் உள்ள மாநிலங்கள் ஏறக்குறைய அதே இடத்தில் நிலையாக இருக்கின்றன. இருந்தபோதிலும் பணக்கார மாநிலத்துக்கும் ஏழை மாநிலத்துக்கும் இடையிலான இடைவெளி அதிகரித்திருக்கிறது. 2018-19 ஆம் ஆண்டில் இந்தியாவின் முதல் பத்து பணக்கார மாநிலங்கள் பட்டியலில் தென்னிந்தியாவில் இருக்கும் ஐந்து மாநிலங்களும் இடம்பெற்றிருப்பது ஆச்சரியமில்லை.

இந்தியா சுதந்திரம் அடைந்தபோது காலப்போக்கில் பல மாநிலங்களின் பொருளாதார வளர்ச்சியும், தனிநபர் வருமானமும் ஓர் இடத்தில் இணையும் என எதிர்பார்க்கப்பட்டது. தொழில்துறை சார்ந்த திட்டமிடலில் மையமான அணுகுமுறையை மேற்கொள்வதற்வான

பல அணுகுமுறைகளில் இந்த கருதுகோளும் ஒன்றாக இருந்தது. ஆனால் பல பொருளாதார ஆய்வாளர்கள் பொருளாதார ரீதியாக வேறுபட்டு இருக்கும் மாநிலங்கள் ஒரு நிலையான நிலைமையில் ஒன்றிணைய முடியாது எனக் கூறி வருகின்றனர்.1 ஆனால் அவை வெவ்வேறு 'நிலையான' நிலையில் ஒன்றிணைகின்றன. அதாவது, ஏழை மாநிலங்கள் மற்ற ஏழை மாநிலங்களுடனும், பணக்கார மாநிலம் மற்ற பணக்கார மாநிலங்களுடனும் இணைகின்றன. ஓரளவுக்கு நல்ல நிலையில் இருக்கும் மாநிலங்கள் பணக்கார மாநிலங்களை விட சிறப்பாக செயலாற்றியிருக்கின்றன. தரவுகளின்படி, இது மாநில அளவிலான கொள்கை உருவாக்கத்தாலும், செயல்படுத்தலினாலும்தான் சாத்தியம் ஆனது எனத் தெரிய வருகிறது.

இந்தத் தருணத்தில் சிறிதே பின்னோக்கிச் சென்று சில முக்கியமான கேள்விகளைக் கேட்டுக் கொள்வது உபயோகமாக இருக்கும்: இந்தியாவில் ஒரு மாநிலம் பணக்கார மாநிலமாக எதைக் கொண்டு அறியப்படுகிறது? ஒப்பீட்டளவில் அதிக தனிநபர் வருமானம் கொண்ட மாநிலத்தில் ஒருவர் பிறப்பதற்கான வாய்ப்பு இருந்தால் அவர் வாழ்க்கையில் நல்ல நிலையில் இருப்பாரா? உதாரணமாக, குஜராத்தில் பிறந்தால்? அல்லது பொருளாதார வாய்ப்புகளை மட்டும் ஒரு அளவுகோலாகக் கொண்டாலும் கூட மற்ற அளவீடுகளையும் கருத்தில் கொள்ள வேண்டுமா? ஏன் பணக்கார மாநிலம் பணக்கார மாநிலமாகவே இருக்கிறது, ஏழை மாநிலம் ஏழையாகவே இருக்கிறது? ஒவ்வொரு மாநிலத்தின் பொருளாதார வளர்ச்சியிலும் ஒன்றிய அரசின் பங்கு என்ன? அதனுடைய கொள்கையினால் ஏதேனும் விளைவு உண்டா?

மாநிலங்கள் அதனுடைய குடிமக்களின் செழிப்பான வாழ்வுக்கு என்ன செய்ய வேண்டும்? அவைகளால் என்ன செய்ய இயலும், அவை நினைப்பதைச் செய்து இலக்கை அடைவதற்கு கூட்டாட்சி அமைப்பில் இடம் இருக்கிறதா?

விவசாயம்: இந்தியாவின் துயரங்களுக்கான மூலாதாரம்

இந்தியா சுதந்திரம் அடைந்தபோது நாட்டின் பொருளாதாரத்தில் முக்கிய பங்கு வகித்தது விவசாயமாக இருந்தாலும் இன்றைக்கும் அது பல காரணங்களினால் அதிக உற்பத்தித்திறன் இல்லாத குறைவான விளைச்சலைக் கொண்ட பொருளாதார நடவடிக்கையாகவே இருந்து வருகிறது. இருப்பினும், இந்தியாவில் இன்றைக்கு அதிகமான மக்கள் ஈடுபட்டிருக்கும் தொழிலாக இது

இருக்கிறது. வாழ்வாதார விவசாயமானது நீண்ட காலமாகவே வறுமைக்கான மூலமாகவும் அறிகுறியாகவும் இருந்து வருகிறது. ஆகையால் இந்தியாவிலும் வளர்ந்து வரும் பெரும்பாலான நாடுகளிலும் பொருளாதார முன்னேற்றம் என்பது மக்கள் விவசாயத்திலிருந்து உற்பத்தித் துறைக்கும் சேவைத் துறைக்கும் செல்வதோடு தொடர்பு கொண்டிருக்கிறது.

சொல்லப் போனால், கடந்த அரை நூற்றாண்டு காலமாக எந்தவொரு நாடும் உணவுக்கானப் பயிரை வளர்த்து பணக்கார நாடாக ஆனதாகத் தெரியவில்லை. மிகவும் வளர்ந்த நாடுகளின் ஜிடிபி-யில் விவசாயத்தின் பங்கு ஐந்து சதவீதம் தான். விவசாயத்தில் தண்ணீர் அதிகம் தேவைப்படும் பயிர்களான நெல், கோதுமை, கரும்பு ஆகியவற்றில் அதிக கவனம் செலுத்துவதால் அது இந்தியாவின் சுற்றுச்சூழலுக்கும் பாதிப்பை ஏற்படுத்துகிறது. இந்தப் பயிர்களுக்கு குறைந்தபட்ச ஆதரவு விலை இருப்பதால் தண்ணீர் குறைவாகத் தேவைப்படும் மற்ற பயிர்களைக் காட்டிலும் இதைப் பயிர் செய்வதற்கு அவர்கள் ஊக்குவிக்கப்படுகிறார்கள். நாட்டில் பயிர் விளைச்சலில் பன்முகத்தன்மை இல்லை என்பதால் பூச்சிக் கொல்லியை அதிகமாக சார்ந்திருக்க வேண்டியிருக்கிறது. ஏற்கனவே தண்ணீர் பற்றாக்குறை உள்ள நாட்டில் மோசமான விவசாய நடைமுறைகள் அதை பாலைவனமாக்குகிறது.

பல்வேறு மாநிலங்களின் பொருளாதாரத்தைப் புரிந்து கொள்ள வேண்டுமெனில் ஒரு குறிப்பிட்ட மாநிலத்தில் ஒவ்வொரு துறையின் பங்களிப்பு என்ன என்பதைத் தெரிந்து கொள்ள வேண்டும். மாநிலத்தின் மொத்த உள்நாட்டு உற்பத்தியில் (Gross State Domestic Product) விவசாயத்தின் பங்கு எவ்வளவு என்பதைத் தெரிந்து கொள்வது அம்மாநிலத்தின் முன்னேற்றத்தைத் தெரிந்து கொள்ள உதவியாக இருக்கும்.

ஒரு மாநிலத்தின் ஜிஎஸ்டிபி-யில் விவசாயத்தின் பங்களிப்புக் குறைவாக இருந்தால் அம்மாநிலம் தொழில்மயமாக்கல் மற்றும் நவீனமயமாக்கலை நோக்கிப் பயணித்துக் கொண்டிருக்கிறது என அனுமானித்துக் கொள்ளலாம். இதனால் அந்த மாநிலத்தில் விவசாய உற்பத்தி குறைவாக இருக்கும் என்று அர்த்தமில்லை மாறாக மற்ற துறைகளின் பங்களிப்பு அதிகமாக இருக்கிறது என்று அர்த்தமாகும்.

மனித வள மேம்பாட்டில் நன்றாகவும் ஒப்பீட்டளவில் சிறப்பாக இருக்கும் மாநிலத்தையும் எடுத்துக் கொண்டால் அந்த மாநிலத்தின் மொத்த உற்பத்தியில் விவசாயத்தின் பங்களிப்புக் குறைவாக இருப்பதைத் தெரிந்து கொள்ள முடியும் (பார்க்க அட்டவணை 1) உதாரணமாக, தமிழ்நாட்டின் மொத்த உற்பத்தியில் விவசாயத்தின் பங்கு 3.91 சதவீதமாகும். பெரிய மாநிலங்களோடு ஒப்பிடும் போது இது மிகவும் குறைவான பங்களிப்பாகும். இதற்கு அடுத்தபடியாக கேரளா (4.07 சதவீதம்). மற்ற தீபகற்ப மாநிலங்களான தெலுங்கானா, மஹாராஷ்டிரா, கர்நாடாக போன்றவையும் மிகவும் குறைவான விகிதாச்சாரத்தையேக் கொண்டிருக்கின்றன. தென்னிந்தியாவில் இருக்கும் மாநிலங்களில் ஆந்திரப்பிரதேசம் மட்டுந்தான் இரட்டை இலக்க பங்களிப்பை அதாவது 11.5 சதவீதத்தைக் கொண்டிருக்கிறது.

அட்டவணை 1: மாநில உள்நாட்டு மொத்த உற்பத்தியில் விவசாயத்தின் பங்கு

2018-19 ஆம் ஆண்டு விவசாயம் மூலமும் மொத்த மாநில உள்நாடு உற்பத்தி மூலமும் சேர்க்கப்பட்ட மொத்த மாநில மதிப்பின் விகிதம். நிலையான விலையில். அடிப்படை ஆண்டு 2011-12

மாநிலம்	*ஜிஎஸ்டிபி-க்கும் விவசாயத்துக்குமான விகிதாச்சாரம்*
தமிழ்நாடு	4
கேரளா	4
தெலுங்கானா	5
மஹாராஷ்டிரா	5
கர்நாடகா	5
இமாச்சலப் பிரதேசம்	6
ஜார்கண்ட்	6
குஜராத்	6
ஒடிசா	7
ஹரியானா	8
சத்தீஸ்கர்	10
பீஹார்	11

மாநிலம்	*ஜிஎஸ்டிபி-க்கும் விவசாயத்துக்குமான விகிதாச்சாரம்*
ஆந்திரப் பிரதேசம்	11
ராஜஸ்தான்	12
அஸ்ஸாம்	12
மேற்கு வங்காளம்	12
உத்தரப் பிரதேசம்	13
பஞ்சாப்	13
மத்தியப் பிரதேசம்	21

ஆதாரம்: ஹாண்ட்புக் ஆ.்.ப் ஸ்டாடிஸ்டிக்ஸ் ஆன் இண்டியன் ஸ்டேட்ஸ் 2019-20, இந்திய ரிசர்வ் வங்கி.

மனிதவள குறியீட்டிலும், தனிநபர் வருமானத்திலும் குறைவான குறியீட்டைக் கொண்டிருக்கும் மாநிலங்களின் மொத்த உற்பத்தியில் விவசாயத்தின் பங்கு குறிப்பிடத்தக்க அளவுக்கு இருக்கும். இதற்கு பஞ்சாப் விதிவிலக்காகும். ஒப்பீட்டளவில் இது பணக்கார மாநிலம் என்பதோடு மனிதவள மேம்பாட்டு குறியீட்டிலும் ஓரளவுக்கு நல்ல நிலையிலும் பொருளாதார நடவடிக்கைகளில் விவசாயத்தை அதிகமாகவும் சார்ந்திருக்கிறது. பஞ்சாப்பின் மொத்த உற்பத்தில் விவசாயத்தின் பங்களிப்பு 13.27 சதவீதமாகும். இந்த மாநிலத்தில் ஒரு ஹெக்டேருக்கு அதிகமான விளைச்சலும் இருப்பதால் மற்ற மாநிலங்களை விட விவசாயம் இங்கு நல்ல ஒரு தொழிலாக இருக்கிறது.

உலகளாவிய அளவில் விவசாயம் என்பது குறைந்த வருவாய் ஈட்டும் தொழிலாக இருந்து வருகிறது. ஆனால் இந்தியாவில் அதிகமான மக்கள் குறைவான நிலப்பரப்பில் விவசாயம் செய்வதால் விளைச்சல் என்பது உலக சராசரியை விடக் குறைவாக இருப்பது இத்தொழிலில் இருக்கும் இன்னொரு சிக்கலாகும்.

அட்டவணை 2: நெல் உற்பத்தி, 2017-18

மாநிலம்	*நெல் உற்பத்தி (கிலோ/ஹெக்டேர்)*
மேற்கு வங்காளம்	2,926
பஞ்சாப்	4,366

மாநிலம்	*நெல் உற்பத்தி (கிலோ/ ஹெக்டேர்)*
உத்தரப் பிரதேசம்	2,283
ஆந்திரப் பிரதேசம்	2,792
பீஹார்	2,409
தமிழ்நாடு	3,923
ஒடிசா	1,765
தெலுங்கானா	3,176
அஸ்ஸாம்	2,107
சத்தீஸ்கர்	1,256
ஹரியானா	3,181
மத்தியப் பிரதேசம்	2,026

ஆதாரம்; *அக்ரிகல்ச்சுரல் ஸ்டாடிஸ்டிக்ஸ் அட் எ க்ளான்ஸ் (Agricultural Statistics at a Glance) 2018,* பொருளாதாரம் மற்றும் புள்ளியியல் இயக்குநரகம், வேளாண்மை, கூட்டுறவு மற்றும் விவசாயிகள் நலத் துறை, வேளாண்மை மற்றும் விவசாயிகள் நல அமைச்சகம்

நெல் விளைச்சலை எடுத்துக் கொள்வோம். உலகளவில் சராசரியாக ஒரு ஹெக்டேருக்கான நெல் விளைச்சல் 4.25 மெட்ரிக் டன் ஆகும். பஞ்சாப் மட்டும் தான் உலகளாவிய சராசரியை (பார்க்க அட்டவணை 2) விட சிறிது அதிகமாக ஹெக்டேருக்கு 4.3 மெட்ரிக் டன் விளைச்சலைக் கொண்டிருக்கிறது. இதற்கு அடுத்தபடியாக 3.9 மெட்ரிக் டன்னுடன் தமிழ்நாடு இருக்கிறது. உலகளவில் சராசரி விளைச்சலுடன் ஒப்பிடும்போது மத்தியப்பிரதேசம், ஒடிசா, சத்தீஸ்கர் போன்ற மாநிலங்களின் விளைச்சல் மிகவும் குறைவான அளவிலேயே இருக்கிறது. புவியியல் ரீதியில் வளமான கங்கைச் சமவெளிப் பகுதியில் இருந்தபோதும் கூட உத்தரப்பிரதேசம், பீஹார் ஆகிய மாநிலங்களில் விளைச்சல் அதிகமில்லை.

அட்டவணை 3: கோதுமை உற்பத்தி, 2017-18

மாநிலம்	*கோதுமை உற்பத்தி (கிலோ/ ஹெக்டேர்)*
உத்தரப் பிரதேசம்	3,269
பஞ்சாப்	5,090

மாநிலம்	*கோதுமை உற்பத்தி (கிலோ/ ஹெக்டேர்)*
மத்தியப் பிரதேசம்	2,993
ஹரியானா	4,412
ராஜஸ்தான்	3,270
பீஹார்	2,816
குஜராத்	2,932
மஹாராஷ்டிரா	1,761
உத்ராகண்ட்	2,727
இமாச்சலப் பிரதேசம்	1,734

ஆதாரம்: வேளாண்மை மற்றும் விவசாயிகள் நல அமைச்சகம், இந்திய அரசு

கோதுமை உற்பத்தி தொடர்பான தரவு கூட நெல் உற்பத்தி போன்ற ஒரு நிலையையே கொண்டிருக்கிறது (பார்க்க அட்டவணை 3). பஞ்சாப் மட்டும் தான் உலகளாவிய சராசரியான ஹெக்டேருக்கு 4.63 மெட்ரிக் டன் என்கிற அளவுக்கும் அதிகமாக 5.09 மெட்ரிக் டன் விளைச்சலைக் கொண்டிருக்கிறது. இதற்கு அடுத்தபடியாக ஹரியானா 4.4 மெட்ரிக் டன்னோடும் மற்ற மாநிலங்கள் எல்லாம் மிகவும் குறைவான விளைச்சலையேக் கொண்டிருக்கின்றன. சோளம் உற்பத்தியில் உலகளாவிய சராசரிக்கும் மேலாக தமிழ்நாடு ஹெக்டேருக்கு 7.7 மெட்ரிக் டன்னும், ஆந்திரப்பிரதேசம் 6.8 மெட்ரிக் டன் விளைச்சலையும் கொண்டிருக்கிறது. மற்ற மாநிலங்கள் எல்லாம் குறைவான விளைச்சலுடன் பின்தங்கி இருக்கின்றன (பார்க்க அட்டவணை 4). கரும்பு உற்பத்தியில் மட்டும் உலகளவிலான சராசரியை விட அதிக விளைச்சலை பெரும்பாலான மாநிலங்கள் கொண்டிருக்கின்றன (பார்க்க அட்டவணை 5). இங்கு குறிப்பிடப்பட்டிருக்கும் பயிர்வகைகள் குறைவான விளைச்சலைத் தருவதோடு அதிகமாகத் தண்ணீர் தேவைப்படுபவை ஆகும். தொடர்ந்து தண்ணீரின் அளவு குறைந்து கொண்டு வரும் தண்ணீர் பற்றாக்குறை உள்ள நாட்டில் இது மோசமான பொருளாதாரம் மட்டுமல்லாமல் மோசமான சுற்றுச்சூழல் தெரிவுமாகும்.

அட்டவணை 4: சோளம் உற்பத்தி, 2017-18

மாநிலம்	*சோளம் உற்பத்தி (கிலோ/ ஹெக்டேர்)*
கர்நாடகா	2,755
மஹாராஷ்டிரா	3,062
மத்தியப் பிரதேசம்	2,615
தமிழ்நாடு	7,744
தெலுங்கானா	4,061
பீஹார்	3,623
ஆந்திரப் பிரதேசம்	6,851
ராஜஸ்தான்	1,884
உத்தரப் பிரதேசம்	1,981
மேற்கு வங்காளம்	4,805

ஆதாரம்: வேளாண்மை மற்றும் விவசாயிகள் நல அமைச்சகம், இந்திய அரசு

அட்டவணை 5: கரும்பு உற்பத்தி, 2017-18

மாநிலம்	*கரும்பு உற்பத்தி (கிலோ/ ஹெக்டேர்)*
உத்தரப் பிரதேசம்	79,255
மஹாராஷ்டிரா	92,166
கர்நாடகா	80,751
தமிழ்நாடு	92,002
பீஹார்	59,202
குஜராத்	66,220
ஹரியானா	84,500
பஞ்சாப்	83,583
ஆந்திரப் பிரதேசம்	80,283
உத்ராகண்ட்	70,044
மத்தியப் பிரதேசம்	55,408
தெலுங்கானா	73,086

ஆதாரம்: வேளாண்மை மற்றும் விவசாயிகள் நல அமைச்சகம். இந்திய அரசு

அட்டவணை 6: கிராமக் குடும்பங்களில் விவசாயக் குடும்பங்கள்

மாநிலம்	*கிராமத்தினரில் விவசாயக் குடும்பங்கள் (%)*
ஆந்திரப் பிரதேசம்	42
அஸ்ஸாம்	65
பீஹார்	51
சத்தீஸ்கர்	68
குஜராத்	67
ஹரியானா	61
இமாச்சலப் பிரதேசம்	67
ஜார்கண்ட்	60
கர்நாடகா	55
கேரளா	27
மத்தியப்பிரதேசம்	71
மஹாராஷ்டிரா	57
ஒடிசா	58
பஞ்சாப்	51
ராஜஸ்தான்	78
தமிழ்நாடு	35
தெலுங்கானா	52
உத்தரப் பிரதேசம்	75
மேற்கு வங்காளம்	45

ஆதாரம்: அசெஸ்மெண்ட் சர்வே ஆ.:ப் அக்ரிகல்ச்சுரல் ஹவுஸ்ஹோல்டஸ், ஜனவரி - டிசம்பர் 2013, என்எஸ்எஸ் 70வது சுற்று, தேசிய மாதிரி ஆய்வு அமைப்பு, புள்ளியியல் மற்றும் திட்ட அமலாக்க அமைச்சகம் (MOSPI), 2013.

மாநிலத்தின் மொத்த உற்பத்தியில் விவசாயம் அதிகமான அளவுக்கு பங்களிக்கக்கூடிய மாநிலங்களில் கூட பயிர்களின் விளைச்சல் குறைவாகவே இருக்கிறது. மறுபடியும் பஞ்சாப் இதற்கு விதிவிலக்கான மாநிலமாகும். அதாவது, ஏழ்மையாக இருக்கும் மாநிலங்களின் பொருளாதாரம் அதிக அளவில் விவசாயத்தைச் சார்ந்திருப்பதோடு - போதுமான அளவுக்கு தொழில்மயமாக்கப்படவில்லை என்பதையும் இது சுட்டிக்

காட்டுகிறது - இதனுடைய சராசரி விளைச்சல் அளவும் உலகளவில் மிகவும் குறைவான ஒன்றாகவே இருக்கிறது. இவர்களின் வறுமை குறைந்த விளைச்சலுக்கு காரணமாக இருக்கிறது. இதன் விளைவாக மக்கள் இன்னும் ஏழ்மையில் இருக்கிறார்கள்.

இந்த மோசமான சுழற்சியை முறியடிக்க வேண்டுமெனில் விவசாயத்தைச் சார்ந்து இருப்பதை குறைத்துக் கொண்டு பெரும்பாலான மக்களை அதிக மதிப்பு கொண்ட பொருளாதார நடவடிக்கைகளில் ஈடுபடுத்த வேண்டும். அப்படி செல்ல வேண்டுமென நினைப்பவர்கள் தொழில்மயமாக்கப்பட்ட பொருளாதாரத்தில் வேலை கிடைப்பதற்கு ஏற்ற கல்வியைப் பெற்றிருக்க வேண்டும். இதன் விளைவாக, சுகாதாரம், கல்வி, குழந்தைகளின் ஆரம்பகால வளர்ச்சி ஆகியவற்றிற்கு முதலீடு தேவைப்படும். இதற்கு கொள்கை உருவாக்கம் தேவைப்படும் ஆனால் அதன் பலன் ஒரு தலைமுறைக்குப் பிறகுதான் தெரியவரும். இந்தோ-கங்கைச் சமவெளியில் பரவிக்கிடக்கும் மாநிலங்களில் எந்தவொரு அரசியல்வாதியும் இந்த வகையான கால அளவில் வேலை செய்வதாகத் தெரியவில்லை.

இந்தச் சூழலில் ஒரு உபயோகமான தரவைப் பார்ப்பது முக்கியமாகும். குறிப்பாக, ஒவ்வொரு மாநிலத்தின் மொத்த உற்பத்தியிலும் விவசாயத்தின் பங்களிப்புக் கொடுக்கப்பட்டிருக்கும் நிலையில் அந்த மாநிலங்களில் கிராமங்களில் வசிக்கும் குடும்பத்தினரில் விவசாயக் குடும்பங்கள் என வகைப்படுத்தப்பட்டக் குடும்பங்கள் என்பதைப் பார்க்கலாம் (பார்க்க அட்டவணை 6)

விரிவான போக்கின்படி, கிராமங்களில் வசிக்கும் குடும்பத்தினரில் கேரளாவில் 27 சதவீதமும், தமிழ்நாட்டில் 35 சதவீத குடும்பங்களும் விவசாயத்தில் ஈடுபட்டுள்ளதாகத் தெரிய வந்துள்ளது. இது மற்ற மாநிலங்களுடன் ஒப்பிடும்போது குறைவான அளவாகும் (பார்க்க அட்டவணை 6). கேரளா, தமிழ்நாடு பொருளாதாரத்தைப் பொருத்தவரையில் விவசாயம் ஒரு சிறிய பகுதி என்பதோடு கிராம மக்களில் சிலரே விவசாயத்தைச் சார்ந்து இருக்கின்றனர். தீபகற்ப இந்தியாவின் பெரும்பகுதியிலும் கூட இப்படித்தான் - மற்ற மாநிலங்களை விட தீபகற்ப இந்தியப் பகுதியிலிருக்கும் மாநிலங்களில் விவசாயத்தைச் சார்ந்து இருப்பவர்கள் குறைவு, ஆனாலும் விவசாய உற்பத்தி அதிகம்.

இதற்கு மாறாக, மத்தியப் பிரதேசம், உத்தரப் பிரதேசம், ராஜஸ்தான் ஆகிய மாநிலங்களின் கிராமங்களில் 70

சதவீதத்துக்கும் மேலான குடும்பத்தினர் விவசாயம் சார்ந்து இருப்பதாக வகைப்படுத்தப்பட்டு இருக்கிறார்கள். இந்த மாநிலங்களில் விளைச்சலும் குறைவு, மாநில மொத்த உற்பத்தியில் விவசாயத்தின் பங்கும் அதிகமாக இருக்கிறது. ஆகையால், வேலையைப் பொருத்தவரையில் விவசாயம் என்பது இறுதிப் புகலிடமாக இருக்கிறது என்று புரிந்து கொள்ள முடிகிறது.

விவசாயத்தைக் குறைவாகச் சார்ந்திருக்கும் மாநிலங்களில் நகரமயமாக்கல் அதிகமாக இருக்கிறது. அல்லது விவசாயத்தை அதிகமாக சார்ந்திருக்கும் மாநிலங்களில் நகரமயமாக்கம் குறைவாக இருக்கிறது. விவசாயத்தைச் சார்ந்திருக்கும் மாநிலங்களில் கிராமப்புறத்தில் வசிக்கும் மக்களில் அதிகாமானோர் விவசாயம் சார்ந்த வேலையில் ஈடுபட்டிருப்பதோடு அந்த மாநிலங்களில் கிராமப்புற மக்களின் எண்ணிக்கையும் அதிமாகும்.

அட்டவணை 7 ; நகர்புற மக்கள்தொகை (மக்கள்தொகை கணக்கெடுப்பு, 2011)

மாநிலம்	*2011 (%)*
ஆந்திரப் பிரதேசம்	33
அஸ்ஸாம்	14
பீஹார்	11
சத்தீஸ்கர்	23
குஜராத்	43
ஹரியானா	35
இமச்சாலப் பிரதேசம்	10
ஜார்கண்ட்	24
கர்நாடகா	39
கேரளா	48
மத்தியப் பிரதேசம்	28
மஹாராஷ்டிரா	45
ஒடிசா	17
பஞ்சாப்	37
ராஜஸ்தான்	25

மாநிலம்	*2011 (%)*
தமிழ்நாடு	48
உத்தரப் பிரதேசம்	22
மேற்கு வங்காளம்	32

ஆதாரம்: மக்கள்தொகைக் கணக்கெடுப்பு 2011, மக்கள்தொகைக் கணக்கெடுப்பு பிரிவு, தலைமைப் பதிவாளர் மற்றும் மக்கள்தொகை கணக்கெடுப்பு ஆணையர் அலுவலகம், உள்துறை அமைச்சகம்.

இந்தியாவின் மிகப் பெரிய கிராமப்புற மாநிலமான பீஹாரில் 11.29 சதவீதமான மக்கள்தான் நகர்ப்புறங்களில் வசிப்பதாக வகைப்படுத்தப்பட்டு இருக்கிறது. 200 மில்லியன் மக்கள்தொகை கொண்ட உத்தரப் பிரதேசத்தில் 22 சதவீத மக்கள்தான் நகர்புறத்தில் வாழ்ந்து வருவதாகக் குறிப்பிடப்பட்டு இருக்கிறது (பார்க்க அட்டவணை 2011 ஆம் ஆண்டு மக்கள்தொகைக் கணக்கெடுப்பின்படி, தமிழ்நாட்டில் 48.4 சதவீத மக்கள் நகர்ப்புறத்தில் வசித்து வருவதாக வகைப்படுத்தப்பட்டு இருக்கிறது. இது அதிகமாக நகர்மயமக்காப்பட்ட பெரிய மாநிலமாக திகழ்கிறது; கேரளா 47.7 சதவீதத்துடன் இதைப் பின் தொடர்கிறது. இந்தப் போக்கானது 2021 ஆம் ஆண்டு மக்கள்தொகைக் கணக்கெடுப்புத் தரவு வெளியிடப்படும்போது மேலும் அதிகரிக்க வாய்ப்புள்ளது.

தென்னிந்திய மாநிலங்களில் குறைவான மக்களே கிராமப்புறங்களில் வசித்து வருகிறார்கள். அப்படி வசித்து வந்தாலும் அவர்களில் விவசாயத்தை நம்பி இருப்பவர்களின் எண்ணிக்கை குறைவாகும். இரண்டு தென்னிந்திய மாநிலங்களைளுக்கு பிறகு வரும் மஹாராஷ்டிராவும் சுகாதாரம், கல்வியில் ஒப்பீட்டளவில் நல்ல நிலையில் இருக்கும் மாநிலமாகும். அந்த மாநிலத்திலும் நகர்புறத்தில் வசிப்பவர்களின் எண்ணிக்கை சுமார் 45.22 சதவீதமாகும்.

இதற்கு மாறாக, அதிக மக்கள் தொகை கொண்ட மாநிலங்களான உத்தரப் பிரதேசத்திலும் பீஹாரிலும் அதிகமான மக்கள் கிராமங்களில் வசிப்பதாக வகைப்படுத்தப்பட்டிருப்பதோடு அவர்களில் பெரும்பாலனவர்கள் விவசாய வேலை செய்பவர்கள் என வகைப்படுத்தப்பட்டிருக்கிறது. எண்ணிக்கையின் அடிப்படையில் பார்த்தாலும் இந்த மாநிலங்களில் விவசாயத்தைச் சார்ந்திருப்பவர்களின் எண்ணிக்கை அதிகமாகும். இன்னொரு

வழியாகப் பார்க்கலாம், உத்தரப் பிரதேசத்தின் மக்கள்தொகை தமிழ்நாட்டு மக்கள்தொகையை விட ஏறக்குறைய மூன்று மடங்கு அதிகமாகும், ஆனால் அங்குள்ள கிராமங்களில் விவசாயத்தைச் சார்ந்து இருக்கும் குடும்பங்களின் எண்ணிக்கை தென் மாநிலத்தை விட பத்து மடங்கு இருக்கிறது. அல்லது தென் மாநிலங்களில் வசிப்பவர்களை விட உத்தரப் பிரதேசத்தில் வசிப்பவர்கள் விவசாயத்தைச் சார்ந்து இருபதற்கான வாய்ப்பு மூன்று மடங்கு அதிகமாக இருக்கிறது எனவும் புரிந்து கொள்ளலாம்.

இந்தியாவின் வேலையின்மை நெருக்கடி: பத்தொன்பதாம் நூற்றாண்டின் குழியில் இருபத்தொன்றாம் நூற்றாண்டின் துளை

விவசாயம் என்பது இந்தியாவின் பொருளாதாரத்தில் மிகப் பெரியத் துறையாக இருந்தாலும் அது உற்பத்தித்திறன் அதிகமில்லாததோடு மாநிலமெங்கும் சமமற்ற உற்பத்தியையும் கொண்டிருக்கிறது. இத்துறையில் அதிகமானவர்கள் வேலை பார்த்தாலும் உற்பத்திக் குறைவாக இருப்பதோடு சுற்றுச்சூழலுக்கும் பாதகமாக இருக்கிறது. பொருளாதாரத்தின் மற்றத் துறைகளில் உள்ள வேலைகள் இந்தியாவின் பொருளாதார வளர்ச்சிக்கு மிகவும் முக்கியமானதாகும். ஆனால் இந்த 21 ஆம் நூற்றாண்டின் பெரும்பகுதியில் இந்தியா அந்தத் துறைகளிலும் இருக்கும் வேலை நெருக்கடியின் மத்தியில் இருந்து வருகிறது.

இந்த வேலை நெருக்கடியின் முதல் கட்டத்தை பிரபலமான ஊடகங்கள் 'வேலையில்லாத வளர்ச்சி' என இந்த நிகழ்வைக் குறிப்பிட்டன. அரசு தரப்பிலும் கூட மேனாள் பிரதம மந்திரியான டாக்டர் மன்மோகன் சிங் பதவியில் இருக்கும்போதே இந்த சொற்றொடரை உபயோகப்படுத்தினார். அதிலிருந்து, பொருளாதார வளர்ச்சியும் குறைய ஆரம்பித்தது மக்கள்தொகை பெருக்கத்துக்கு இணையாகக் கூட வேலை வாய்ப்பில் வளர்ச்சி இருக்கவில்லை. ஏற்கனவே இருந்து வரும் வேலையின்மை, தகுதிக்கு குறைவான வேலை என்கிற நிலையிலிருக்கும் வளர்ந்து வரும் நாட்டில் முந்தைய தசாப்தங்களில் வேலையிழப்பும் ஏற்பட்டன.

2018-19 ஆம் ஆண்டு காலமுறை தொழிலாளர் கணக்கெடுப்பு ஆய்வின்படி (Periodic Labour Force Survey - PLFS) நாம் தொழிலாளர்களை

எப்படி கணக்கிடுகிறோம் என்பதைப் பொறுத்து 2011-12 ஆண்டு முதல் 2017-18 ஆம் ஆண்டு வரையிலான ஆறு ஆண்டு கால அளவில் 10 மில்லியனிலிருந்து 14 மில்லியன் வேலைகள் உருவாக்கப்பட்டன.2 ஆனால், ஒவ்வொரு வருடமும் வேலையில் சேர்வதற்கான தகுதியோடு 12.5 மில்லியன் கல்லூரிப் பட்டதாரிகள் உருவாகுகிறார்கள். இது தவிர கல்லூரிச் செல்லாமல் வேலையில் சேர்வதற்கு தகுதியானவர்களின் எண்ணிக்கை இதை விட நான்கு மடங்காகும். அதாவது, வேலைவாய்ப்புத் தேவை என்பதோடு ஒப்பிடும்போது இது குறைந்த சதவீதம் தான்.

இன்னும் மக்கள்தொகை வளர்ந்து கொண்டிருக்கும் நாட்டில் இது ஒரு அபாயகரமான நிலையாகும். முந்தைய ஆண்டுகளை விட வேலையில் சேர்வதற்கான நபர்கள் இந்தியாவில் ஒவ்வொரு ஆண்டும் குறிப்பிடத்தக்க அளவுக்கு அதிகரித்துக் கொண்டே வருகிறார்கள். இதற்கும் கூடுதலாக, அனைவருக்கும் முழுவதுமாக வேலை தரக்கூடிய அளவுக்குப் பொருளாதாரம் இல்லை; இதனால் ஏற்கனவே வேலையில் இருப்பவர்கள் கூட போதுமான அளவுக்கு வேலையில் ஈடுபடவில்லை.

இந்தியாவின் சிறிய நகரங்களின் ஊடாக பயணம் செய்யக்கூடிய யாரும் இந்த விஷயங்களைப் பார்க்கலாம்: வேலைவாய்ப்பின்றி ஏராளமான இளைஞர்கள் இருக்கிறார்கள். எந்த சமூகத்திலாவது வன்முறை அல்லது புரட்சி ஏற்பட்டது என்றால் அங்கெல்லாம் பொதுவாக இருக்கும் காரணிகளில் இதுவும் ஒன்றாக இருக்கும். இது காலத்தால் மாறுபட்டாலும் பிரெஞ்சுப் புரட்சிக்கும் அரபு வசந்த (Arab Spring) எழுச்சிக்கும் இது தான் காரணம். இந்தியா இந்த விஷயத்தில் பெரிதாக எதுவும் செய்யவில்லையென்றால் இந்த மாதிரி எழுச்சிகளுக்கான வாய்ப்புகள் காத்துக் கொண்டிருக்கின்றன.

அட்டவணை 8: தொழிலாளர் பங்கேற்பு விகிதம் (Labour Force Participation Rate - LFPR), 2018-19

மாநிலம்	*மொத்தம் (%)*	*பெண்கள் (%)*
ஆந்திரப் பிரதேசம்	64	45
அஸ்ஸாம்	49	14
பீஹார்	41	5

மாநிலம்	*மொத்தம் (%)*	*பெண்கள் (%)*
சத்தீஸ்கர்	67	52
குஜராத்	55	24
ஹரியானா	55	17
இமாச்சலப் பிரதேசம்	72	64
ஜம்மு காஷ்மீர்	59	36
ஜார்கண்ட்	51	23
கர்நாடகா	57	28
கேரளா	55	35
மத்தியப் பிரதேசம்	57	30
மஹாராஷ்டிரா	58	35
ஒடிசா	55	27
பஞ்சாப்	52	21
ராஜஸ்தான்	57	34
தமிழ்நாடு	60	40
தெலுங்கானா	60	42
உத்தரப் பிரதேசம்	44	14
மேற்கு வங்காளம்	55	24

குறிப்பு; 15-29 வயதினருக்கான வழக்கமான நிலைமைப்படி (PS+SS) மொத்த எண்ணிக்கை (கிராமப்புறம் + நகர்ப்புறம் இணைந்தது).
ஆதாரம்: வருடாந்திர அறிக்கை, காலமுறை தொழிலாளர் கணக்கெடுப்பு (PLFS) ஜூலை 2018 - ஜூன் 2019, புள்ளியியல் மற்றும் திட்ட அமலாக்க அமைச்சகம், தேசிய புள்ளியியல் அலுவலகம்.

மாநிலம் முழுவதும் உள்ள ஒட்டு மொத்தமான சூழ்நிலையை LFPR கொடுக்கிறது (பார்க்க அட்டவணை 8). பணியாளர்கள் பெரும்பாலும் 15 வயதிலிருந்து 60 வயதுக்குள் இருப்பார்கள் என்பது மக்கள்தொகை ஆய்வாளர்களின் அனுமானம் ஆகும். இருப்பினும் எல்லோரும் வேலை தேடுவதில்லை. முழுமையான பணியாளர்கள் எண்ணிக்கைக்கும் வேலை தேடுவோருக்குமான விகிதச்சாரம்தான் LFPR என அறியப்படுகிறது.

பீஹார், உத்தரப் பிரதேசம் ஆகிய மாநிலங்களின் மக்கள்தொகையும், மொத்த கருவுறுதல் விகிதமும் அதிகம் இருந்தாலும் குறைவான தொழிலாளர் பங்கேற்பு விகிதத்தையேக் கொண்டிருக்கிறது. இருப்பினும், ஆச்சரியப்படும் வகையில்

பணக்கார, அதிக அளவில் நகரமயமாக்கப்பட்ட மாநிலங்களை விடக் குறைவான வேலையின்மை நிலையே இருக்கிறது. இந்த மாநிலங்களில் மக்கள்தொகை அதிகமிருந்தாலும் கூட சிலர் மட்டுந்தான் வேலையில் இருக்கிறார்கள் ஆனாலும் இவர்கள் தங்களை வேலையற்றவர்கள் என அழைத்துக் கொள்வதில்லை. இந்த மாநிலத்தில் இருக்கும் இளைஞர்கள் வேலை செய்யாததோடு வேலை தேடுவதும் இல்லை.

அட்டவணை 9: மாநிலம்வாரியாக தொழிலாளர்கள், 2017-18

மாநிலம்	*தொழிலாளர்கள்*
ஆந்திரப் பிரதேசம்	486,646
அஸ்ஸாம்	180,489
பீஹார்	104,057
சத்தீஸ்கர்	147,310
குஜராத்	1,403,204
ஹரியானா	674,373
இமாச்சலப் பிரதேசம்	146,633
ஜார்கண்ட்	153,026
கர்நாடகா	828,689
கேரளா	241,789
மத்தியப் பிரதேசம்	281,063
மஹாராஷ்டிரா	1,414,565
ஒடிசா	229,036
பஞ்சாப்	569,266
ராஜஸ்தான்	432,434
தமிழ்நாடு	2,095,223
தெலுங்கானா	669,220
உத்தரப் பிரதேசம்	839,121
மேற்கு வங்காளம்	516,740

ஆதாரம்: தொழில்துறைகளின் வருடாந்திர கணக்கெடுப்பு (Annual Survey of Industries - ASI) 2017-18, மத்திய புள்ளியியல் அலுவலகம் (தொழில்துறை புள்ளியியல் பிரிவு), புள்ளியியல் மற்றும் திட்ட அமலாக்க அமைச்சகம்.

அட்டவணை 10; மாநிலம்வாரியாக ஈடுபட்டுள்ள மொத்த நபர்கள், 2017-18.

மாநிலம்	*ஈடுபட்டுள்ள நபர்கள்*
ஆந்திரப் பிரதேசம்	597,292
அஸ்ஸாம்	217,155
பீஹார்	121,772
சத்தீஸ்கர்	185,805
குஜராத்	1,826,748
ஹரியானா	858,313
இமாச்சலப் பிரதேசம்	205,781
ஜார்கண்ட்	192,282
கர்நாடகா	1,065,346
கேரளா	310,326
மத்தியப் பிரதேசம்	378,022
மஹாராஷ்டிரா	2,007,794
ஒடிசா	279,496
பஞ்சாப்	708,232
ராஜஸ்தான்	556,103
தமிழ்நாடு	2,523,483
தெலுங்கானா	794,520
உத்தரப் பிரதேசம்	1,070,841
மேற்கு வங்காளம்	663,751

ஆதாரம்: தொழில்துறைகளின் வருடாந்திர கணக்கெடுப்பு (ASI) 2017-18, மத்திய புள்ளியியல் அலுவலகம் (தொழில்துறை புள்ளியியல் பிரிவு), புள்ளியியல் மற்றும் திட்ட அமலாக்க அமைச்சகம்.

தொழில்மயமான மாநிலங்களான மஹாராஷ்டிரா, தமிழ்நாடு, குஜராத் போன்ற மாநிலங்களைக் கருத்தில் கொள்வோம். இந்த மாநிலங்களின் மொத்த உற்பத்தியில் விவசாயத்தின் பங்கு குறைவாக இருப்பதால் இயல்பாகவே உற்பத்தி, சேவைகள், தொழில்துறை ஆகியவை அந்தந்த மாநில மொத்த உற்பத்திக்குப் பங்களிக்கும் கலவையைக் கொண்டிருக்கிறது. இந்தத் துறைகள், குறிப்பாக உற்பத்தியும் தொழிற்துறையும் விவசாயத்தை விட அதிக

உற்பத்தித்திறன் கொண்டிருப்பதால் பொருளாதாரத்தில் இதனுடைய பங்கு விவசாயத்தை விட அதிகமாக இருக்கும் என்பதோடு மிகவும் குறைந்த அளவிலேயே பணியாளர்களைக் கொண்டிருக்கும்.

அட்டவணை 11: மொத்த மாநில உற்பத்தியில் உற்பத்தித் துறையின் விகிதாச்சாரம்

மாநிலம்	*மொத்த மாநில உற்பத்தியில் உற்பத்தித் துறையின் விகிதம் (%)*
குஜராத்	32.6
இமாச்சலப் பிரதேசம்	29.9
தமிழ்நாடு	22.0
ஹரியானா	21.0
ஒடிசா	20.5
மஹாராஷ்டிரா	20.3
ஜார்கண்ட்	19.8
கர்நாடகா	16.5
உத்தரப் பிரதேசம்	16.3
அஸ்ஸாம்	15.3
சத்தீஸ்கர்	14.5
மேற்கு வங்காளம்	14.4
பஞ்சாப்	13.7
தெலுங்கானா	12.3
கேரளா	11.8
ராஜஸ்தான்	11.8
மத்தியப் பிரதேசம்	11.1
ஆந்திரப் பிரதேசம்	10.3
பீஹார்	8.8

குறிப்பு: 2018-19க்கான உற்பத்தியோடு மொத்த மாநில உள்நாட்டு உற்பத்தியும் சேர்க்கப்பட்ட மொத்த மாநில மதிப்பின் விகிதம். நிலையான விலையில். அடிப்படை ஆண்டு 2011-12.

ஆதாரம்: ஹாண்ட்புக் ஆஃப் ஸ்டாடிஸ்டிக்ஸ் ஆன் இண்டியன் ஸ்டேட்ஸ் *(Handbook of Statistics on Indian States 2019-20)* இந்திய ரிசர்வ் வங்கி.

வாழ்வாதார விவசாயத்திலிருந்து விலகி நடுத்தர வருமானப் பிரிவுக்குள் இடம் பெற வேண்டுமெனில் பூமிக்கடியில் எண்ணெய் வளம் இல்லாத நாடுகளில் உற்பத்திதான் வழியாகும். பொருளாதார நிபுணர்களின் கோட்பாடு என்னவெனில், இப்போது விவசாயத்தில் ஈடுபட்டிருக்கும் அதிகப் பணியாளர்களுக்குத் தேவையான வேலை வாய்ப்பை உற்பத்தித் துறைமட்டுந்தான் போதுமான அளவுக்கு உருவாக்க முடியும். இது இப்போது வழக்கமான ஒரு ஞானமாகும். மாநிலத்தின் மொத்த உற்பத்தியில் உற்பத்தித் துறையின் ஒட்டு மொத்தப் பங்களிப்பு என்ன என்பதை கண்காணிப்பது உபயோகமான ஓர் அளவீடாக இருக்கும்.

இந்த விஷயத்தில் மாநிலங்கள் நன்கு செயல்பட்டன என்றால் அது நன்கு வருமானம் அளிக்கக்கூடிய உற்பத்தித் துறை சார்ந்த வேலைகளை உருவாக்குவதோடு அதிகமான மக்களை நடுத்தர வருமானப் பிரிவுக்குள் கொண்டு செல்லும். இதை விட முக்கியமான அளவீட்டு தொகுதிகள் என்னவெனில், ஒவ்வொரு மாநிலத்திலும் இருக்கும் தொழிற்சாலைகளும் அவற்றில் வேலை பார்ப்பவர்களின் எண்ணிக்கையும் ஆகும். ஒரு பெரிய நிறுவனத்தைச் சேர்ந்த தனிப்பட்ட தானியங்கும் தொழிற்சாலை அல்லது எண்ணைய் சுத்திகரிப்பு ஆலை அதிக மதிப்புள்ள பொருளை உற்பத்தி செய்து மாநிலத்தின் மொத்த உற்பத்திக்கு பெரும்பங்கு அளிக்கக்கூடும். ஆனால் பல சிறு தொழிற்சாலைகள் மூலம் உருவாகும் பணியிடங்கள் அளவுக்கு இதனால் உருவாக்க முடியாது.

மத்திய ரிசர்வ் வங்கியின் 2017-18 ஆம் ஆண்டு அறிக்கையின்படி, மாநில மொத்த உற்பத்தியில் உற்பத்தித் துறையின் பங்களிப்பு அதிகமாக இருக்கும் மாநிலங்களின் பட்டியலில் குஜராத் 32.59 சதவீதத்துடன் முன்னணியில் இருக்கிறது (பார்க்க அட்டவணை 11). தமிழ்நாடு 22 சதவீதத்தோடு இரண்டாவது இடத்தில் இருப்பதோடு குஜராத்தில் இருக்கும் 26,586 தொழிற்சாலைகளை விட இங்கு 37,787 தொழிற்சாலைகள் இருக்கின்றன (பார்க்க அட்டவணை 12)>

அட்டவணை 12: மாநிலம் வாரியான தொழிற்சாலைகளின் எண்ணிக்கை, 2017-18

மாநிலம்	*தொழிற்சாலைகள் எண்ணிக்கை*
ஆந்திரப் பிரதேசம்	16,296
அஸ்ஸாம்	4,538

மாநிலம்	*தொழிற்சாலைகள் எண்ணிக்கை*
பிஹார்	3,461
சதீஸ்கர்	3,352
குஜராத்	26,586
ஹரியானா	8,891
இமாச்சலப் பிரதேசம்	2,671
ஜார்கண்ட்	2,866
கர்நாடகா	13,518
கேரளா	7,649
மத்தியப் பிரதேசம்	4,533
மஹாராஷ்டிரம்	26,393
ஒடிசா	3,066
பஞ்சாப்	12,726
ராஜஸ்தான்	9,212
தமிழ்நாடு	37,787
தெலுங்கானா	15,263
உத்தரப் பிரதேசம்	15,830
மேற்கு வங்காளம்	9,534

ஆதாரம்: தொழில்துறைகளின் வருடாந்திர கணக்கெடுப்பு (ASI) 2017-18, புள்ளியியல் மற்றும் திட்ட அமலாக்க அமைச்சகம்.

இதன் விளைவாக, எந்தவொரு மாநிலத்தோடு ஒப்பிடும் போது தமிழ்நாட்டில் அதிக எண்ணிக்கையிலான அதாவது, சுமார் 20 லட்சத்துக்கும் மேலான தொழிலாளர்கள் வேலை செய்கிறார்கள், மஹாராஷ்டிராவிலும் குஜராத்திலும் ஏறக்குறைய சம எண்ணிக்கையிலான தொழிற்சாலைகளும், சம எண்ணிக்கையிலான தொழிலாளர்களும் வேலை செய்து வருகின்றனர் (துலா சுமார் 1.4 மில்லியன்).

உற்பத்தித்துறை அல்லது வேறு துறைகளில் எப்படி வேலைகள் உருவாக்கப்படுகின்றன என்பதற்கான இன்னொரு கணக்கீடு என்னவெனில் விவசாயம் மற்றும் விவசாயம் அல்லாத துறைகளில் தொழிலாளர்களின் தேவை எப்படி அவர்களது ஊதியத்தில் பிரதிபலிக்கிறது என்பதாகும். திறமை வாய்ந்த, பகுதியளவில் திறமை

வாய்ந்த தொழிலாளர்களுக்கு உண்மையிலேயே கிராக்கி இருந்தால் பகுதியளவில் திறமை வாய்ந்த தொழிலாளர்களுக்கான ஊதியம் அதிகமாக இருக்கும். இந்த இரண்டு வகையான தொழிலாளர்களுக்கும் கேரளாவில்தான் ஊதியம் அதிகம் (பார்க்க அட்டவணைகள் 13, 14)

அட்டவணை 13; கிராமப்புற இந்தியாவில் ஆண் தொழிலாளருக்கான சராசரி ஊதியம் (விவசாயம் சாராத தொழிலாளர்கள்), 2019-20

மாநிலம்	*சராசரி தின ஊதியம் (ரூ)*
ஆந்திரப் பிரதேசம்	291
அஸ்ஸாம்	264
பீஹார்	267
குஜராத்	234
ஹரியானா	376
இமாச்சலப் பிரதேசம்	343
கர்நாடகா	264
கேரளா	670
மத்தியப் பிரதேசம்	206
மஹாராஷ்டிரா	240
ஒடிசா	241
பஞ்சாப்	332
ராஜஸ்தான்	313
தமிழ்நாடு	438
உத்தரப் பிரதேசம்	272
மேற்கு வங்காளம்	291

ஆதாரம்: இந்தியன் லேபர் ஜர்னல், தொழிலாளர் செயலகம், தொழிலாளர் மற்றும் வேலைவாய்ப்பு அமைச்சகம், 2020

இருப்பினும், கேரளா ஒருவித 'டச் நோயால் (Dutch Disease)'3 பாதிக்கப்பட்டிருக்கிறது என்பது அனைவரின் ஒருமித்தக் கருத்தாகும். கேரளாவின் பொருளாதாரமும், செலவின முறையும் வெளிநாட்டிலிருந்து அதிகமாக பணம் அனுப்பதலின் தாக்கத்தால் திசைதிருப்பப்படுகின்றது எனப் பொருளாதார நிபுணர்கள் நீண்ட

அட்டவணை 14; கிராமப்புற இந்தியாவில் ஆண் தொழிலாளருக்கான சராசரி ஊதியம் (பொது விவசாயத் தொழிலாளர்கள்), 2019-20

மாநிலம்	*சராசரி தின ஊதியம் (ரூ)*
ஆந்திரப் பிரதேசம்	301
அஸ்ஸாம்	252
பீஹார்	257
குஜராத்	208
ஹரியானா	392
இமாச்சலப் பிரதேசம்	418
கர்நாடகா	292
கேரளா	701
மத்தியப் பிரதேசம்	198
மஹாராஷ்டிரா	231
ஒடிசா	232
பஞ்சாப்	349
ராஜஸ்தான்	298
தமிழ்நாடு	410
உத்தரப் பிரதேசம்	258
மேற்கு வங்காளம்	267

ஆதாரம்: இந்தியன் லேபர் ஜர்னல், தொழிலாளர் செயலகம், தொழிலாளர் மற்றும் வேலைவாய்ப்பு அமைச்சகம், 2020

காலமாகவே கருதி வருகின்றனர். அதோடு திறமையற்ற, பகுதியளவில் திறமை வாய்ந்த தொழிலாளர்களின் ஊதியத்திலும் பணவீக்கத்தைக் காட்டுகிறது. இது உண்மையாக இருக்கலாம் என்பதற்கு சாத்தியம் இருக்கிறது கேரளாவின் உற்பத்தி குறைவு என்பதோடு தொழிற்சாலை உற்பத்தியில் ஈடுபட்டிருக்கும் மக்களின் எண்ணிக்கையும் குறைவாகும். ஆனாலும் ஊதியம் மிகவும் அதிகமாக இருக்கிறது.

விவசாயம் சாராத தொழிலாளர்களுக்கு அதிகமாக ஊதியம் கொடுக்கும் அடுத்த மாநிலம் தமிழ்நாடாகும். ஆனால் இது டச் நோயால் பாதிக்கப்படவில்லை. அது அதிகமான

தொழிற்சாலைகளைக் கொண்டிருப்பதோடு அதிகமான நபர்களையும் வேலைக்கு அமர்த்தியிருக்கிறது. எனவே அவர்கள் நேரடியாக தொழிற்சாலைப் பணியில் இல்லையென்றாலும் கூட மாநிலத்தின் தொழில்மயமாக்கலினால் தொழிலாளர்கள் ஓரளவுக்காவது பயனடைவார்கள்.

மாநிலம் வாரியான விவசாயத் தொழிலாளர்களுக்கான ஊதியம் இதே மாதிரியைத் தான் பின்பற்றியிருக்கிறது. மலைப்பாங்கான மாநிலமான இமாச்சலப் பிரதேசம் தமிநாட்டுக்கும் கேரளாவுக்கும் இடையில் இரண்டாவது நிலையில் இருக்கிறது. இந்த ஊதியம் சம்பந்தமான விஷயத்தில் மிகவும் நன்றாக தொழில்மயமாக்கப்பட்ட மாநிலங்களாக இருக்கும் மகாராஷ்டிராவிலும் குஜராத்திலும் சராசரி தினக் கூலி மற்ற மாநிலங்களுடன் ஒப்பிடும்போது மிகவும் .

2019-20 ஆம் ஆண்டில் குஜராத்திலிருக்கும் கிராமத்தில் விவசாயம் சாராத தொழிலாளர்கள் நாளொன்றுக்கு ரூ 233 கூலியாகப் பெற்றார்கள். மஹாராஷ்டிராவில் இது ரூ 240 ஆக இருந்தது. தொழில்மயமாக்கலில் இவற்றோடு ஒப்பிடக்கூடிய அளவில் உள்ள மாநிலம் தமிழ்நாடாகும். அங்கு குஜராத்தில் வழங்கப்படும் ஊதியத்தை விட இரு மடங்காக ரூ 438 வழங்கப்படுகிறது.

இந்த மேற்கிந்திய மாநிலங்களில் இது சாத்தியம் தான் ஏனெனில் இங்கு ஓரளவுக்கு நவீனமயமான உற்பத்தி வசதிகள் இருப்பதால் குறைவான நபர்களை வேலைக்கு அமர்த்தி அதிகமாக உற்பத்தி செய்ய முடிவதோடு வெகுஜனங்களுக்கான ஊதிய விகிதத்தில் எந்தவிதமாக தாக்கத்தையும் ஏற்படுத்துவதில்லை. பகுதியளவில் திறமை கொண்ட தொழிலாளர்களுக்கு தென்மாநிலங்களில் தேவை அதிகம் என்பதும் சாத்தியமான ஒன்றாகும். ஒருவேளை அதிகமான சமூகப் பாதுகாப்பு இருப்பதன் விளைவாகக்கூட தென் மாநிலங்களில் தொழிலாளர்களுக்கு நியாயமான நல்ல ஊதியம் இருக்கக்கூடும். இந்த இரண்டு மாநிலத் தொகுதிகளுக்கிடையே (மஹாராஷ்டிரா, குஜராத் vs தமிழ்நாடு) கிராமம் என்பதற்கான வகைப்பாட்டையும் ஒப்பிட முடியாது.

மேலும், கேரளாவிலும் தமிழ்நாட்டிலும் மாற்று கருவுறுதல் விகிதமானது ஒரு தலைமுறைக்கும் மேலாகவே குறைந்த விகிதத்தில் இருந்து வருவதால் தொழிலாளர்களின்

எண்ணிக்கையும் அந்த அளவுக்குக் குறைவாக இருக்கிறது. மாநிலங்களுக்கிடையே ஊதியத்தில் இடைவெளி இருப்பதற்கான விளக்கம் மேலே சொல்லப்பட்டக் காரணங்களோடு கருத்தில் கொள்ளப்படாத வேறு பல காரணங்களும் இருக்கின்றன.

காரணங்கள் எதுவாக இருந்தாலும், தமிழர் ஒருவர் அவருடைய மாநிலத்திலேயே தொழிற்சாலையில் வேலையில் சேர்வதற்கு மட்டுமல்லாமல் தொழிற்சாலைக்கு வெளியேயும் அதிக சம்பளத்தில் வேலைக்குச் சேர்வதற்கு சிறந்த வாய்ப்புகள் இருக்கின்றன. தமிழ்நாட்டில் குறைந்த ஊதியத்தில் வேலைக்குத் தொழிலாளர்கள் கிடைக்கவில்லை என வேலைக்கு ஆள் எடுக்கும் முதலாளிகள் கூறி வந்ததை உறுதி செய்வது போல இது இருக்கிறது. ஊதியமானது இன்னும் அதிகமாக இருக்க வேண்டும் என்பது தொழிலாளர்களின் பார்வையாக இருக்கிறது. இது ஒரு சுழற்சி ஆகும்.

இதில் சிக்கலான காரணி என்னவெனில், இந்தியாவின் பெரும்பாலான மாநிலங்களில் இருக்கும் தொழிலாளர்களில் பெண் தொழிலாளர்களின் எண்ணிக்கை மிகவும் குறைவாக இருப்பதாகும். தொழிலாளர்களில் பெண்களின் அதிக பங்களிப்பை நாடுவதற்கான ஒரு வெளிப்படையான காரணம் சமூகத்தின் ஒட்டுமொத்த உற்பத்தித்திறனை மேம்படுத்துவதாகும். இதை விட அடிப்படையான காரணம் தனிப்பட்ட முறையில் கிடைக்கும் நிறைவாகும் - பெண் ஒருவர் தன்னுடைய பொருளாதாரத் தேவையை உணர்ந்து செயல்படும் போது ஒரு நிறைவான வாழ்க்கையை வாழ வாய்ப்பிருக்கிறது. ஊதியம் பெறும் வேலை தனிப்பட்ட சாதனை, கௌரவம், சுயமதிப்பு ஆகியவற்றை உருவாக்குகிறது.

பெண்களுக்கான எழுத்தறிவும் கல்வியும் அதிக விகிதத்தில் இருக்கும் சமத்துவ சமுதாயத்தில் அதிகமான எண்ணிக்கையில் பெண்கள் வேலைக்குச் செல்வதும் ஓர் அம்சமாகும். பெண்கள் தொழிலாளர்கள் குழுவில் பங்கெடுப்பது ஊதியத்துடன் தொடர்புடையதாக இருக்கிறது எனத் தெரிகிறது. அதிக அளவில் ஊதியம் வழங்கும் மாநிலங்களில் இரண்டாவதாக இருக்கும் இமாச்சலப் பிரதேசத்தில் அதிக அளவிலான தொழிலாளர்களில் பெண்களின் பங்களிப்பு விகிதம் (LFPR) அதிகமாகும்.

தென் மாநிலங்களோடு ஒப்பிடுகையில் இந்த மாநிலம் பெண்களின் எழுத்தறிவிலும் நன்றாக செயல்பட்டிருக்கிறது.

இதற்கு மாறாக, இந்தியாவிலேயே பெண்களுக்கான எழுத்தறிவு மோசமாக இருக்கும் மாநிலமான பீஹாரில் தொழிலாளர்களில் பெண்களின் பங்களிப்பு விகிதம் 4.5 சதவீதம் தான். வேலை பார்க்கும் வயதில் இருக்கும் 100 பெண்களில் 5 பேருக்கும் குறைவானவர்கள் மட்டுமே வேலை பார்த்து வந்தார்கள் எனில் அந்த சமுதாயம் வளமுள்ளதாக மாற வழியில்லை.

கருவுறுதல் விகிதம்: பொருளாதார வளர்ச்சி மீதான வரி

இந்தியச் சூழலில் பொருளாதார வளர்ச்சியும் உண்மையான வளமும் ஒருபோதும் ஒத்தவை அல்ல. அதிமான மக்கள்தொகை கொண்ட சில மாநிலங்களில் மக்கள்தொகை வளர்ச்சியும் அதிகமாக இருக்கிறது. இது மாற்று கருவுறுதல் விகிதாசாரத்தில் அதிகமாக (above-replacement level ferlity rates) இருக்கும் இந்தோ-கங்கைச் சமவெளியில் இருக்கும் பெரும்பாலான மாநிலங்களைப்

படம் 1: தனிநபர் மொத்த மாநில உள்நாட்டு உற்பத்தி (தனிநபர் நிகர மாநில உள்நாட்டு உற்பத்தி வளர்ச்சி vs நிகர மாநில உள்நாட்டு உற்பத்தி வளர்ச்சி)

குறிப்பு: தனிநபர் என் எஸ் டி பி, 2018-19, நிலையான விலை, அடிப்படை ஆண்டு 2011-12

ஆதாரம்: Directorate of Economics and Statistics of respective stare governments.

பொருத்தவரையில் உண்மையாகும். சில மாநிலங்கள் நிலையான மக்கள்தொகையைக் கொண்டுள்ளது. அந்த மாநிலங்களில் பொருளாதார வளர்ச்சி எப்படி தனிநபரைப் பாதிக்குமோ அப்படி பாதிக்கிறது.

எடுத்துக்காட்டாக, உத்தரப்பிரதேச மாநிலம் 2018-19 ஆண்டு அதன் நிகர மாநில உள்நாட்டு உற்பத்தியில் (National State Domestic Product) 5.38 சதவீதம் வளர்ச்சியடைந்திருக்கிறது. இருப்பினும், பொருளாதாரம் 5.38 சதவீதம் வளர்ந்திருந்தாலும் இதனுடைய தனி நபர் நிகர மாநில உள்நாட்டு உற்பத்தி 3.79 சதவீதம்தான் வளர்ந்திருக்கிறது. அதாவது, மாநிலமானது மொத்த வளர்ச்சியோடு ஒப்பிடும்போது தனி நபர் வளர்ச்சியில் 2 சதவீத அளவுக்கு இழப்பு ஏற்பட்டிருக்கிறது. (பார்க்க படம் 1)

இதோடு ஒப்பிடும் போது, அதே ஆண்டில் தமிழ்நாட்டின் நிகர மாநில மொத்த உள்நாட்டு உற்பத்தி 7.92 சதவீதமாக இருந்த வேளையில் தனி நபர் வளர்ச்சி 7.45 சதவீதமாக இருந்தது - அல்லது, மாநிலமானது அதன் ஒட்டு மொத்த வளர்ச்சியை பெரும்பாலும் தனி நபர் வளர்ச்சியின் மூலமாகவும் அடைந்திருக்கிறது.

வேறு வார்த்தைகளில் கூறுவதெனில், உத்தரப்பிரதேசமானது அதனுடைய வளர்ச்சியில் 2 சதவீதத்தை அதனுடைய அதிக மக்கள்தொகை வளர்ச்சிக்கு/பெருக்கத்துக்கு 'அபராத'மாக செலுத்துகிறது. ஆனால் இதற்கு மாறாக, தென்மாநிலங்களில் எல்லாம் மாற்று கருவுறுதல் விகிதம் தலைமுறையாகக் குறைவாக இருப்பதால் மக்கள்தொகை நிலையாக இருந்து வருகிறது. இதனால் அதனுடைய பொருளாதார வளர்ச்சியை அடைந்திருக்கிறது.

தனிநபர் நிகர மாநில மொத்த உற்பத்தி ஆதாயத்தை நிகர மாநில மொத்த உற்பத்தியின் வளர்ச்சிக்கு எதிராகக் (படம் 1) குறிக்கும்போது மஹாராஷ்டிரா, இமாச்சலப்பிரதேசத்துடன் அனைத்துத் தென் மாநிலங்களும் நேர்மறையான மிச்சத்தை வைத்திருக்கின்றன. அதாவது, இந்தியாவில் இருக்கும் மற்ற மாநிலங்களைப் போல் அல்லாமல் இவற்றின் தனி நபர் வளர்ச்சியானது ஒட்டு மொத்த வளர்ச்சியை விட அதிகமாகும். அதிகமான நேர்மறை மிச்சத்தைக் கொண்டுள்ள மாநிலம் அல்லது தனிநபர் பொருளாதார வளர்ச்சியில் குறைவான அபராதத்தைக் கொண்ட மாநிலம் தமிழ்நாடு ஆகும்.

இதை நெருக்கமாகத் தொடரும் மாநிலங்கள் கேரளா, ஆந்திரப்பிரதேசம், தெலுங்கானா ஆகும்.

இதன் விளைவாக, இதே அளவிற்கான தனிப்பட்ட நபருக்கான செழிப்பை மற்ற மாநிலங்களும் அடைய வேண்டுமெனில் அவையெல்லாம் தென் மாநிலங்களை விட வேகமாக வளர வேண்டும். இந்தியாவில் இருக்கும் பல்வேறு மாநிலங்கள் பொருளாதார ரீதியில் ஒரே நிலையைக் கொண்ட மாநிலமாக ஒன்றிணையாமல் வெவ்வேறு மாநிலத் தொகுதிகளாக ஒன்றிணைந்திருக்கின்றன. முன்னணியில் இருக்கும் மாநிலங்களின் வளர்ச்சி வேகத்தை எட்டிப் பிடிக்க வேண்டிய மாநிலங்கள் எல்லாம் குறைவான வளர்ச்சியையேக் கொண்டிருக்கின்றன ஏனென்றால் பெரும்பாலான மக்கள் விவசாயத்துறையில் வேலை செய்வதால் அதுவே அந்த மாநிலங்களின் பொருளாதாரத்தி ஆதிக்கம் செலுத்தி வருகிறது.

சரக்கு மற்றும் சேவை வரி எனும் பேரிடர்

மேலே கொடுக்கப்பட்டிருக்கும் தரவுகளைப் பார்த்தாலே பொருளாதார ரீதியில் இந்தியாவில் இருக்கும் மாநிலங்கள் ஒன்றிலிருந்து இன்னொன்று மாறுபட்டது என்கிற முடிவுக்கு வர முடியும். இவற்றின் வளர்ச்சி மாதிரி, அடிப்படை வருவாய், முக்கியமான பொருளாதார நடவடிக்கைகள், குடிமக்களுக்கு அவர்கள் வழங்கும் பொருளாதார வாய்ப்புகள், முன்னேற்றப்பாதை போன்ற அனைத்தும் மிகவும் மாறுபட்ட முறையில் இருக்கின்றன.

இந்தோ-கங்கைச் சமவெளியில் இருக்கும் பெரிய மாநிலங்களை - உத்தரப் பிரதேசம், மத்தியப்பிரதேசம், பீஹார், ராஜஸ்தான், சத்தீஸ்கர், ஜார்கண்ட் - எடுத்துக் கொள்ளுங்கள். இந்த மாநிலங்களின் மக்கள்தொகை 500 மில்லியனுக்கும் அதிகம், இது உலகத்திலேயே மூன்றாவது அதிக மக்கள்தொகை கொண்ட நாடான அமெரிக்காவை விட அதிகமாகும். 2017-18 ஆம் ஆண்டு தரவின்படி, இந்த மாநிலங்கள் அனைத்திலும் மொத்தமாக 39,254 தொழிற்சாலைகள் இருக்கின்றன. ஆனால் 70 மில்லியன் மக்கள்தொகை கொண்ட தமிழ்நாட்டில் மட்டும் 37,787 தொழிற்சாலைகள் இருக்கின்றன. இதனால் தான் ஒரு கொள்கை அனைத்து மாநிலங்களுக்கும் சாத்தியமாகாது.

2017 ஆம் ஆண்டு, ஒன்றிய அரசு சரக்கு மற்றும் சேவை வரியை (GST) அறிமுகப்படுத்தியது. இது இன்றைக்கு வரைக்குமான இருபத்தொன்றாம் நூற்றாண்டில் தேசிய அளவில் முக்கியத்துவம் வாய்ந்த பொருளாதாரக் கொள்கை மாற்றமாகும். மோசமான உற்பத்தி வசதிகளையும் அதிகமான அளவுக்கு வேலையின்மையையும் கொண்ட இந்தியாவுக்கு இது தீர்வாக இருக்கும் எனவும் சுதந்திர இந்தியாவின் மிகப் பெரிய பொருளாதாரச் சீர்திருத்தம் எனவும் சொல்லி இது பொதுமக்களிடம் `விற்க'ப்பட்டது. நடு இரவில் நாடாளுமன்றம் கூட்டப்பட்டு மிகவும் ஆர்ப்பாட்டத்துடன் இது அறிமுகப்படுத்தப்பட்டது, மோசமான யோசனை மோசமாக நிறைவேற்றப்பட்டது என இது நிரூபிக்கப்பட்டது.

இந்தியாவின் முதன்மையான கவலை இளைஞர்களிடையேயான வேலையின்மை என இருக்கும்பட்சத்தில் ஜிஎஸ்டி என்பது விசித்திரமான சீர்திருத்தமாகும். ஜிஎஸ்டி சிறப்பாகவே செயலாற்றினாலும் எந்த மாநிலங்களில் வேலை வாய்ப்பை அதிகமாக்க வேண்டுமோ அங்கெல்லாம் வேலைவாய்ப்பின் வளர்ச்சியை எதிர்மறையாகப் பாதிக்கும். ஜிஎஸ்டி என்கிற கருத்தியலை விமர்சித்தவர்கள் முன் வைத்த கேள்வி, `இந்தியாவோடு ஒப்பிடக்கூடிய அளவில் உள்ள கூட்டாச்சி அமைப்பைக் கொண்ட சீனாவிலும் அமெரிக்காவிலும் ஜிஎஸ்டி-யோ இல்லை அதற்கு இணையானதோ ஏன் இல்லை? எனக் கேட்டனர்.

ஜிஎஸ்டி-யின் நோக்கம் வரி வசூலிப்பதை உற்பத்தி மையங்களிலிருந்து நுகர்வு மையத்துக்கு மாற்றுவதோடு இந்தியாவை ஒரே சந்தையாக நினைத்து விநியோகிப்பது என்பது இதன் மையப் புள்ளி ஆகும். வரி சம்பந்தப்பட்டக் காரணங்களுக்காக ஒரு மாநிலத்தில், உதாரணமாக உத்தரப் பிரதேசத்தில், உற்பத்தி செய்வது என்பது மிகவும் திறனற்ற வழியாகும். இதில் சிறப்படைய வேண்டுமெனில், உற்பத்திக் குழுக்கள் இருக்கும் மாநிலங்கள், உதாரணமாக மஹாராஷ்டிரா போன்ற சிறப்பான திறன் கொண்ட மாநிலங்களில் உற்பத்தியின் மீது கவனம் செலுத்த வேண்டுமே தவிர உள்ளூர் வசதி மட்டும் கொண்ட உத்தரப் பிரதேசத்தில் இல்லை. வரி விதிப்பை விற்பனையாகும் இடத்துக்கு மாற்றக்கூடிய வரிக் கொள்கையின் நோக்கம் இதை சாதிப்பதுதான்.

ஆனால் இது பற்றி உத்தரப் பிரதேசம் கேட்க வேண்டியக் கேள்வியை இப்போது கேட்கும்: உள்ளூர்த் தேவைகளைச் சந்திப்பதற்குத் தேவையான உற்பத்தி வசதிகளை ஆரம்பிப்பதற்கு வசதியில்லையெனில் , நாங்கள் எப்படி உற்பத்தித் தளத்தை அமைத்து அதை விரிவாக்கி உற்பத்தித் திறன் குறைவாக இருக்கும் விவசாயத் துறையில் வேலை பார்த்து வரும் மக்களை அதிக ஊதியம் தரக்கூடிய உற்பத்தித் துறைக்கு மாற்றுவது? இது குறைந்த அளவில் உற்பத்தித் தளத்தை வைத்திருக்கும் பெரும்பாலான மாநிலங்களின் நீண்டகாலப் பிரச்சனையாகும். ஜிஎஸ்டி-யானது உற்பத்திக்கான தளத்தை உருவாக்குவதைக் கடினமாக்குகிறது.

இன்னொரு பக்கம், மஹாராஷ்டிரா போன்ற மாநிலங்களுக்கு வேறு பிரச்சனை இருக்கிறது. வரி விதிப்பானது அந்தப் பொருள்களை நுகரக்கூடிய இடங்களுக்கு மாற்றப்பட்டதால் இது அதனுடைய வரி விதிக்கும் அதிகாரத்தில் சிலவற்றையும் அங்கு உற்பத்தி செய்யப்படும் பொருள்களின் மூலம் கிடைக்கும் வருமானத்தையும் இழக்கும். இதை விட முக்கியமானது என்னவெனில் நாடு முழுவதும் சீரான வரிவிதிப்பு என்கிற ஒப்பந்தத்தின் மூலம் மாநில அரசுகள் விதிக்கும் மறைமுக வரியான விற்பனை வரி போன்றவற்றை விதிக்கும் அதிகாரத்தையும் இவை இழக்கும்.

ஒப்பீட்டளவில் செழிப்பாக இருக்கும் மாநிலங்களுக்கு, மறைமுக வரி விதிக்கும் அதிகாரம் இருப்பது மிகவும் உபயோகமானது என்றாலும் இது ஒரு பிற்போக்கான வரி என்பதால் குறைவாகப் பயன்படுத்த வேண்டும். 1980களில் தமிழ்நாட்டு முதல்வர் எம்.ஜி.ராமச்சந்திரன் காலத்தில் தமிழ்நாட்டில் மதிய உணவுத் திட்டத்தை அனைத்து மாவட்டங்களிலும் உள்ள அனைத்து மாணவர்களுக்கும் பயன்படும் வகையில் விரிவாக்குவதற்கு விற்பனை வரி போன்ற மறைமுக வரிகளை உபயோகித்து வருவாயில் ஏற்படும் பற்றாக்குறையை ஓரளவு சரி செய்வதற்கு உதவியது.

தமிழ்நாட்டின் ஆதாயங்களான பெண் கல்வி, பெண் தொழிலாளர்கள் பங்கேற்பு விகிதம், கல்லூரியில் படிப்புக்குப் பிறகு வேலைக்குச் சேர்வோர், வலுவான உற்பத்தித் தளம்

ஆகியவற்றிற்கான பெருமை இந்த உணவுத்திட்டத்தையேச் சேரும். இந்த ஜிஎஸ்டி ஏற்பாடானது இந்த மாதிரி தலைமுறை கடந்து பலனளிக்கும் சோதனைகளைச் செய்வதற்கான அதிகாரத்தை மாநில அரசுகளிடமிருந்து பறிக்கிறது.

இதன் வடிவமைப்பு, இதனால் ஏற்படக்கூடிய குறைந்தபட்ச விளைவு போன்றவற்றால் இது கேள்விக்குரியக் கொள்கையாக இருப்பதற்கும் மேலாக மாநிலங்களின் தேவைகளுக்கிடையே இருந்து வரும் முரண்பாடுகளை நிர்வகிப்பதற்கான திறன் ஒரே கொள்கை பரிந்துரைப்புக்கு அப்பால் இருக்கும் இந்த நேரத்தில் இந்தியாவின் மையப்படுத்தல் கொள்கைக்கான முதன்மை உதாரணமாக ஜிஎஸ்டி இருக்கிறது. ஜிஎஸ்டி-யை பொருத்தமட்டில் `ஒரே தேசம், ஒரே வரி' என்பது ஒன்றிய அரசாங்கத்தின் முழக்கமாக இருந்து வருகிறது. இது குறைந்த காலத்துக்கு வணிக ஊடகங்களை ஈர்க்கக் கூடியதாகவும் திருப்தி தரக்கூடியதாகவும் இருக்கும். பெரிய தொழில் குழுமங்கள் வளர்வதற்கும், அதிக லாபம் சம்பாதிப்பதற்குக் கூட இது உதவக்கூடும். ஆனால் குறுகிய கால விளைவாக இது ஏற்கனவே மாநில அரசுகளுக்கு சீரழிவாக மாற ஆரம்பித்து விட்டது.

ஒன்றிய அரசுக்கும் மாநில அரசுகளுக்கும் இடையேயான ஒப்பந்தப்படி மாநில அரசுகளுக்கு வருவாயில் ஏதேனும் இழப்பு ஏற்பட்டால் அதை ஈடு செய்யும் வகையில் ஒன்றிய அரசு ஐந்தாண்டுகளுக்கு நிதி அளிப்பதாக உறுதியளித்திருக்கிறது. பழைய வரி வசூலிப்பு முறையோடு ஒப்பிடுகையில் புதிய வரி வசூலிப்பு முறை மூலம் அதிகமாக வரி வசூலிக்க முடியும் என்கிற அனுமானத்தின் கீழ் ஒன்றிய அரசு இந்த உறுதி மொழியை அளித்திருக்கிறது. ஆனால் அது நிறைவேறவில்லை. 2017 ஆம் ஆண்டிலிருந்து 2020 ஆம் ஆண்டு வரை, ஜிஎஸ்டி மூலம் கிடைத்த வரி வருவாய் அது உட்கொண்ட வரியை விடக் குறைவுதான்.

குறைவான வரி வருவாய்க்கு பல காரணங்கள் இருக்கின்றன. எடுத்துக்காட்டாக, பதினைந்தாவது நிதிக் குழு அறிக்கை ஜிஎஸ்டி-யை செயலற்ற ஒன்று எனக் கூறியிருக்கிறது. ரசீதுகளின் அடிப்படையில் நிறுவனங்களுக்கு உள்ளீட்டு வரவு கிடைக்கும் ஆனால் அது எதிர்பார்த்தது போல செயல்படாததால் அது ஜிஎஸ்டி வரி வருவாயைப் பாதித்திருக்கும் என இந்திய தலைமைக் கணக்குத் தணிக்கையாளர் (CAG) கூறியிருக்கிறார்.

வரி விகிதங்களைக் குறைக்கும்படி ஒன்றிய அரசு மாநில அரசுகளை வற்புறுத்தியதும் ஒரு காரணமாகும்.4 ஆரம்பத்தில் இந்த வரியை அமலுக்குக் கொண்டு வந்ததிலிருந்து பல முறை வரிகள் குறைக்கப்பட்டிருக்கின்றன. இதற்கு ஒன்றிய அரசு சொல்கிற காரணம், வரியைக் குறைத்தால் அது உற்பத்தியை ஊக்குவிக்கும் என்பதாகும். இந்த மாதிரி வரி விகிதத்தைக் குறைத்ததன் விளைவாக நிறையிட்ட சராசரி (weighted average) 14.4 சதவீதத்திலிருந்து 11.6 சதவீதம் என்கிற அளவுக்கு குறைந்து விட்டது. ஆரம்பத்தில் கணிக்கப்பட்டதிலிருந்து பற்றாக்குறை ஏற்பட்டதற்கு இது பிரதான காரணமாகும்.

ஜிஎஸ்டி வரி தொடர்பாக ஒன்றிய அரசு மாநிலங்களுக்கென அறிவிக்கப்பட்டிருந்த ஊக்குவிப்புச் சலுகைகள் ஒன்றிய அரசின் நடவடிக்கைகளால் ஏமாற்றப்பட்டது. வரி விகிதங்களை குறைப்பதன் மூலம் மாநிலங்கள் அதனுடைய வரி வருவாயை இழக்கும், ஜிஎஸ்டி வரி மூலம் வசூலிக்கப்படும் வரிகளில் 70 சதவீதம் மாநிலங்களுக்குத் திரும்பக் கொடுக்கப்பட்ட வேண்டும். குறைவான வரி வசூலிப்பு என்பது மாநிலங்களின் வரி வருவாயில் நேரடியாக தாக்கத்தை ஏற்படுத்தக் கூடியதாகும். வரி வருவாயில் ஏற்படும் பற்றாக்குறையை சரி செய்வதற்காக புதிதாக வரி விதிப்பதற்கு மாநிலங்களுடைய தெரிவை ஜிஎஸ்டி ஒப்பந்தம் மறுதலிக்கிறது.

வரி விகிதங்களை முடிவெடுக்கும் ஜிஎஸ்டி கவுன்சில் பின்வரும் முறைப்படி அமைக்கப்பட்டிருக்கிறது. ஒவ்வொரு மாநிலத்துக்கும் ஒன்றியத்தைப் போலவே ஒரு ஓட்டு இருந்தாலும் ஒன்றியத்துக்கு மறுப்புரிமை என்கிற வீட்டோ (veto) அதிகாரம் இருக்கிறது. இது இரண்டு வகைகளில் நியாயமற்றது ஆகும்: முதலாவது, இந்த மறுப்புரிமையானது ஒன்றிய அரசுக்குச் சாதகமானதாக இருக்கிறது.

இரண்டாவதாக, ஒன்றிய அரசு தனக்கான மறுப்புரிமை அதிகாரத்தை உபயோகிக்கவில்லையென்றாலும் ஜிஎஸ்டி என்கிற யோசனையே உற்பத்தி செய்யும் மாநிலங்களுக்கு எதிராக இருக்கிறது. உற்பத்தி செய்யும் மாநிலங்களை விட நுகரும் மாநிலங்கள் அதிகமாகும். இதன் விளைவாக நுகரும் மாநிலங்கள் எல்லாம் ஒன்று சேர்ந்து கொண்டு வரலாற்று ரீதியாகவே

குறைந்த எண்ணிக்கையிலிருக்கும் உற்பத்தி செய்யும் மாநிலங்களுக்குப் பாதகமான விதிமுறைகளைக் கோரலாம்.

ஜிஎஸ்டி அறிமுகப்படுத்துவதற்கு முன்பே இந்த அச்சங்களையெல்லாம் மாநிலங்கள் வெளிப்படுத்தின. மாநிலங்களின் அச்சத்தைப் போக்கும் வகையில் ஒன்றிய அரசானது அதனிடம் வருவாய் பற்றாக்குறையெல்லாம் ஏற்படாது எனக் கூறி சமாதானப்படுத்தியது. அடிப்படை ஆண்டான 2015-16 லிருந்து 14 சதவீத கூட்டுவிகிதாசாரத்துக்குக் குறைவாக மாநிலங்களின் வருவாய் இருக்கும்பட்சதில் அதை ஈடு செய்யும் வகையில் ஒன்றிய அரசு ஐந்து வருடங்களுக்கு நிதி வழங்குமென்பதற்கு சட்டம் மூலம் உறுதிமொழி அளிக்கப்பட்டிருக்கிறது. இதற்கான நிதி உடல்நலத்துக்கு தீங்கு விளைவிக்கும் பொருள்களான புகையிலை, பான்மசாலா போன்றவற்றிலிருந்து ஒன்றிய அரசு வசூலிக்கும் வரியிலிருந்து கொடுக்கப்படும் என சொல்லப்பட்டது. 2020 ஆம் ஆண்டு ஒன்றிய அரசானது, இந்த வாக்குறுதியைப் புறக்கணிப்பு செய்தே வந்திருக்கிறது ஏனெனில், எதிர்பார்த்த அளவு வரி ஜிஎஸ்டியிலிருந்து அல்லது உடல்நலத்துக்குத் தீங்கு விளைவிக்கும் பொருள்களிலிருந்து கிடைக்கவில்லை.

இதன் பின், ஒன்றிய அரசானது மாநில அரசுகள் எதிர் கொள்ளும் நிதி குறைப்பாட்டை சந்தையில் கடன் வாங்கி நிறைவு செய்து கொள்ளுமாறு கூறியது. எந்த மாநிலங்களுக்கெல்லாம் ஒன்றிய அரசு நஷ்டஈடு கொடுப்பதில் நிலுவை வைத்திருக்கிறதோ அந்த மாநிலங்கள் எல்லாம் பற்றாக்குறை நிதி நிலைமையோடு போராடி வருகின்றன. இந்த வருவாய் நிதி குறைபாட்டால் பஞ்சாப், மஹாராஷ்டிரா, தமிழ்நாடு, கர்நாடகா போன்ற மாநிலங்கள் எல்லாம் மோசமாகப் பாதிக்கப்பட்டிருக்கின்றன என்பதில் ஆச்சரியம் எதுவுமில்லை. வாக்குறுதி அளிக்கப்பட்ட ஐந்து ஆண்டுகள் நிறைவுக்கு வரும் நேரத்தில், இந்த ஐந்தாண்டுகளில் ஏற்பட்ட அனுபவத்திலிருந்து ஜிஎஸ்டி என்பது தொழில்மயமான மாநிலங்களின் நிதி நிலை அறிக்கையில் நிரந்தரமான ஒரு பெரிய நிதி நெருக்கடியை விட்டுவிட்டுச் செல்லும் எனத் தெரிகிறது.

நடுத்தர மற்றும் நீண்டகால போக்கில், ஜிஎஸ்டி-யானது

மாநிலங்கள் அதனுடைய சொந்த வரிக் கொள்கைகளைத் தீர்மானிக்கும் திறனற்றதாகப் போய்விடும். மாநில அரசுகள் அதனுடைய விருப்பத்துக்கு ஏற்ற கொள்கைகளுக்கும் திட்டங்களுக்கும் தேவையான நிதிக்கு வருவாய் ஆதாரத்தைத் தெரிவுபண்ண முடியாமல் கொள்கைகளை நிறைவேற்றும், நிர்வகிக்கும் வெறும் ஓர் அலகாக உருவாக்கி விடும். சுருக்கமாக, ஜிஎஸ்டி என்பது மாநில அரசுகளை மகிமைப்படுத்தப்பட்ட அதிகாரத்துவங்களாக குறைத்து விடும்.

தங்களின் சார்பாக சில கடினமான தார்மீக முடிவுகளை அரசாங்கங்கள் எடுக்கும் என்கிற நம்பிக்கையில் மக்கள் அரசாங்கங்களைத் தேர்ந்தெடுக்கின்றனர். மக்கள்தொகையை வைத்துப் பார்த்தால், இந்தியாவின் பெரும்பாலான மாநிலங்கள் சில நாடுகளை விட மிகப் பெரியதாகும்.

எடுத்துக்காட்டாக, உத்தரப்பிரதேசத்துக்திற்கு முன்னால் இருக்கும் தெரிவுகள் இதோ: அதனுடைய குழந்தைகள் இறப்பு விகிதத்தையும் பள்ளி இடைநிறுத்த விகிதத்தையும் சரி செய்வதற்காக புதுமையான கொள்கைகளை அறிமுகப்படுத்துமா இல்லை சாதாரண மாநிலம் போல செயல்படுமா? குழந்தைகளுக்கான மோசமான சுகாதார நலனையும், கல்வியையும் கொண்டிருக்கும் மாநிலம் சாதாரண மாநிலம் போல செயல்பட முடியாது; ஆனால் இந்த அடிப்படைப் பிரச்சனைகளை சரி செய்வதற்கும் அதிக செலவாகும். வாக்காளர்களின் சார்பாக தேர்ந்தெடுக்கப்பட்ட அரசாங்கம் இந்த மாதிரியான சில கடினமான தெரிவுகளை மேற்கொண்டுதான் ஆக வேண்டும்.

ஆனால் தமிழ்நாடு அல்லது மஹாராஷ்டிரா அல்லது கேரளா மிகவும் வித்தியாசமான கொள்கைத் தேவைகளைக் கொண்டிருக்கிறது. வரி வருவாய் நிலையையும், வரி விதிப்பதற்கான சாத்தியங்களையும் ஒப்பிடும்போது இந்த மாநிலங்களுக்கும் உத்திரப்பிரதேசத்துக்குமிடையே இடைவெளி மிகப் பெரியதாகும். அந்த மாநில அரசுகள் அம் மாநில மக்களுக்கு ஒரு மத்தியதர வருமானம் கொண்ட வாழ்க்கையை வழங்கக் கடமைப்பட்டிருக்கின்றது. ஜிஎஸ்டி-யின் கீழ் இதை வழங்குவதென்பது இன்னும் கடிமானதாக இருக்கும்.

வேளாண் சட்டங்கள்

கடந்த தசாப்தத்தில் இன்னொரு முக்கியமான பொருளாதாரக் கொள்கை நடவடிக்கை என்னவெனில் வேளாண் துறை சம்பந்தமாக மூன்று சட்டங்களை 2020 ஆம் ஆண்டில் நிறைவேற்றியதாகும். இந்த மூன்று சட்டங்களையும் பிரபல ஊடகங்கள் `வேளாண் சட்டங்கள்" என அழைத்தன. இவை மக்கள்தொகையில் ஐம்பது சதவீதத்துக்கும் மேலானவர்களின் வாழ்வாதரத்தைப் பாதிக்கும் நிலையில் பொருளாதார கொள்கைக்கும் மேலானதாகும். இந்த முன்மொழியப்பட்ட சட்டங்களை எதிர்த்து பெரிய அளவில் போராட்டங்கள் நடந்தன. பெருந்தொற்றுக்கு மத்தியில் இந்தச் சட்டங்கள் பாராளுமன்றத்தில் விரைவாக நிறைவேற்றியது சம்பந்தமாகவும் அதனால் பாராளுமன்ற நடைமுறையில் ஏற்பட்ட பிரச்சனைகளையும் போராட்டக்காரர்களும் ஊடகங்களும் எழுப்பின. இந்த விமர்சனங்களுக்கு எல்லாம் அப்பால், இந்த வேளாண் சட்டங்கள் குழப்பமான மையமாக்கல் போக்கைச் சுட்டிக்காட்டியது.

இந்தச் சட்டங்கள் எல்லாம் பயிரிடுதல் என்றால் என்ன, வயல் வெளி என்றால் என்ன, விளைந்ததை எப்படி சேமித்து வர்த்தகம் செய்வது ஆகியவற்றிற்கான வரையறைகளையே மாற்றிவிட்டது தான் இதன் மையமாகும். முக்கியமாக, உற்பத்தியாளருக்கும் கொள்முதல் செய்பவருக்கும் இடையே கட்டணம் அல்லது வரி வசூலிக்கும் மாநில அரசின் உரிமையை இது களைந்து விட்டது.

வரையறைகள், வர்த்தகத்தின் விதிமுறைகள் ஆகியவை சம்பந்தப்பட்ட அம்சங்களில் நல்ல எண்ணத்துடன் நிபுணர்கள் மாறுபடுவதுண்டு. ஆனால் இந்தச் சட்டங்கள் சம்பந்தமாக அரசியலமைப்புச் சட்டரீதியில் இருக்கும் பிரச்சனை என்னவெனில் மாநிலப் பட்டியலில் இருக்கும் வேளாண் துறை குறித்து நாடாளுமன்றத்தில் மசோதா நிறைவேற்றியதாகும். இது மாநிலங்களின் வருவாயைப் பாதிப்பதோடு அங்கு வாழும் மக்களில் பாதிப் பேரையும் பாதிக்கும். முன்னேற்றத்தைப் பொருத்தவரையில் மாநிலங்களுக்கிடையே இருக்கும் வேறுபாடுகளை நாம் பார்த்தோம் பஞ்சாப்புக்குத் தேவையான

வர்த்தக விதிமுறைகள் மத்தியப் பிரதேச வேளாண் விளைச்சலோடு ஒப்பிடும் போது அதற்குத் தேவைப்படும் விதிமுறைகளிலிருந்து முற்றிலும் வித்தியாசமானதாகும். ஒன்றிய அரசால் சமர்ப்பிக்கப்படும் எந்தவொரு கொள்கையும் பெரும்பாலான மாநிலங்களுக்கு ஏற்றதாக இருப்பதில்லை.

இருந்தபோதிலும், அதைத்தான் இந்தக் கொள்கைகள் செய்யவிருக்கின்றன. போராட்டத்துக்குப் பலத்த ஆதரவு கிடைத்ததையொட்டி தயக்கத்துடன் இந்தச் சட்டங்களை ஒன்றிய அரசு திரும்பப் பெற்றுக் கொண்டது. ஆனால் போராட்டமானது அந்த சட்டத்திலிருக்கும் சாதக பாதகங்கள் மீதுதானே தவிர நாடாளுமன்றத்தால் நிறைவேற்றப்பட்டது என்பதால் அல்ல. எனவே அடுத்த முறை இயற்றப்படும் சட்டத்துக்கு இந்த மாதிரி பரவலான எதிர்ப்புக் கிளம்பவில்லையெனில் மாநிலம் சம்பந்தப்பட்ட துறை தொடர்பாக நாடாளுமன்றம் சட்டம் இயற்றுவதற்கான உரிமையைக் கொடுத்துவிடாதா? இந்தக் கேள்விக்குக் காலம் தான் பதில் சொல்ல வேண்டும் - அது எதிர்மறையாகவே இருக்கும் என நம்புவோம்.

காலநிலை மாற்றத்துக்கான அரசுகளுக்கிடையேயான குழுவின் (IPCC) சமீபத்திய அறிக்கையானது அடுத்த சில தசாப்தங்களில் வேளாண் துறை ஆவலைத் தூண்டக் கூடியப் பாதைகளில் பயணிக்கக்கூடும் எனக் குறிப்பிடுகிறது. வேளாண் துறையானது குறிப்பிட்டுச் சொல்லும்படியான பொருளாதார நடவடிக்கை இல்லையென்றும் அதிகமாக கார்பன் வெளியேற்றம் ஆவதோடு சூழலியலுக்கும் கேடு என சில மாநிலங்கள் முடிவெடுக்கக்கூடும்.

மாநில மொத்த உற்பத்தியில் விவசாயத்தின் பங்கு குறைவாகக் கொண்ட மாநிலங்களும், குறைந்த அளவு மக்களே விவசாயத்தைச் சார்ந்திருக்கும் பட்சத்தில் இருக்கும் மாநிலங்களும் அந்த மாநில விவசாயிகளிடம் இனி விளைச்சல் எதுவும் செய்ய வேண்டாம் நிலம் தரிசாக இருக்கட்டும் என்று சொல்லி நிதியளிக்க முடிவு செய்யக்கூடும். விவசாயம் எங்கள் மாநிலங்களுக்குக் கட்டுபடியாகாது என இம்மாநிலங்கள் முடிவு செய்யலாம். சில மாநிலங்களால இப்படி முடிவெடுக்க முடியாது ஏனெனில் அம்மாநில மக்களில் அதிகமானோர் விவசாயத்தைச் சார்ந்து இருக்கக்கூடும்.

முடிவுகள் கடுமையானதாக இருந்தாலும் கூட வேளாண் கொள்கைகள் குறித்து முடிவெடுப்பதற்கான உரிமை மாநிலங்களிடம் இருக்க வேண்டும். இது மாநிலங்களுக்கான அரசியல் உரிமையும், இப்புவிக்கு எது நல்லது என்பது குறித்ததும் ஆகும். இருந்தபோதிலும், சமீபத்தில் நிறைவேற்றப்பட்ட வேளாண் சட்டங்கள் இது எதையும் அர்த்தப்பூர்வமாக செய்ய அனுமதித்திருக்காது ஏனெனில் அதிலிருக்கும் வர்த்தக விதிமுறைகள் மையமாக வரையறுக்கப்பட்டுள்ளது. இதை விட மோசம் என்னவெனில், விவசாயிகள் தொடர்ந்து விவசாயம் செய்வதற்காக ஒன்றிய அரசின் PM KISAN எனும் திட்டம் நாடு முழுவதிலும் செயல்பாட்டில் இருந்து வருகிறது. இது நிலம் வைத்திருக்கும் விவசாயிகளுக்கான பண உதவித் திட்டம் என்பதோடு உரிமைப் பத்திரத்தை உபயோகித்து நிரூபிக்க முடியும்.

நெருக்கடியில் இருக்கும் விவசாயத்தைக் கருத்தில் கொண்டு சில மாநிலங்களில் மட்டும் இதைக் குறுகிய காலத்துக்கு செய்வது ஒருவேளைப் பொருத்தமாக இருக்கலாம். ஆனால் விவசாயம் சாராத வாய்ப்புகளும், உலக சராசரிக்கு இணையான விளைச்சலும் உள்ள சில மாநிலங்களுக்கு இது ஒருவேளை தேவையற்றதாகவும், விரும்பத்தகாத விளைவுகளைக் கொடுக்கக்கூடியதாகவும் கூட இருக்கும். மேலும், நில உரிமை முறைகளிலும் நிலச் சீர்திருத்த செயல்படுத்தலிலும் மாநிலங்களுக்கிடையே சமனற்ற நிலைமை நிலவுகிறது; இதனால்தான் நில உரிமை அடிப்படையிலான மையப்படுத்தப்பட்ட பண உதவித் திட்டமானது நிலமற்ற விவசாயத் தொழிலாளர்களுக்கு மீண்டும் அநீதி இழைப்பதாகும். எந்தவொரு நல்ல நோக்கத்தைக் கொண்டிருந்தாலும் இந்தியாவில் மையப்படுத்தப்பட்டத் திட்டமானது நாட்டின் பரப்பளவு, மக்கள்தொகையின் பொருட்டு தோல்வியில்தான் முடியும்.

பொருளாதாரத்தைப் பொருத்தவரையில் என்ன செய்ய முடியும், என்ன செய்ய முடியாது என்பதில் ஒன்றிய அரசால் கட்டுப்படுத்தப்பட்ட நிலையில் கடந்த இரண்டு தசாப்தங்களாக பொருளாதாரத்தின் வெற்றிக்கான பாதையாக அந்நிய நேரடி முதலீடு ஈர்க்க முடிவு செய்துள்ளதாகத் தெரிகிறது. பல மாநில அரசுகள் முதலீட்டாளர்கள் முதலீடு குறித்து ஆர்ப்பாட்டமான விளம்பரங்கள் செய்வதன் விளைவாக முதலீடு உடன்பாடுகள் ஏற்பட்டாலும் அவை

நிறைவேறுவதில்லை. இந்த மாநிலங்கள் தங்களுக்குள்ளாகவேப் போட்டி போட்டுக் கொள்ளும்பட்சத்தில் வரி மற்றும் நிலம் சம்பந்தமாக அதிகப்படியானச் சலுகைகளைப் பன்னாட்டு நிறுவனத்துக்கு வழங்குகின்றன இந்த சாதகமான விதிமுறைகள் பெரும்பாலும் மாநிலங்களுக்கு எந்த நன்மையும் பயக்காது. இருந்தாலும் மாநிலங்கள் தங்களுக்குள் போட்டி போட்டுக் கொண்டு கௌரவமான திட்டங்களைப் பெற முயல்கின்றன, அதற்காக அந்த மாநிலங்களைக் குறை சொல்லவும் முடியாது.

குடிமக்களின் பொருளாதார வாய்ப்புகளை மேம்படுத்துவதற்கும் உற்பத்தித்திறன் கொண்ட வேலைகளைத் தக்கவைத்துக் கொள்வதற்கும் அவர்களுக்கு சுகாதார நலனும், நல்ல கல்வியும் கிடைப்பதை உறுதி செய்யும் மாநில அரசுகள் மட்டுமல்லாமல் எந்தவொரு அரசும் பெரிய வணிகத்தைக் கவரும் பந்தயத்தில் தோல்வியடைந்து விடும் என்பது அடிப்படையான உண்மையாகும். போட்டி ஊதியத்தில் (competitive wages) நல்ல திறமையுள்ள தொழிலாளர்கள் கிடைக்கும் இடங்களையும் சட்டம் ஒழுங்காக நிலைநிறுத்தப்படுகிற இடங்களையும் முதலீடு செய்ய நினைக்கிற நிறுவனங்கள் தேடும். இவையெல்லாம் அடிப்படை ஆளுகை சம்பந்தப்பட்டவை எனவே ஆடம்பரமான முதலீட்டாளர் மாநாடுகள் தேவையில்லை; ஆனால் பள்ளிக்கூடங்களை உருவாக்குவது, குழந்தைகளைப் பள்ளிக்கு வரச்செய்வது, அவர்கள் கல்லூரிக்குச் செல்வதை உறுதி செய்வது என கடினமாக உழைக்கும் அரசுகள் தான் அவர்களுக்குத் தேவை. இதோடு இவையெல்லாம் பலனளிப்பதைப் பார்க்க ஒரு தலைமுறை வரைக் காத்திருக்கும் பொறுமையும் வேண்டும்.

ஒரு வலுவான, இரக்கமுள்ள குற்றவியல் நீதி அமைப்பும் `உயர்-நம்பிக்கை' உள்ள சமூகமும் வெற்றிக்கான மற்ற காரணிகள் ஆகும். குறைந்தபட்சமாக இதைத்தான் பல நாடுகளின் அனுபவம் தெரிவிக்கிறது. நவீன கால பொருளாதார நடவடிக்கைக்கான மையமாக இருக்க வேண்டுமெனில் ஒப்பீட்டளவில் சமூகப் பாதுகாப்பு வளையமும், பெண்களிடையே அதிக எழுத்தறிவும், கல்வி சாதனைகளும் கூடுதலான காரணிகளாக இருக்க வேண்டும்.

இது கவர்ச்சியற்ற கடினமான வேலையாகும். கொள்கைப் பரிசோதனைக்கு அதிக காலம் தேவைப்படுவதோடு அதன் செயல்பாட்டுக்கான பலனுக்கு ஒரு தலைமுறை காலம் ஆகும். இந்திய ஒன்றிய அரசோ இதற்கு நேர்மாறாக மாநிலங்களிடையே கொள்கைப் பரிசோதனைக்கான காலத்தைக் குறைப்பது, கூடியமட்டும் முடிவெடுப்பதை மையப்படுத்துவது, ரத்து செய்கையில் மிகவும் பாதிப்புக்கு உள்ளாகும் வகையில் நடைமுறைத் தவறுகளைச் செய்வது போன்ற இலக்குகளை நோக்கிச் செயல்பட்டு வருகிறது.

4

தெற்கு ஏன் சிறப்பாகச் செயல்பட்டுள்ளது?

மாநிலங்களின் நிலைமை

சுகாதாரம், பொருளதாரம், கல்வி ஆகிய துறைகள் குறித்த இந்திய மாநிலங்களின் தரவுகள் தெளிவாக இரண்டு கேள்விகளை எழுப்புகின்றன. அவை தீபகற்ப இந்தியா ஏன் சிறப்பாக செயல்பட்டுள்ளது? மாநிலங்களுக்கு இடையே இருக்கும் வேறுபாடுகளை கொள்கை உருவாக்கத்தில் எப்படி கையாள்வது? என்பதாகும்.

துணை தேசியவாதம் என்பது அடிக்கடி குறிப்பிடப்படும் காரணமாகும். அரசியல் இயக்கங்கள் எல்லாம் சுயமரியாதைக்கு முக்கியத்துவம் கொடுத்ததால் தென் மாநிலங்களில் கல்வியின் மீது மிகப் பெரிய அளவில் கவனம் செலுத்தப்பட்டது அதன் விளைவாக அவை நன்கு மேம்பாடு அடைந்திருக்கின்றன. இந்த இயக்கங்களில் சில வெளிப்படையாகவே சாதிக்கு எதிரானவையாக இருந்ததோடு ஒடுக்கப்பட்டோரை ஒருங்கிணைத்து ஒரு பொது நோக்கத்தையும் உருவாக்கியது.

துணை தேசியவாத ஒருங்கிணைப்பின் விளைவுதான் மற்ற திட்டங்களா இல்லையா என்பதைப் பொருட்படுத்தாமல் மற்றவர்கள் ஒரு குறிப்பிட்ட கொள்கையின் மேம்பாடாக அதை சுருக்கிப்

பார்த்தனர். உதாரணமாக, குழந்தைகளைப் பள்ளிக்கு வரவழைத்துத் தக்க வைக்க உதவிய மதிய சத்துணவுத் திட்டம். சிலர் கலாச்சார மனிதவியல் காரணங்களையும் நடைமுறைகளையும் - குடும்பத்து உறவுகளுக்கு வெளியே திருமணம் செய்து கொள்கிற பெண்களை விட தூரத்துச் சொந்தத்தில் திருமணம் செய்து கொள்கிற பெண்கள் அதிகப் பொறுப்புடன் இருப்பார்கள் - காரணமாகக் குறிப்பிட்டார்கள். கடலுக்கு நல்ல அணுக்கமாக இருப்பதையும் பொருளாதார நிபுணர்கள் காரணமாகக் கூறுகிறார்கள்.

மேலே குறிப்பிட்ட அனைத்தோடு வேறு சிலவும் காரணமாக இருக்கலாம்.

தூண்டப்பட்ட காரணம் காணல், உறுதிபடுத்தலில் பாரபட்சம், விளைவிலிருந்து காரணத்தை வேறுபடுத்துவதில் இருக்கும் இயலாமை ஆகியவை வட மாநிலங்களை விட தென் மாநிலங்கள் ஏன் நன்றாக செயல்பட்டன என்கிற கேள்விக்கு பதில் சொல்ல முடியாத அளவு கடினமாக்கியிருக்கின்றன.

வேறுபாட்டினுடைய முக்கியமான அம்சம் என்னவெனில் இந்தியாவின் சிறந்த மாநிலங்கள் எல்லாக் காலங்களிலும் சிறந்ததாக இருந்ததில்லை. இவற்றில் ஏற்பட்ட மேம்பாட்டையும் விளைவுகளையும் பல தலைமுறைகளாக செயல்படுத்தி வந்த அரசியல், கொள்கை நடவடிக்கைகள் மூலம் விளக்க முடியும். எடுத்துக்காட்டாக, சுகாதாரம், கல்வி ஆகிய துறைகளில் தொடர்ந்து நல்ல வளர்ச்சிக் குறியீடுகளைக் கொண்டிருக்கும் இன்றைய கேரளா பத்தொன்பதாம் நூற்றாண்டில் ஒரு மோசமான மாநிலமாகக் கருதப்பட்டது. அன்றைக்கு திருவாங்கூர் சமஸ்தானமாக அறியப்பட்டு வந்தததை சென்னை மாநிலத்தோடு இணைத்து விடுவோம் என ஆங்கிலேயேர்கள் தொடர்ந்து பயமுறுத்தி வரும் அளவுக்கு மோசமாக இருந்தது.

இன்றைய வட கேரளாவைச் சேர்ந்த அன்றைய திருவாங்கூர் மாநிலமும் கொச்சின் மாநிலமும் தங்களை ஒரே சமூகமாகப் பார்க்கவில்லை. பத்தொன்பதாம் நூற்றாண்டில் நிலவி வந்த சூழலை விட திருவாங்கூரில் சாதி அமைப்பு மிகவும் கடுமையாக இருந்தது. மக்களில் பெரும்பாலோனர் மிகவும் மோசமான நிலையில் வாழ்ந்து வந்ததைப் பார்த்த ஆங்கிலேய நிர்வாகிகள் அதை மிகக் கொடூரமானது எனக் கருதினார்கள். திருவாங்கூரைச் சேர்ந்த உயர்வகுப்பு பிராமணர்கள் அந்த மாநிலத்தைப் பூர்வீகமாகக் கொண்டவர்கள்

இல்லை என்பது மக்களிடையே மேலும் சிக்கல்களையும், வெறுப்பையும் ஏற்படுத்தியது. அப்போதெல்லாம் 'மலையாளி' என்கிற கோட்பாடு எதுவும் இல்லை, இருந்தாலும் பொதுவாக இந்தச் சொல் நாயர் சாதியைச் சேர்ந்தவர்களைக் குறிப்பதாக இருந்தது. இதன் விளைவு, திருவாங்கூர் மாநிலம் ஒருங்கிணைந்த அடையாளம் இல்லாமல் சுகாதார நலன் அல்லது சொல்லும்படியான கல்வியறிவு இல்லாமல் மக்கள் மோசமான வறுமையில் இருந்தனர்.

பத்தொன்பதாம் நூற்றாண்டின் இறுதியிலும் இருபதாம் நூற்றாண்டின் ஆரம்பத்திலும் இந்தப் பகுதியில் பிராமணர்களின் ஆதிக்கத்தை எதிர்த்து ஐக்கியக் கேரளா இயக்கம் என்கிற ஒரு உணர்ச்சிப்பூர்வமான இயக்கம் ஆரம்பிக்கப்பட்டு போராட்டம் செய்யத் தொடங்கியது. வேலைகளில் பிரதிநிதித்துவம் வேண்டும் என்கிற நோக்கத்தோடு ஆரம்பிக்கப்பட்ட இந்த இயக்கம் அதையும் தாண்டி செயல்பட்டது. முதன்முறையாக இது மலையாளிக்கு ஓர் அடையாளத்தை உருவாக்கியது.

இந்த இயக்கத்தின் உண்மையான விளைவு என்னவெனில், வரலாற்று ஆசிரியர்களும் ஏற்றுக் கொண்டது போல, குறிப்பிட்ட சாதி குழுக்களும் மட்டும் அனுகூலம் கேட்டதற்கு மாறாக மலையாளி மக்கள் என்கிற மொத்த சமூகத்துக்கும் பொது சேவையைக் கேட்க ஆரம்பித்ததாகும். இது இன்றைக்கும் சுகாதாரம் மற்றும் கல்வியில் நாம் பார்க்கும் மாற்றத்துக்கு வழி வகுத்தது. இந்த மாற்றம் ஒரு நாள் இரவிலோ அல்லது எளிதாகவோ ஏற்பட்டு விடவில்லை. ஆனால் குடிமக்கள் அனைவரும் ஒரே மொழி அலகைக் கொண்டவர்கள் என நினைத்ததால் சமூகத்தை மாற்றியமைக்க மெதுவாக ஆரம்பித்த போராட்டம் வெற்றியில் முடிவுற்றது.

ஐக்கிய கேரளா இயக்கத்துக்குப் பிறகு சில தசாப்தங்கள் கழித்து அண்டை மாநிலமான தமிழ்நாட்டிலும் பிராமணரல்லாதார் இயக்கம் ஆரம்பிக்கப்பட்டது. அதன்பின், இது நீதிக் கட்சி என உருமாற்றம் அடைந்து இன்றைக்கும் திராவிட இயக்கம் என்கிற வடிவில் தொடர்ந்து இருந்து வருகிறது. தமிழர்களின் நலனுக்காகவும் அடையாளத்துக்காவும் துணை தேசியவாத இயக்கமாக மாறி தமிழர்களை ஒருங்கிணைத்து முதலில் பிராமணர்களுக்கு எதிராகவும் அதன் பின் புதுடில்லி, இந்தி ஆதிக்கத்துக்கு எதிராகவும் போராடுவதற்கு முன்பாக திராவிட இயக்கமும் ஐக்கிய கேரள

இயக்கம் போலவே மக்களுக்கு வேலையில் போதிய பிரதிநிதித்துவம் வேண்டும் என போராட ஆரம்பித்த இயக்கமாகும்.

ஐக்கிய கேரளா இயக்கம் போலவே தமிழின் அடையாளத்தை ஒருங்கிணைப்பதாகவே திராவிட இயக்கத்தின் விளைவு இருந்தது. பொதுச் சேவைகள் எல்லாம் இப்போது தமிழ் மக்களுக்கான முழுமையான பொதுச் சேவையாகப் பார்க்கப்படுகிறது. மாநிலத்தில் சுகாதார நலனும் கல்வியும் முன்னேறுவதற்கு பின்புலமாக இருந்து செயல்பட்ட உந்து சக்திகள் இவை என படைப்புகளில் பாராட்டப்பட்டிருக்கின்றன.

இந்தியாவில் இருக்கும் மற்ற மாநிலங்களை விட ஆந்திரப்பிரதேசம், தெலுங்கானா, கர்நாடகா ஆகிய மாநிலங்களில் துணை தேசியவாதம் அதிகமாகவே வெளிப்பட்டது. அவற்றின் நலக் கொள்கைகள், குறிப்பாக ஊட்டச்சத்து, சுகாதாரம், கல்வி ஆகியவை பிரத்யேகமாக தென்மாநிலங்களைச் சார்ந்ததாகும். எடுத்துக்காட்டாக, ஆந்திரப்பிரதேசமும், தெலுங்கானாவும் தாராளமான பொது விநியோக முறையைக் கொண்டிருப்பதைக் குறிப்பிடலாம். நிதி நிலைமை இடர்பாடுகளை எதிர்கொள்ளும் நிலையில் இந்திய மாநிலங்கள் இருக்கும் சூழலில் பொதுவாகவே தென்மாநிலங்கள் இந்தோ-கங்கை சமவெளி சார்ந்த மாநிலங்கள் அல்லது ஒன்றிய அரசு பரிந்துரைக்கும் இலக்கை விட அதிகமாக அனைத்து வசதிகளையும் பெரும்பாலானவர்கள் பெறும் நிலையைக் கொண்டிருக்கிறது.

ஒரு சமூகத்தின் பழைய 'நெருக்கமான-குழு' இடையே குறிப்பிட்ட பகுதிக்கு மட்டும் உரியதாக்கப்பட்ட (localized) உறவின் புதுப்பிக்கப்பட்ட உணர்வு - அது இனம் அல்லது மொழி அல்லது வேறெந்த அடையாளமாகவும் இருக்கக்கூடும் - பத்தொன்பது, இருபதாம் நூற்றாண்டுகளில் விரைவான முன்னேற்றமடைந்த சமூகங்களிடையேயான ஒரு பொது நூலிழை என நிரூபிக்கப்பட்டுள்ளது. இதற்கு பின்லாந்தையும் ஜப்பானையும் உதாரணமாகக் குறிப்பிடப்படுவதுண்டு

'நெருக்கமான-குழு'வில் உள்ளவர்களைப் பொருத்தவரை அவர்களிடையே இருக்கும் 'என்னுடைய சமூகம்' என்ற உணர்வானது அவர்களை பொது சேவைகளான சுகாதாரத்தையும், கல்வியையும் போட்டியிடும் குழுக்கள் அல்லது துணைக்

குழுக்களுக்கிடையே பூஜ்ஜியம் கூட்டுத் தொகைக்கு (zero-sum game) அப்பால் பார்க்க வைக்கிறது. 1.3 பில்லியன் மக்கள்தொகை கொண்ட இந்தியாவில் பல உள் பிளவீடுகள் இருப்பதால் நாடு முழுமைக்கும் வலுவான 'நெருக்கமான - குழு' என்கிற ஓர் உணர்வை அடைவது சாத்தியமற்றதாக இருக்கிறது. இந்த உணர்வுகளை வளர்த்தெடுக்க வேண்டுமெனில் குழுவின் சரியான அளவு என்னவாக இருக்கவேண்டுமென்பது மிகவும் கடினமான கேள்வியாகும், ஆனால் மற்ற நாடுகளை இதற்கு வழிகாட்டியாக எடுத்துக் கொள்ளலாமெனில் அவற்றின் மக்கள்தொகை இந்தியாவுக்கு அருகில் கூட வரமுடியாது.

துணை தேசியவாதத்தையும் பொதுவான அடையாளத்தையும் இணைப்பது கடினமாகும். ஆனால் ஒரு முறை இணைத்துவிட்டால் தென்னிந்தியாவின் அனுபவம் காட்டுவது போல ஒரு பெரிய சக்தி பெருக்கியாகிவிடும். பொதுச் சேவைகள் திறன் மிக்கதாக இருக்க வேண்டுமெனில் மக்களிடம் அது தங்களுக்கானது என்கிற உரிமையோடு கூடிய உணர்வு இருக்க வேண்டும். இந்தச் சூழலில் அவர்களது வரிப் பணம் சமூகத்தின் மேம்பாட்டுக்காகச் செலவழிக்கப்படுகிறது என அவர்கள் நினைக்கும் போது சமூகத்தின் மீது ஒரு நேர்மறையான தொடர்பு உண்டாகும். இது சமூகத்தின் மீதான அவர்களது உறவை வலுப்படுத்துவதோடு ஒரு நல்ல சுழற்சியையும் உருவாக்கும். மாநில அளவில் (உள்ளூர் அளவில்) சமூகத்தின் தேவை கருதி திட்டங்கள் வடிவமைக்கப்படும்போது அப்பகுதியைச் சேர்ந்த மக்களுக்கு ஒரு பங்கேற்பு உணர்வோடு நமக்கானது என்கிற உணர்வை மேலும் மேம்படுத்துகிறது.

ஒன்றிய அரசு இப்போது இருக்கும் வடிவத்தில் ஏன் உள்ளது?

இந்தக் கேள்வியை யாரிடம் நாம் கேட்கிறோம் என்பதைப் பொறுத்து இதன் பதில் இருக்கும். இந்தியா ஒரு நவீன குடியரசாக இருப்பதன் நோக்கம் அது மதத்தின் அடிப்படையிலான ஒரு நாகரிக நாடாக இருக்கிறது என இந்து தேசியவாதிகள் கருதுவார்கள். தங்களிடமிருந்து உருவான விடுதலைப் போராட்ட இயக்கம், காலனிய ஆதிகத்துக்கு எதிரான போராட்டம், இறையாண்மை விழுமியங்கள் போன்றவைதான் காரணங்கள் என மதச்சார்ப்பற்ற

தாராளவாதிகள் கருதுவார்கள். பெரும்பாலானவர்கள் (இந்த இரண்டையும் சேராதவர்கள்) இந்தியா இப்போதிருக்கும் வடிவத்தில் இருப்பதற்கு இந்த இரண்டின் கலவையோடு மேலும் நூற்றுக்கணக்கான காரணிகள் இருக்கும் என நினைக்கக்கூடும். வேறு வார்த்தைகளில் கூறுவதெனில், 'நவீன உலகத்தில் மற்ற நாடுகள் இருக்கும் அதே காரணத்துக்காக இந்தியாவும் இருக்கிறது - இது ஒரு வரலாற்று விபத்து.

இந்தியாவின் அபரிதமான மக்கள்தொகை, அதன் வேறுபாடும் பன்முகத் தன்மையும் ஆகியவற்றையும் கருத்தில் கொள்ளும் போது இது ஒரு விபத்தின் அதிசயமாகும். இது இன்றைக்கு இருக்கும் வடிவத்திலேயே கடந்த 75 ஆண்டுகளாக நீடித்து தேர்தல் ஜனநாயகமாக இருந்து வருவதோடு காலந்தோறும் தேர்தல்களை பிரச்சனைகள் அதிகமில்லாமலும் நியாயமாகவும் நடத்தி வருவது இன்னும் அதிசயமாகும். இந்த அளவுக்குப் பெரியதும் சிக்கல்களும் நிறைந்த நாட்டில் - முக்கியமாக காலனியாதிக்கத்துக்கு எதிராக போராடி உதயமானது -இது மாதிரி நடப்பது உலகத்தில் வேறெங்கும் கேள்விப்படாதது.

'அதிசயம்' என்கிற சொல்லின் நேர்மறையான அர்த்தங்கள் நோக்கத்துடனான தாராளவாத ஜனநாயகம் எதிர்பார்த்த அளவு நடக்கிறதா என்பதன் மீதான கேள்வியைத் தடுக்கிறது. பல்வேறு துணைக் குழுக்களும், பிராந்தியங்களும் தாங்கள் இருக்கும் நிலையிலும் செல்வாக்கிலும் மகிழ்ச்சியாக இருக்கிறதா என்கிற நிலைக்கு இது வருகிறது. நம்முடைய நாடு போன்ற பெரிய நாடானது, அது பெரிதாக இருப்பதாலேயே அது உருவாக்கும் அதிகாரத்தின் காரணமாக உள்முரண்பாடுகளை குறைந்த காலத்துக்கு தக்க வைக்கும் திறன் இருக்கிறது. இது இப்போதிருக்கும் தீங்கற்ற நிலைச் சார்பை அல்லது குறைவான தீங்கற்ற தாராளமயமல்லாத, பெரும்பான்மை ஆட்சி வடிவத்தை எடுக்கும்.

எனவே, இந்தியாவில் பல்வேறு பிரிவுகள் 'அதிசயம்' என்பதை ஒருவேளை வித்தியாசமாக சிந்திக்கக்கூடும். இருபத்தொன்றாம் நூற்றாண்டின் அரசியல் வழிகாட்டுவதாக இருக்கும்பட்சத்தில் நாட்டின் மிகப் பெரிய இன - மொழி - மத குழுவாக உருவாகியிருக்கும் இந்தோ - கங்கைச் சமவெளியைச் சேர்ந்த இந்தி மொழி பேசும் பெரும்பான்மை இந்துக்கள் இந்தியாவை அவர்களின் பிரதிபலிப்பாக

பார்க்கக்கூடும். நவீன குடியரசுக்கு முன்பே நீண்ட வரலாற்றைக் கொண்ட வேறு பல இன, மொழி குழுக்கள் அவர்களையும் இந்தியாவையும் முற்றிலும் வேறு விதமாகப் பார்ப்பார்கள்.

இந்தியா இப்போதிருக்கும் வடிவத்துக்கு காரணங்கள் என்னவாக இருந்தாலும் பரந்த வேறுபட்ட மாநிலங்களை ஆளுகை செய்வது என்பது மிகப் பெரிய சவாலாகும். இந்த வேறுபாட்டினாலேயே யாரும் மத்தியக் கொள்கையைக் கொண்டு வந்தால் அது அனைத்து மாநிலங்களிலும் வேலை செய்யாது அல்லது ஒரு சில மாநிலங்களில் கூட சிறப்பாக வேலை செய்யாது என்பது தெளிவாகும்.

இந்தியாவில் நன்றாக செயல்படும் மாநிலங்களுக்கும் மோசமாக செயல்படும் மாநிலங்களுக்கும் ஒரே கொள்கை தீர்வு என்பது இயலாத காரியமாகும். இந்தியாவில் மத்திய, வடக்குப் பகுதிகளில் இருக்கும் மாநிலங்கள் சுகாதாரத்துறை, கல்வித்துறை சம்பந்தப்பட்ட பிரச்சனைகளுக்கு உள்ளீட்டு அளவீட்டில் கவனம் செலுத்த வேண்டிய அதே சமயத்தில் தென்னிந்திய மாநிலங்கள் அதனுடைய வளர்ச்சியைக் கருத்தில் கொண்டு வெளியீட்டு அளவீடுகளில் கவனம் செலுத்த வேண்டும். இந்த விசாலமான விஷயத்தில் ஒவ்வொரு மாநிலமும் அதற்கேற்றாற் போல தனித்துவமான மாற்றங்களைச் செய்து கொள்ள வேண்டும். எடுத்துக்காட்டாக, கர்நாடகம் தெற்கில் இருந்தாலும் அதற்கென்று ஒரு நிலை இருக்கிறது. அது போலவே அந்தந்தப் பிரிவில் இருக்கும் ஹரியானாவுக்கும் பஞ்சாப்புக்கும் உண்டு.

இந்திய ஒன்றியம் வேலை செய்யுமா?

ஜனநாயகம் செயல்படுகிறதா என்பதற்கான எளிய சோதனை இது: தன்னாளுமை கொண்ட மக்களை இது அறிவார்ந்த தாராளவாதத்தை நோக்கி மெதுவாக முன்னேறிச் செல்ல அனுமதிக்குமா? ஒரு போதும் முடியாது என்பதற்கான 'உற்சாகமற்ற ஆம்' தான் இந்தியாவின் பதிலாகும். சுதந்திரம் கிடைத்த காலத்திலிருந்து தாராளவாதத்தை நோக்கிச் செல்லும்போது பல இருண்ட மாற்றுப்பாதைகளை எடுத்தது என்பதை தீவிரமான தேசியவாதிகள் கூட மறுக்கமாட்டார்கள்.

சுகாதாரம், கல்வி, பொருளாதார வாய்ப்புகள் குறித்து ஒவ்வொரு மாநிலத்திலும் நிர்வாகத்தின் பயனுள்ள விளைவுகளை

ஆய்வு செய்வது துவக்கத்திற்கான ஒரு பயனுள்ள இடமாகும். இந்தியாவிலிருக்கும் மாநிலங்கள் அதனுடைய மக்களின் அபிலாஷைகளுக்கு இடமளிப்பதற்கும் அதை பூர்த்தி செய்வதற்கும் தேவையான கொள்கை உருவாக்குவதற்கான இடத்தை ஒன்றிய அரசியல் அனுமதிக்குமா என்பது இந்தியாவின் ஒட்டுமொத்த ஜனநாயக நலத்தை மதிப்பிடுவதற்கான இன்னொரு முக்கியமான கேள்வியாகும். ஒரு மாநிலத்தின் சாதனை அல்லது குறைபாடு என்னவாக இருந்தாலும் அந்த மக்களுக்கு சுயநிர்ணயம் செய்து கொள்ள உரிமையிருக்கிறது என்பதை அமைப்பானது அனுமதிக்கும்பட்சத்தில் அது வெளிச்சத்தை நோக்கி அவர்களை வேலை செய்ய அனுமதிக்கும்.

தங்களைத் தாங்களே ஒழுங்கமைத்துக் கொள்ளவும், தங்களுடைய சொந்தக் கொள்கைகளை வகுக்கவும், அந்தக் கொள்கைகளுக்கு போதுமான வளத்தைக் கொண்டிருக்கவும் மாநிலங்களையும், சமூகம் சார்ந்த துணை அலகுகளையும் அனுமதிக்கக் கூடிய ஓர் அரசியல் கட்டமைப்பு இந்தியாவுக்குத் தேவையாகும். இவ்வாறு செய்யும்போது, மிக முக்கியமாக, கொள்கை முடிவை அடையக்கூடிய துணை அலகுகள் மூலமாக ஜனநாயக புனிதத்தை நாடு தக்க வைத்துக் கொள்ளும். இதற்கெல்லாம் மேலாக, சாத்தியமான முரண்பாடுகளைக் குறைத்து மேம்பாடுகளின் விளைவுகளை அதிகரிப்பதற்கு இது தான் ஒரே வழியாகும்.

சரியான கொள்கையை அடைவது என்பது தற்செயலான ஒன்றாகும். அந்தக் கொள்கையை நீட்டிப்பதற்கும் மேம்படுத்துவதற்கும் ஒருங்கிணைந்த நடவடிக்கையும், ஞானமும், தியாகமும் தேவையானதாகும். ஒரு கொள்கையைத் தெரிவு செய்யும் திறனுக்கு அல்லது மிக முக்கியமாக, எந்தக் கொள்கை வேலை செய்யும் என பல மறு செய்கைகள் மூலம் தெரிவு செய்யும் திறனுக்கு ஒரு முடிவை விட முடிவெடுக்கக்கூடிய கட்டமைப்பு முக்கியமானதாகும். இந்தக் கட்டமைப்பின் நோக்கம், அத்தகைய கட்டமைப்பின் நோக்கம், எல்லாவற்றிற்கும் மேலாக, மக்களை அதிகாரம் பெற்றவர்களாக உணர வைக்கும் ஒன்றாக இருக்க வேண்டும். இதை அடைய இந்தியாவின் மாநிலங்களை அல்லது பிராந்தியங்களை அல்லது துணை அலகுகளை அனுமதிக்கும் அரசியல் கட்டமைப்பு என்ன? இந்த நூலின் அடுத்த பகுதி இதை ஆராயும்.

பகுதி II

இந்தியாவின் கொடிய பிரச்சனைகள்

அறிமுகம்: தென்னிந்தியா சமமான ஒரு கூட்டாளியா?

இந்தியா என்பது மாநிலங்களின் ஒன்றியம் என்பதை அரசியலமைப்புச் சட்டத்தின் முதல் வரி நமக்கு நினைவூட்டுகிறது. நாட்டில் வளங்கள் ஒதுக்கீடு, அதிகாரப் பகிர்வு, உண்மையான அரசியல் பரிசீலனைக்கான அலகு மாநிலமாகும். இந்தப் பல்வேறு அம்சங்களில் ஜனநாயகம் மூலமாக ஒப்பீட்டளவில் மாநிலங்கள் சமநிலை அடைவது நிலையான ஒன்றியத்துக்கு அவசியமாகும்.

கடந்த ஐம்பதாண்டுகளாக மாநிலங்களுக்கு இடையேயான இணக்கம் குறைந்து கொண்டு வருகிறது. தென்னிந்திய மாநிலங்கள் பேரம் செய்வது கடினமாக இருக்கிறது. வரவிருக்கும் எல்லை நிர்ணயம் மூலம் அவை தங்களுடைய அரசியல் ஆதிக்கத்தையும் முக்கியத்துவத்தையும் இழக்கும் அச்சுறுத்தலை எதிர் கொள்வதோடு இது பாராளுமன்றத்தில் அவர்களின் பிரதிநிதித்துவத்தையும் வெகுவாகக் குறைக்கலாம். இவை ஏற்கனவே அதிகளவில் தங்களது வரி வருமானத்தை இழந்து வருகின்றன; இம்மாநிலங்களின் மக்கள்தொகை நிலையாக இருப்பதால் இவை அரசு கஜானாவுக்கு பங்களிப்பதைக் காட்டிலும் மிகக் குறைவாகவேத் திரும்பப் பெறுகின்றன. அதாவது மாநிலங்கள் அரசியல் அதிகாரத்தை இழக்க நேரிடுவதோடு நியாயமற்ற வரிவிதிப்புக்கும் ஆளாக நேரிடும். இதற்கு எதிராகப் போராட முதலில் அரசியல் அதிகாரம் தேவைப்படுகிறது.

இதன் விளைவாக, தென் மாநிலங்களின் சூழ்நிலைகளுக்கு ஏற்றவாறு கொள்கை வகுப்பதற்கான இடம் சுருங்கிவிடும். தங்கள் மக்கள்தொகை வலிமை மூலம் வட சமவெளிப் பகுதிகள் ஒன்றிய அரசின் மீது திணிக்கும்பட்சத்தில் அவர்களின் கலாச்சாரம், மொழி சார்ந்த அபிலாஷைகளும் உச்சம் பெறும். வளர்ச்சிப் பாதையில்

வேறுபாடு இருக்கும் இந்நேரத்தில் கொள்கை உருவாக்கத்திலும், நிதி சுதந்திரத்திலும் அதிக இடம் வேண்டும் என மாநிலங்கள் குரல் கொடுத்து வருகின்றன. உலகெங்கும் இருக்கும் பெரிய கூட்டமைப்பு ஒன்றியங்களின் சூழ்நிலை மாதிரி இல்லாமல் இந்தியா தனித்துவமாக இருக்கிறது.

நூலின் இந்தப் பகுதி நாட்டில் மோசமடைந்து வரும் இரண்டு முக்கியமான வெளிப்பாடுகளான மக்கள்தொகை வேறுபாட்டையும், நிதி கூட்டாட்சியையும் ஆராய்கிறது.

1

மக்கள்தொகை வேறுபாடு

அடிப்படை சுகாதார சேவைகளுக்கும், பள்ளிக்கூடங்கள் கட்டுவதற்கும், குழந்தைகளை பள்ளியில் தக்க வைப்பதற்கும், செழிப்படைவதற்கும் மற்றும் அடிப்படை ஆளுகையின் ஒவ்வொரு சவால்களையும் சந்திப்பதற்குமான இந்தியாவின் திறன் அதிகமான மக்கள் தொகையாலும், தொடரும் மக்கள்தொகை வளர்ச்சியாலும் மிகவும் சிக்கலாகி இருக்கிறது. மக்கள்தொகை யதார்த்தத்தை தவிர்க்க முடியாது - மனிதர்கள் தோன்றிக் கொண்டே இருப்பார்கள்.

மக்கள்தொகையானது நுட்பவியல் ரீதியாக கொள்கை வகுப்பதற்கான விகிதத்தை கட்டுப்படுத்தும் நிலை மட்டுமல்ல. அதிகமான மக்கள் பெரிய உள்கட்டமைப்பையும் அதிக சேவைகளை மட்டும் கோருவதில்லை மாறாக அவை ஜனநாயகத்திற்கான எரிசக்தியாகவும் இருக்கும். அரசாங்கங்களையும் கொள்கைகளையும் அவர்கள் தங்களை நோக்கி திருப்புவார்கள்.

ஒரு பிரிவோடு ஒப்பிடும்போது இன்னொரு பிரிவின் மக்கள்தொகை வளர்ச்சியடைந்தால் அது அரசியல் அதிகாரத்தில் மாற்றத்தை ஏற்படுத்தும். குறிப்பாக பன்முகக் கூட்டாட்சி ஒன்றியத்தைக் கொண்டிருக்கும் இந்தியாவில் இது பிரச்சனைகள் நிறைந்தது, ஏற்கனவே அதிக மக்கள்தொகையைக் கொண்டிருப்பதோடு தொடர்ந்து மாநிலங்கள் எங்கும் மாறுபட்ட முறையில் அதிகரித்தும் வருகிறது. மக்கள்தொகையும் அரசியல் வலிமையும் இந்தியாவின்

ஒருபக்கம் வளர்ச்சியடைவது ஒரு விதத்தில் இந்தியாவின் மிகப் பெரிய பிரச்சனையாகும்.

மக்கள்தொகை வளர்ச்சி = ஏழ்மை

சமூகத்தின் மக்கள்தொகை வளர்ச்சி பற்றியும் அதற்கும் பொருளாதாரத்துக்கும் இருக்கும் தொடர்பு பற்றியும் அதிகமாக மேற்கோள் காட்டப்பட்டும் விமர்சிக்கப்பட்டும் வருகிற யோசனை 200 வருடங்களுக்கு முன்பே ஆங்கிலேய மதகுருவும் பல்துறை அறிஞருமான தாமஸ் ராபர்ட் மால்தூஸ் பேனாவிலிருந்து வந்திருக்கிறது.

1798 ஆம் ஆண்டு வெளியான அவரது படைப்பான 'மக்கள்தொகை கொள்கை பற்றிய கட்டுரையில் (An Essay on the Principle of Population)' யில் மக்கள் தொகை அதிவேகமாக (exponential) வளரும் அதே வேளையில் உணவு உற்பத்தி நேரியல் (linear) முறையில் வளர்கிறது என மால்தூஸ் கூறினார். சமூகம் ஒப்பீட்டளவில் அபரிதமான வளர்ச்சியைப் பெற்றிருந்தாலும் மக்கள்தொகைப் பெருக்கம் இருக்கும் வளங்களுக்கு நெருக்கடியை ஏற்படுத்தும். வளங்கள் கிடைப்பதில் ஏற்படும் மேம்பாடும் அதன் செழிப்பும் ஒரு தற்காலிக நிகழ்வுதான் என்று மால்தூஸின் பொறி (The Malthusian Trap) விவரிக்கிறது; மக்கள்தொகை அதிகரிக்கும் போது சமூகத்தின் சமூகக் குறியீடுகள் அதனுடைய பழைய குறைந்த நிலைக்கே வந்துவிடும்.

மால்தூஸின் அனுமானங்களையும் முடிவுகளையும் பலரும் பல கோணங்களில் ஆராய்ந்து விமர்சனம் செய்திருக்கிறார்கள். பல தலைமுறைகளுக்குப் பின்னால் கார்ல் மார்க்ஸ் மால்தூஸை விமர்சனம் செய்தார் அது இன்றைக்கு அறிவியல்வாதம் என அறியப்படுகிறது.

இயற்கை விதிகள் முகாந்தரத்தின் அடிப்படையில் மக்கள்தொகை அதிகமாவது பற்றி விளக்கப்பட்டிருப்பதில் உடன்படாததோடு முதலாளித்துவ உற்பத்தியின் மூலம் அபரீதத்தை / செழிப்பை அல்லது பற்றாக்குறையை விளக்குவது மட்டுமல்லாமல் அதற்கும் மேலே மிகப் பெரிய பங்கு இருக்கிறது என மார்க்ஸ் தனது வாதத்தை முன் வைத்தார். அதிகமான வளர்ச்சியால் உண்டாகும் மக்கள்தொகை நீடித்து உயிர்வாழ நம்மால் முடிவற்ற வளத்தை உற்பத்தி செய்ய முடியும் என்கிற

அனுமானம் ஒரு பக்கம் இருக்கிறது; மார்க்ஸ் இதை வெளிப்படையாகக் கூறவில்லையென்றாலும் ஓரளவுக்கு அதை ஆமோதிப்பது போல தான் இருந்திருக்கிறார். உற்பத்தி என்பது நிலையாகத் தான் இருக்கும் என்பது இன்னொரு பக்கத்தின் வாதம், மால்தூஸ் இந்த நியாயமற்ற வாதத்தைத்தான் கடந்த இருநூறு ஆண்டுகளுக்கு முன் வைத்திருக்கிறார்.

உண்மையென்பது, நாம் இப்போது உணர்வது போல, இது ஏறக்குறைய இந்த நிலையில் தான் இருக்கிறது. ஆனால், இதில் முக்கியமான கேள்வி என்னவெனில், மக்கள்தொகைப் பெருக்கம் இல்லையெனில் சாத்தியமாகி இருக்கும் வாழ்க்கைத் தரத்தை இது தடுக்கிறதா? என்பதுதான்.

மார்க்ஸின் நண்பர் ஏங்கல்ஸ் மால்தூஸுடன் உடன்பட்டிருந்திருக்கிறார் என்பது தெரிய வருகிறது. மால்தூஸும் அவருடைய காலத்தில் தத்துவஞானி வில்லியம் காட்வின்னுடன் (William Godwin) தொடர்ந்து தர்க்கத்தில் ஈடுபட்டிருந்திருக்கிறார். இவர் ஃப்ராங்கன்ஸ்டீனின் (Frankenstein) ஆசிரியரான மேரி ஷெல்லியின் புகழ்பெற்ற தந்தையுமாவார். 1820 ஆம் ஆண்டு, அதாவது 'மக்கள்தொகை கொள்கை பற்றிய கட்டுரை' வெளியாகி ஏறக்குறைய இரு தசாப்தங்களுக்குப் பிறகு, காட்வின் மால்தூஸ் கோட்பாட்டின் மையக் கருத்தான மக்கள்தொகை ஒவ்வொரு இருபத்தைந்து ஆண்டுகளிலும் இரட்டிப்பாகும் என்பதன் மீது தனது விமர்சனத்தை காட்வின் வைத்தார்

கருவுறுதல் விகிதம் குறித்த மால்தூஸின் அனுமானம் மிகவும் அதிகம் என காட்வின் விமர்சித்தார். ஒரு பெண்மணிக்கு எட்டுக் குழந்தைகள் என்பது மால்தூஸின் அனுமானம். இது புள்ளிவிவரப் பகுப்பாய்வுக்காக மக்கள்தொகை தரவுகள் எளிதாகக் கிடைப்பதற்கு முன்பாகவும் பொதுவாக புள்ளிவிவரத்தையேப் பகுப்பாய்வுக்கு பயன்படுத்துவதற்கு முன்பாகவும் இருந்த காலகட்டம் ஆகும். இன்னொரு வழியிலும் காட்வின்னின் வாதம் முரணானதாக இருந்தது, ஏனெனில் அவரே அவரது பெற்றோருக்கு பதிமூன்றாவது குழந்தையாவார்.

இருந்தபோதிலும், இரண்டு முக்கியமான யோசனைகளை மால்தூஸ் முன்வைத்ததால் இன்றைக்கும் அவரது யோசனை தாக்கம் ஏற்படுத்துவதாக இருக்கிறது; கருவுறுதல் விகிதம்தான் இன்றைக்கும் மக்கள்தொகை வளர்ச்சியை தீர்மானிப்பதாக

இருக்கிறது; தொழில்ரீதியில் முன்னேற்றமடையாத சமூகத்தில் அபரீதமான மக்கள்தொகை வளர்ச்சி கிடைக்கக்கூடிய வளத்துக்கு அழுத்தம் என்பதாகும்.

மக்கள்தொகை வளர்ச்சிக்கான மிகவும் அடிப்படையான முன்னறிவிப்பு என்பது மொத்த கருவுறுதல் விகிதம் என்பது இப்போது நமக்கு நன்கு தெரியும். அதாவது, எதிர்காலத்தில் மக்கள் தொகை என்ன என்பதைத் தீர்மானிப்பது ஒரு பெண்ணுக்கு சராசரியாக எத்தனை குழந்தைகள் என்பதைப் பொறுத்தது ஆகும். நிலையான மக்கள்தொகையை அடைவதற்கு 'மாற்றுநிலை'யாக மொத்த கருவுறுதல் விகிதம் 2.1 என இப்போது கருதப்பட்டு வருகிறது. எதிர்காலத்தில் இது 2.1 அளவை விடக் குறைந்தால் மக்கள்தொகையானது குறைய ஆரம்பிக்கும்; இந்த விகிதம் அதிகமானால் மக்கள்தொகை வளர்ச்சியானது அதிகரிக்கும்.

இந்தியாவும் மால்தூஸின் பொறியும்

இந்தியா சுதந்திரம் அடைந்ததற்குப் பிறகு இருபதாம் நூற்றாண்டின் மத்திய காலகட்டத்தில் மால்தூஸின் கணிப்பு கோட்பாட்டுடன் பொருந்தக்கூடிய யதார்த்தமான ஓர் உதாரணமாகவே இருந்தது. சுதந்திரத்துக்குப் பிறகான ஆரம்பகாலத்தில் மக்கள்தொகை வளர்ச்சியானது அனைவருக்கும் உணவளிக்க முடியாத அளவுக்கு அதிகமாக இருந்தது. அன்னிய நாட்டு உதவி மூலம் கிடைத்த உணவுதானியங்கள் நாட்டை சிறிது காலம் காத்தது. இந்த நெருக்கடிக்கு பதிலளிக்கும் வகையில் இந்தியா சில சிக்கலான, தாராளமற்ற வழிகளைக் கையாண்டாது. அது இந்தியாவை பெருமையால் மறைக்கவில்லை என்பதோடு 2020 ஆம் ஆண்டு வரையிலும் இந்தியாவின் மொத்த கருவுறுதல் விகிதம் மாற்று நிலைக்கும் அதிகமாக இருந்ததால் எதிர்பார்த்த விளைவுகளையும் முழுவதுமாக அடைய முடியவில்லை.

1970களில் மால்தூஸின் பொறியைக் கையாள இந்தியா இரண்டு முனை உத்தியை மேற்கொண்டது. தேவையைக் குறைக்கும் வகையில் மக்கள்தொகை வளர்ச்சியை கட்டுப்படுத்துவது ஒரு புறமும் நவீன வேளாண் தொழில்நுணுக்கங்கள் மூலம் விளைச்சலை அதிகரிக்கும் முயற்சி இன்னொரு புறமும் மேற்கொள்ளப்பட்டன. பசுமைப் புரட்சி என்கிற பெயரில் விவசாயத்தில் ஏற்பட்ட மேம்பாட்டால் உணவுப்

பற்றாக்குறை பெருமளவில் தணிக்கப்பட்டது. இதற்கு முந்தைய அத்தியாயங்களில் குறிப்பிட்டது போல இன்றைக்கும் உலகளவிலான சராசரியோடு ஒப்பிடும் போது இந்தியாவில் விளைச்சல் குறைவுதான். ஆனால் குறைந்தபட்சம் இன்றைக்கும் இனி வரும் தலைமுறைக்கும் உணவளிக்கும் அளவுக்குப் போதுமானதாக இருக்கிறது.

இந்த உத்தியின் இன்னொரு பகுதியான மக்கள்தொகைப் பெருக்கத்தைக் கட்டுப்படுத்துவதும் கூட சமநிலையிற்ற முடிவுகளைக் கொண்டிருந்தது. சில மாநிலங்கள் சிறப்பாக செயல்பட்டிருந்தன. ஆனால் சில மாநிலங்களில் மொத்த கருவுறுதல் விகிதம் இன்னும் அதிகமாக இருந்து வருகிறது. இது மக்கள்தொகை அதிகரிப்புக்கான ஒரு முன்னறிவிப்பாகும். குடும்பத்தின் அளவை குறைக்கச் செய்வதற்கான பரப்புரை மிகவும் தீவிரமாக நடைபெற்றது; தானாக முன்வந்து குடும்பக் கட்டுப்பாடு செய்து கொள்பவர்களுக்கு ஊக்கத்தொகை வழங்கும் திட்டம் ஆரம்பிக்கப்பட்டது. 1975-77 ஆம் ஆண்டுகளில் அமலில் இருந்த நெருக்கடிநிலையின் போது வலுக்கட்டாயமாகக் குடும்பக்கட்டுப்பாடு செய்யப்பட்டதாகக் கூட செய்தி வெளியானது.

அமெரிக்காவுக்கும் ரஷ்யாவுக்குமான பனிப்போர் காலத்தில் கூட கம்யூனிஸ எதிரான போராட்டத்தின் ஒரு பகுதியாக மக்கள்தொகை வளர்ச்சியைக் கட்டுப்படுத்த அமெரிக்க அழுத்தம் கொடுத்து வந்தது என்பது சுவராசியமான விஷயமாகும். ஏழை நாடுகளில் மக்கள்தொகை பெருக்கத்தினால் கம்யூனிஸ புரட்சி ஏற்பட்டது எனவும் அல்லது மக்கள்தொகை பெருக்கத்தோடு அதன் நீட்சியாக வறுமையும் சேர்ந்து அவர்களைக் கம்யூனிஸப் புரட்சிக்குத் தூண்டியது எனவும் ஒரு கோட்பாடு இருந்து வருகிறது. மக்கள்தொகை வளர்ச்சியைக் கட்டுப்படுத்த நடவடிக்கை எடுக்குமாறு தெற்காசிய முழுவதும் உள்ள அரசுகள் மீது அமெரிக்கா அழுத்தம் கொடுத்து வந்தது. இது ஒரு முக்கியமான காரணியாகும்.

உந்துதலும், ஊக்கத்தொகையும், சூழ்நிலைகளும் ஒருங்கே சேர்ந்து 1970களில் மக்கள்தொகைக் கட்டுப்பாடு என்பதை தேசிய அளவில் ஒரு கொள்கையாக மாற்றியது. மக்கள்தொகைக் கட்டுப்பாடு என்கிற தேசியக் கொள்கையை நிறைவேற்றுவதற்கான பிரதான பொறுப்பு மாநில அரசுகளின் மீது சுமத்தப்பட்டது.

எந்தவொரு அரசாங்கத்துக்கும் மக்கள்தொகை பெருக்கத்தைக் கட்டுப்படுத்தும் இரண்டு நெம்புகோல்களாக சுகாதாரமும் கல்வியும் இருந்ததால் அது மாநிலங்களின் பட்டியலில் இருந்தது. மக்கள்தொகை பெருக்கத்தைக் கட்டுப்படுத்தும் சக்திவாய்ந்த கருவியாக இருந்தது கட்டாய கருத்தடையோ, குறைவான குழந்தைகள் போதும் என அரசு செய்த பரப்புரையோ இல்லை மாறாக, பெண்களைப் பள்ளிக்கு படிக்க அனுப்பியதாகும்.

இந்தக் கொள்கையும் மற்ற எந்தவொரு கொள்கையைப் போலவே மாநிலங்கள் எங்கும் சமனற்ற முறையிலேயே நிறைவேற்றப்பட்டன. பதினெட்டாம் நூற்றாண்டின் பின்பகுதியைப் போல் இருந்தால் மக்கள் தொகை இரட்டிப்பாகும் என மால்தூஸ் கூறினார். அவர் வாழ்ந்த காலகட்டத்திலேயே இந்தக் கணிப்பு அதிகம் என அவருடைய விமர்சகர்கள் கூறி வந்தார்கள். ஆனால் இந்தியாவில், இருபதாம் நூற்றாண்டின் பின்பகுதியில் கூட சில மாநிலங்களில் அவரது கணிப்பு பிரமிப்பூட்டும் வகையில் துல்லியமாக இருந்தது (அட்டவணை 1)!

அட்டவணை 1: மக்கள்தொகை வளர்ச்சி, 1971-2011

மாநிலம்	*மக்கள்தொகை வளர்ச்சி (%)*
ராஜஸ்தான்	166
ஹரியானா	157
பீஹார்	146
மத்தியப் பிரதேசம்	142
உத்தரப் பிரதேசம்	138
ஜார்கண்ட்	132
குஜராத்	126
உத்தராகண்ட்	125
மஹாராஷ்டிரா	123
சத்தீஸ்கர்	119
அஸ்ஸாம்	113
கர்நாடகா	109
மேற்கு வங்காளம்	106

மாநிலம்	மக்கள்தொகை வளர்ச்சி (%)
பஞ்சாப்	104
இமாச்சலப் பிரதேசம்	98
ஒடிசா	91
கோவா	83
தமிழ்நாடு	75
கேரளா	56

ஆதாரம்: மக்கள்தொகைக் கணக்கெடுப்பு 1971 மற்றும் 2011, தலைமைப் பதிவாளர் மற்றும் மக்கள்தொகை கணக்கெடுப்பு ஆணையர் அலுவலகம், உள்துறை அமைச்சகம்.

எடுத்துக்காட்டாக, 1971 ஆம் ஆண்டு 25.7 மில்லியன் ஆக இருந்த ராஜஸ்தான் மாநிலத்தின் மக்கள்தொகை 40 ஆண்டுகளில் அதாவது, 2011 ஆம் ஆண்டு 166 சதவீதம் உயர்ந்து சுமார் 68.6 மில்லியனாக அதிகரித்தது. இது இருபத்தைந்து ஆண்டுகளில் இரட்டிப்பாகும் எனக் கூறிய மால்தூஸின் கணிப்பை விட அதிகமாகும். பீஹார், மத்தியப்பிரதேசம், உத்தரப்பிரதேசம் ஆகிய மாநிலங்களின் மக்கள்தொகை வளர்ச்சி ஏறக்குறைய இரட்டிப்பு நிலைக்கு அருகில் இருப்பதோடு மால்தூஸ் கணிப்புப்படி அதன் வளர்ச்சி இருந்திருக்கிறது.

மக்கள்தொகைக் கட்டுபாட்டுக் கொள்கை தேசிய அளவில் முக்கியத்துவம் பெற்றிருந்தாலும் இருபத்தைந்து ஆண்டுகளுக்கு ஒரு முறை மக்கள்தொகை இரட்டிப்பாகும் என்கிற கணிப்பு இருபதாம் நூற்றாண்டில் பின்பகுதியில் கூட இந்தோ-கங்கை சமவெளியைச் சேர்ந்த மாநிலங்களில் ஏற்பட்டிருக்கும் அதே நேரத்தில் தீபகற்ப இந்தியா வேறொரு பாதை நோக்கி பயணித்திருக்கிறது. இதே 40 ஆண்டுகளில் கேரளாவின் மக்கள்தொகை 56 சதவீதம்தான் அதிகரித்திருக்கிறது. அதாவது, மால்தூஸின் கணிப்பின் மூன்றில் ஒரு பகுதி.

வேறு மாதிரியாகச் சொல்ல வேண்டுமெனில், ஒரு கண்ணோட்டத்தில் ராஜஸ்தான் மாநிலமானது மால்தூஸின் கொடுங்கனவு. கேரளா மாநிலமானது காட்வின்னின் கனவு ஆகும். இந்த இரண்டு மாநிலங்களும் 1971 ஆம் ஆண்டு ஒப்பீட்டளவில் ஏறக்குறைய சமமான மக்கள்தொகையைத்தான் கொண்டிருந்தது. 2011 ஆம் ஆண்டு ராஜஸ்தானின் மக்கள்தொகை கேரளாவின்

மக்கள்தொகையை விட இரண்டு மடங்குக்கும் மேல் அதிகமாகியிருக்கிறது. இவையிரண்டு மாநிலங்களும் இப்போது ஒப்பிடக்கூடிய நிலையில் இல்லை.

இந்தியாவின் மக்கள்தொகை வேறுபாடு

இந்தியாவில் பல மாநிலங்கள் அதனுடைய மொத்த கருவுறுதல் விகிதத்தை நிலையான தன்மைக்குக் கொண்டு வந்திருப்பதோடு குறைவான மாற்று-நிலை எண்ணிக்கையை அடைந்திருக்கிறது. எடுத்துக்காட்டாக, 2017 ஆம் ஆண்டு (பார்க்க அட்டவணை 2) மேற்கு வங்காளம், தமிழ்நாடு, ஆந்திரப்பிரதேசம், பஞ்சாப், ஹிமாச்சலப்பிரதேசம் ஆகிய மாநிலங்களின் மொத்த கருவுறுதல் விகிதம் 1.6 ஆக இருந்திருக்கிறது. இது சீனாவின் விகிதமான 1.7 ஐ விடக் குறைவாகும். இதைக் கூட அந்த நாட்டில் குடும்பத்துக்கு ஒரு குழந்தை போதும் என்று ஒரு தலைமுறையாக கட்டாயப்படுத்தப்பட்டு வந்த கொள்கைக்குப் பிறகுதான் சாதிக்க முடிந்திருக்கிறது.

அட்டவணை 2: மாநிலம், ஒன்றிய பிரதேசங்கள் வாரியாக மொத்த கருவுறுதல் விகிதம்

மாநிலம்	*மொத்த கருவுறுதல் விகிதம்*
ஆந்திரப் பிரதேசம்	1.6
அஸ்ஸாம்	2.3
பீஹார்	3.2
சத்தீஸ்கர்	2.4
குஜராத்	2.2
ஹரியானா	2.2
ஹிமாச்சலப் பிரதேசம்	1.6
ஜம்மு காஷ்மீர்	1.6
ஜார்கண்ட்	2.5
கர்நாடகா	1.7
கேரளா	1.7
மத்தியப் பிரதேசம்	2.7
மஹாராஷ்டிரா	1.7

மாநிலம்	*மொத்த கருவுறுதல் விகிதம்*
ஒடிசா	1.9
பஞ்சாப்	1.6
ராஜஸ்தான்	2.6
தமிழ்நாடு	1.6
தெலுங்கானா	1.7
உத்தரப் பிரதேசம்	3.0
மேற்கு வங்காளம்	1.6

குறிப்பு: மொத்த கருவுறுதல் விகிதம் (TFR) இந்தியா மற்று பெரிய மாநிலங்களும் யூனியன் பிரதேசங்களும், 2017

ஆதாரம்: மக்கள்தொகைக் கணக்கெடுப்பு 2018, கணக்கெடுப்பு பிரிவு, தலைமைப் பதிவாளர் மற்றும் மக்கள்தொகை கணக்கெடுப்பு ஆணையர் அலுவலகம், உள்துறை அமைச்சகம்.

இதற்கு மாறாக, மக்கள்தொகை கட்டுப்பாட்டை தேசியக் கொள்கையாக ஏற்றுக் கொண்டு அரை நூற்றாண்டு காலம் ஆனாலும் உத்தரப்பிரதேசம், பீஹார், மத்தியப்பிரதேசம், ராஜஸ்தான், ஜார்கண்ட், சத்தீஸ்கர் போன்ற மாநிலங்களில் மாற்று மொத்த கருவுறுதல் விகிதத்தை விட அதிகமாக இருக்கிறது. 2017 ஆம் ஆண்டு பீஹாரின் மொத்த கருவுறுதல் விகிதம் 3.2 ஆகும். எனவே கடந்த 50 ஆண்டுகளில் எந்த மாநிலங்கள் எல்லாம் மக்கள்தொகையில் வேகமாக வளர்ச்சியடைந்திருக்கிறதோ அங்கெல்லாம் மாற்று மொத்த கருவுறுதல் விகிதம் அதிகமாக இருந்து வந்திருக்கிறது என்பதில் ஆச்சரியம் ஒன்றும் இல்லை.

எந்த சமூகத்தில் நீண்டகாலமாக மாற்று மொத்த கருவுறுதல் விகிதம் அதிகமாக இருக்கிறதோ அங்கு மாற்று மொத்த கருவுறுதல் விகிதம் குறைந்தாலும் அது மக்கள்தொகையில் பிரதிபலிப்பதற்கு சில தலைமுறைகள் ஆகும். மொத்த கருவுறுதல் விகிதம் அதிகம் இருக்கும்போதே நிறையக் குழந்தைகள் ஏற்கனவே பிறந்திருப்பார்கள். அவர்கள் இனிமேல் குறைவான எண்ணிக்கையில் குழந்தைகளைப் பெற்றுக் கொள்வார்கள். ஆனாலும் அவர்களும் அவர்கள் குழந்தைகளும் உயிரோடு இருக்கும்வரை மக்கள்தொகை வளர்ச்சி இருக்கத்தான் செய்யும். இதற்கு மாறாக, அதிக மாற்று மொத்த கருவுறுதல் விகிதம் மக்கள் தொகை வளர்ச்சியில் உடனடியான அபரித விளைவைக் கொண்டுள்ளது.

அட்டவணை 3: 15 வயதுக்குக் குறைவான மக்கள்தொகையும் மொத்த கருவுறுதல் விகிதமும்

மாநிலம்	*15 வயதுக்குக் குறைவான மக்கள்தொகை (%)*	*மொத்த கருவுறுதல் விகிதம் (2016)*
பீஹார்	43.8	3.3
உத்தரப் பிரதேசம்	42.3	3.1
ஜார்கண்ட்	39.5	2.6
ராஜஸ்தான்	38.9	2.7
மத்தியப் பிரதேசம்	37.3	2.8
சத்தீஸ்கர்	35.6	2.5
அஸ்ஸாம்	34.9	2.3
ஹரியானா	34.7	2.3
ஒடிசா	32.1	2.0
ஜம்மு காஷ்மீர்	32.0	1.7
மேற்கு வங்காளம்	31.9	1.6
குஜராத்	31.6	2.2
கர்நாடகா	30.9	1.8
மஹாராஷ்டிரா	30.6	1.8
பஞ்சாப்	29.6	1.7
இமாச்சலப் பிரதேசம்	29.3	1.7
தமிழ்நாடு	26.6	1.6
கேரளா	25.4	1.8

ஆதாரங்கள்: நிதி ஆயோக், என்எ.்.ப்ஹெச்எஸ் - 4 (NFHS - 4)

எடுத்துக்காட்டாக, கேரளாவில் பதினைந்து வயதுக்கு உட்பட்டவர்களின் மக்கள்தொகை 25.4 சதவீதமாகும் - அனைத்து மாநிலங்களுடனும் ஒப்பிடும்போது இது மிகவும் குறைவாகும் (பார்க்க அட்டவணை 3). கேரளாவின் மொத்த கருவுறுதல் விகிதம் மாற்றுநிலை விகிதத்தை விட நீண்டகாலமாகவே குறைவாக இருந்து வருவதின் விளைவுதான் இதற்கானக் காரணமாகும். இதன் தற்போதைய மொத்த கருவுறுதல் விகிதம் அடுத்த இரண்டு தசாப்தங்களில் தாயாகப் போகும்

15 வயதிற்குட்பட்ட பெண்களின் துணைக்குழுவுக்கும் பொருந்தும். இதோடு இல்லாமல், கேரளாவின் மொத்த கருவுறுதல் விகிதம் மாற்றுநிலைக்கும் குறைவாக இருப்பதால், இப்போது குழந்தைகளாக இருப்பவர்களுக்கான குழந்தைகளின் எண்ணிக்கை இவர்களின் எண்ணிக்கையை விடக் குறைவாக இருக்கும். நாளைக்குப் பெற்றோர்களாக ஆகவிருக்கும் இன்றையக் குழந்தைகளின் எண்ணிக்கை குறைவாக இருக்கும் போது அவர்களுக்கான குழந்தைகளின் எண்ணிக்கை இதைவிடக் குறைவாக இருக்கும் இதனால். மொத்த மக்கள்தொகையும் படிப்படியாகக் குறைய ஆரம்பிக்கும்.

இதற்கு மாறாக, பீஹார் மாநில மக்கள்தொகையில் 44 சதவீதம் பேர் 15 வயதுக்கும் குறைவானவர்களாக இருக்கிறார்கள். அதனுடைய மொத்த கருவுறுதல் விகிதம் 3.2 சதவீதமாகும். அதாவது, இன்றைக்கு அதிக எண்ணிக்கையில் குழந்தைகளாக இருப்பவர்கள் வருங்காலத்தில் தங்களுடைய எண்ணிக்கையை விட அதிகமான குழந்தைகளைப் பெறுவார்கள்.

தற்போதைய அடிப்படை எண்ணிக்கையின் அடுக்கு விளைவுகள் மற்றும் எதிர்காலத்தின் மொத்த கருவுறுதல் விகிதம் ஆகியவை பற்றிதான் அன்றே மால்தூஸ் கவலை கொண்டார். அடுத்த தசாப்தங்களில் இந்திய மாநிலங்களுக்கிடையே மக்கள்தொகை வளர்ச்சி மதிப்பீடுகளில் நிலவும் வேறுபாட்டை இந்த விளைவுகள் விளக்குகின்றன. உதாரணமாக, 2031-41 தசாப்தத்தில் தமிழ்நாட்டின் மக்கள் தொகை வருடந்தோறும் குறையும் என எதிர்ப்பார்க்கப்படுகிறது. ஆந்திரப்பிரதேசம் நிலையான மக்கள்தொகையைக் கொண்டிருக்கும் என எதிர்பார்க்கப்படுகிறது. ஆனால் இதே 2031-41 காலகட்டத்தில் பீஹாரில் மக்கள்தொகை வளர்ச்சி ஆண்டுக்கு ஒரு சதவீதம் அளவு இருக்கும் என கணிக்கப்பட்டிருக்கிறது (பார்க்க அட்டவணை 4).

அட்டவணை 4: பெரிய மாநிலங்கள்வாரியாக வருடாந்திர மக்கள்தொகை வளர்ச்சி, 2031-41

மாநிலம்	*வருடாந்திர மக்கள்தொகை வளர்ச்சி (%)*
தமிழ்நாடு	-0.1
ஆந்திரப் பிரதேசம்	0.0
கர்நாடகா	0.1
பஞ்சாப்	0.1

மாநிலம்	*வருடாந்திர மக்கள்தொகை வளர்ச்சி (%)*
மேற்கு வங்காளம்	0.1
மஹாராஷ்டிரா	0.2
கேரளா	0.2
இமாச்சலப் பிரதேசம்	0.2
டெல்லி	0.3
ஒடிசா	0.4
குஜராத்	0.4
ஹரியானா	0.4
அஸ்ஸாம்	0.5
ஜம்மு காஷ்மீர்	0.5
சத்தீஸ்கர்	0.6
மத்தியப் பிரதேசம்	0.6
உத்தரப் பிரதேசம்	0.7
ராஜஸ்தான்	0.8
ஜார்கண்ட்	0.8
பீஹார்	1.0

ஆதாரங்கள்: மக்கள்தொகைக் கணக்கெடுப்பு 2011, ஐஐபிஎஸ் (IIPS) மற்றும் பொருளாதார ஆய்வு *(Economic Survey) 2018-19,* தொகுதி. 1, பொருளாதார விவகாரங்கள் துறை, நிதி அமைச்சகம், ஜூலை 2019

ஒப்பீட்டளவில் மக்கள்தொகை வளர்ச்சி அளவீடுகள், குறிப்பாக மொத்த கருவுறுதல் விகிதம், பெண்களின் எழுத்தறிவுக்கும் கல்விக்குமான சிறந்த எதிர்வினை என்பது நன்கு புரிந்து கொள்ளப்பட்ட ஒன்றாகும். சமுதாயம், இனங்கள், பலதரப்பட்ட மத பின்னணியைக் கொண்ட சமூகங்களில் கூட அதிகம் படித்த பெண்களுக்குக் குறைவான குழந்தைகளே இருக்கும்.

உதாரணமாக, இஸ்லாமிய மதவாத நாடான ஈரான் அதனுடைய மொத்த கருவுறுதல் விகிதமான 6.52 என்று 1981 ஆம் ஆண்டில் இருந்த அளவை தற்போது மாற்றுநிலைக்கும் குறைவான அளவுக்குக் கொண்டு வந்திருக்கிறது.1 இங்கு ஆண்களை விட அதிகமாக பெண்கள் கல்லூரிக்குச் சென்று கொண்டிருக்கிறார்கள். இந்தத் தொடர்பு நாட்டை ஆளும்

மதவாதியினரின் கவனத்திலிருந்து தப்பவில்லை. எனவே அவர்கள் இப்போது பெண்கள் கல்லூரிக்குச் செல்வதைக் கட்டுப்படுத்த முயல்கிறார்கள். கம்யூனிஸ்ட் நாடான வியட்நாம் கூட பெண்களின் கல்வியறிவை அதிகரித்ததின் மூலம் தங்களது நாட்டின் மொத்த கருவுறுதல் விகிதத்தைக் குறைத்திருக்கிறது.2 பௌத்த மதத்தினர் அதிகமாக வாழும் இலங்கை3, தாய்லாந்து4 ஆகிய நாடுகள் கூட குறைவான மாற்றுநிலை மொத்த கருவுறுதல் விகிதத்தை அடைந்திருக்கிறது.

பெண்களின் கல்வியறிவின்மை எந்த மாநிலங்களில் எல்லாம் அதிகமாக இருக்கிறதோ அந்த மாநிலங்களில் எல்லாம் மொத்த கருவுறுதல் விகிதம் அதிகமாக இருக்கிறது (பார்க்க அட்டவணை 5). பீஹார், ஜார்கண்ட், ராஜஸ்தான், மத்தியப்பிரதேசம், உத்தரப்பிரதேசம் ஆகிய மாநிலங்களின் மொத்த மக்கள்தொகையில் இனப்பெருக்க வயதில் இருக்கும் பெண்களில் அதிகமானோர் கல்வியறிவற்றவர்களாக இருக்கிறார்கள். இந்த மாநிலங்களில் மொத்த கருவுறுதல் விகிதமும் மாற்றுநிலைக்கு அளவுக்கு அதிகமாகவே உள்ளது.

அட்டவணை 5: 15 வயதிலிருந்து 49 வயதுக்குட்பட்ட் பெண்களில் கல்வியறிவு இல்லாதவர்கள், 2017 ஆம் ஆண்டு

மாநிலம்	*கல்வியறிவில்லாத பெண்கள் எண்ணிக்கை (%)*
ஆந்திரப் பிரதேசம்	15.5
அஸ்ஸாம்	11.3
பீஹார்	26.8
சத்தீஸ்கர்	17.1
குஜராத்	17.2
ஹரியானா	12.3
இமாச்சலப் பிரதேசம்	1.2
ஜம்மு காஷ்மீர்	16.9
ஜார்கண்ட்	24.9
கர்நாடகா	6.1

மாநிலம்	*கல்வியறிவில்லாத பெண்கள் எண்ணிக்கை (%)*
கேரளா	0.7
மத்தியப் பிரதேசம்	19.2
மஹாராஷ்டிரா	4.5
ஒடிசா	11.8
பஞ்சாப்	9.4
ராஜஸ்தான்	22.5
தமிழ்நாடு	3.8
தெலுங்கானா	17.5
உத்தரப் பிரதேசம்	22.4
மேற்கு வங்காளம்	11.2

ஆதாரம்: இந்திய மக்கள்தொகைக் கணக்கெடுப்பு, மக்கள்தொகைக் கணக்கெடுப்புப் பிரிவு, தலைமைப் பதிவாளர் மற்றும் மக்கள்தொகை கணக்கெடுப்பு ஆணையர் அலுவலகம், உள்துறை அமைச்சகம்.

அடிப்படைக் கல்வியறிவை அதிகரிப்பதைவிட பெண்கள் அதிக அளவிலான கல்வியறிவு பெறும்பட்சத்தில் மொத்த கருவுறுதல் விகிதம் குறையும் (பார்க்க அட்டவணை 6). உயர்நிலைப்பள்ளிக் கல்வி படித்த பெண்களை விட கல்லூரியில் படித்த பெண்கள் குறைந்த எண்ணிக்கையிலான குழந்தைகளைக் கொண்டிருக்கிறார்கள்; உயர்நிலைப்பள்ளிக் கல்வி படித்த பெண்கள் பள்ளிக் கல்வியில் ஆரம்பத்திலேயே இடைநிறுத்தம் செய்த பெண்களை விட குறைந்த எண்ணிக்கையிலான குழந்தைகளைக் கொண்டிருக்கிறார்கள். எனவே மக்கள்தொகைக் கட்டுப்பாடு என்கிற இலட்சியத்தை அடைய வேண்டுமெனில், இனப்பெருக்க வயதில் இருக்கும் பெண்கள் அதிகப் பேர் கல்லூரிப் படிப்பு பெற வேண்டும்: அது போல கல்லூரிக்குச் செல்ல விருப்பமில்லாத பெண்கள் இடைநிறுத்தம் செய்யாமல் அதிக ஆண்டுகள் பள்ளிக் கல்வி பெற வேண்டும்.

அட்டவணை 6: மாநிலங்களில்/ஒன்றிய பிரதேசங்களில் பெண்களின் கல்வி நிலை வாரியாக மொத்த கருவுறுதல் விகிதம், 2017

மாநிலம்	*ஆரம்பக் கல்வி-க்குக் கீழ்*	*ஆரம்-பக் கல்வி*	*நடுத்-தரக் கல்வி*	*பத்தா-ம் வகுப்பு*	*பனிரெ-ண்டாம் வகுப்பு*	*பட்டப்படி-ப்பும் அதற்கு மேலும்*
ஆந்திரப் பிரதேசம்	2.0	2.1	2.1	1.9	1.5	1.1
அஸ்ஸாம்	2.6	2.8	2.3	2.3	2.1	2.0
பீஹார்	4.3	3.5	3.3	2.8	2.5	1.9
சத்தீஸ்கர்	3.5	2.8	2.8	2.5	2.0	1.8
குஜராத்	3.7	2.7	2.6	2.0	1.6	1.3
ஹரியானா	2.6	2.8	2.5	2.5	2.1	1.6
இமாச்சலப் பிரதேசம்	2.5	2.0	2.1	2.0	1.6	1.5
ஜம்மு காஷ்மீர்	4.5	3.1	2.6	1.4	1.1	0.8
ஜார்கண்ட்	5.9	4.3	2.6	1.5	1.2	0.2
கர்நாடகா	2.6	2.4	2.2	1.7	1.5	1.0
கேரளா	0.6	1.2	2.2	1.8	1.8	1.8
மத்தியப் பிரதேசம்	3.9	3.3	2.9	2.3	2.1	1.8
மஹாராஷ்டிரா	1.8	2.2	2.2	2.0	1.5	1.2
ஒடிசா	2.4	2.2	2.1	1.8	1.7	1.2
பஞ்சாப்	2.1	2.0	1.7	1.9	1.5	1.3
ராஜஸ்தான்	6.8	2.9	1.6	1.7	2.5	0.6
தமிழ்நாடு	2.1	2.1	2.3	2.0	1.7	1.1
தெலுங்கானா	2.1	2.3	2.1	1.9	1.8	1.5
உத்தரப் பிரதேசம்	3.6	3.5	3.1	2.9	2.6	2.4
மேற்கு வங்காளம்	2.0	2.0	1.7	1.4	1.3	1.1

ஆதாரம்: இந்திய மக்கள்தொகைக் கணக்கெடுப்பு, மக்கள்தொகைக் கணக்கெடுப்புப் பிரிவு, தலைமைப் பதிவாளர் மற்றும் மக்கள்தொகை கணக்கெடுப்பு ஆணையர் அலுவலகம், உள்துறை அமைச்சகம்.

கல்வி தொடர்பான அத்தியாயத்தில் குறிப்பிட்டிருக்கிற பள்ளி இடைநிறுத்த சதவீதத்தையும் மொத்த சேர்க்கை விகிதத்தையும் பொருத்தவரையில் தீபகற்ப இந்தியாவானது பாலின பேதம் இல்லாமல் பெரும்பாலானக் குழந்தைகளை பள்ளிக் கல்வியில் அதிக ஆண்டுகள் தக்க வைத்திருப்பது தெரிய வருகிறது. தென்னிந்திய மாநிலங்கள் உயர் கல்வி மொத்த சேர்க்கை விகிதத்திலும் கூட அதிக சதவீதத்தைக் கொண்டிருக்கிறது. இவையனைத்தும் இந்த மாநிலங்களில் பெண்கள் அதிகமான எண்ணிக்கையில் அதிக ஆண்டுகள் கல்வி கற்பதை சுட்டிக் காட்டுகிறது. இந்த மாநிலங்களில் எல்லாம் மக்கள்தொகை வளர்ச்சி குறைவாக இருப்பதும், இவற்றில் ஒரு மாநிலமாவது அடுத்த தசாப்தத்தில் எதிர்மறை வளர்ச்சியைக் கொண்டிருக்கும் என்பதிலும் ஆச்சரியமில்லை.

எல்லை நிர்ணயப் பிரச்சனை

மக்கள்தொகை வளர்ச்சி பற்றிய தரவு அல்லது கடந்த அரை நூற்றாண்டில் மாநிலங்கள் முழுவதும் அந்த வளர்ச்சியில் இருந்த வேறுபாடு இந்திய ஒன்றியத்தின் தீர்க்க முடியாத பிரச்சனையின் கதையைச் சொல்கிறது. பஞ்சாப், மேற்கு வங்காளம் தவிர்த்து இந்தோ-கங்கை சமவெளியில் இருக்கும் மாநிலங்கள் 1971ஆம் ஆண்டுக்கும் 2011ஆம் ஆண்டுக்குமான நாற்பதாண்டு காலத்தில் மால்துஸ் கோட்பாடு சரி என நிரூபித்திருக்கின்றன.

இதே காலகட்டத்தில் தீபகற்ப இந்தியாவில் இருக்கும் மாநிலங்களின் மக்கள்தொகை வளர்ச்சி வடக்கிலிருக்கும் மாநிலங்கள் கண்ட வளர்ச்சியில் பாதியாக மேற்கத்திய சமுதாயங்களில் ஏற்பட்ட வளர்ச்சியைப் போல இருந்தது. ஜனநாயகத்தில் நாம் அதிகாரத்தையும் வளங்களையும் மக்கள்தொகையின் அடிப்படையில் தான் ஒதுக்கீடு செய்வோம். இந்த ஒதுக்கப்பட்ட அதிகாரத்தின் அடிப்படியில் தான் மக்களை ஆளும் முடிவு கூட எடுக்கப்படும். இவை அனைத்தும் `ஒரு நபர், ஒரு வாக்கு' என்ற அடிப்படைக் கொள்கையைப் பின்பற்றி நிறைவு செய்கின்றன. மக்கள்தொகைக் கொள்கையும் அதனுடைய சீரற்ற செயல்படுத்தலும் இதை சிதைத்து விடும்.

தாராளமய ஜனநாயகத்தைப் பொருத்தவரை 1976 ஆம் ஆண்டு இந்தியாவிற்குச் சிறப்பாக இல்லை.1975 ஆம் ஆண்டு ஜூன் மாதம்

நெருக்கடி நிலை அறிவித்த பிறகு இந்திராகாந்தி தலைமையிலான அரசு குடிசார் உரிமைகளையும் தேர்தல்களையும் தள்ளுபடி செய்தது. எதிர்கட்சிகளைச் சேர்ந்த அரசியல்வாதிகள் சிறையில் அடைக்கப்பட்டதோடு நீதிமன்றங்கள் அதனுடைய அதிகாரத்தை இழந்தன. இந்தக் காலத்தில் இந்திய அரசியல் அமைப்பில் நிறைவேற்றப்பட்ட 42 ஆவது சட்டத்திருத்தம் மிகவும் மோசமான மாற்றம் ஆகும்.

இது அதிகாரங்களை பிரதமரின் கைகளில் குவிக்க முற்பட்டதோடு நீதித்துறை மறுஆய்வு அதிகாரங்களைக் குறைத்தன் மூலம் சரிபார்த்தல், சமநிலை அமைப்பு முறைகளை சிதைத்தது. ஆயினும்கூட, அந்தத் திருத்தத்தில் ஒரு சிறிய பகுதி இருந்தது - மோசமானதாகவும் சர்வாதிகாரத்தனமாக இருந்தபோதிலும் - அது விவாதிக்கக்கூடிய வகையில் மாநிலங்களுக்கு இடையே வளர்ந்து வரும் முரண்பாடுகளை நிர்வகித்ததோடு கடந்த அரை நூற்றாண்டில் ஒன்றியத்தை இணைத்து வைத்திருந்தது ஆகும்.

மற்ற எந்தவொரு தாராளவாத ஜனநாயகத்தில் இருப்பது போலவும் இந்திய அரசியலமைப்பினுடைய அசல் வழிவகை என்னவெனில், சமீபத்திய தசாப்த மக்கள்தொகையின் அடிப்படையில் நாடாளுமன்றத்துக்கானத் தொகுதிகள் ஒதுக்கப்படும். இந்த வழக்கமானது முறையான ஜனநாயகத்துக்கான அடிப்படைக் கருத்தாகும். எல்லாவற்றிற்கும் மேலாக, ஜனநாயகத்தில் மக்களின் விருப்பம் பிரதிபலிக்க வேண்டுமென்பதை நாம் விரும்புவோம். அனைத்து வாக்காளர்களும் நாடாளுமன்றத்தில் சரிசமமாக பிரதிநிதித்துவப்பட்டு இருக்கிறார்கள் என்பதை உறுதி செய்து கொள்வதற்கு இது ஒரு வழியாகும். இது குறிப்பிட்ட காலத்துக்கு ஒரு முறை எல்லை நிர்ணய வழக்கத்தை செயல்படுத்தப்படுகிறது, இது ஒவ்வொரு மாநிலத்திற்கும் அதன் மக்கள்தொகைக்கு ஏற்ப வழங்கப்படும் தொகுதிகளின் எண்ணிக்கையை பரிந்துரைக்கிறது.

அரசாங்கம் மக்கள்தொகைக் கட்டுப்பாட்டு நடவடிக்கையை மேற்கொண்டு வந்ததால் நாற்பத்து இரண்டாவது சட்டத்திருத்தம் இந்த முறையை நிறுத்தி வைத்தது, இதற்கான சிந்தனை இந்த மாதிரியாக இருந்தது: மக்கள்தொகைக் கட்டுப்பாட்டுக் கொள்கையை ஒரு மாநிலம் நன்கு செயல்படுத்தியும் இன்னொரு மாநிலம் நன்றாக செயல்படுத்தாத நிலையிலும் இருக்கும் போது

நன்கு செயல்படுத்திய மாநிலத்தில் மக்கள்தொகையானது நன்கு செயல்படுத்தாத மாநிலத்தை விட குறைவாக இருக்கும் சூழ்நிலை ஏற்படும். உதாரணமாக கேரளாவிலும் ராஜஸ்தானிலும் இது தான் நடந்தது. இந்த எல்லை நிர்ணய செயல்பாடு நிறுத்தப்பட்டதற்குக் காரணம் என்னவெனில் மக்கள்தொகைக் கட்டுப்பாடுக் கொள்கையை நிறைவேற்றுவதில் தோல்வியடைந்த ராஜஸ்தானுக்கு அதிக நாடாளுமன்றத் தொகுதிகளும் அதே கொள்கையை வெற்றிகரமாக நடத்திக்காட்டி மக்கள்தொகையைக் கட்டுக்குள் கொண்டுவந்த கேரளாவுக்கு குறைந்த நாடாளுமன்றத் தொகுதிகளையும் வழங்குவது நியாயமற்றது என்பதால்தான்.

இதனால் நாற்பத்து இரண்டாவது சட்டத்திருத்தம் எல்லை நிர்ணய பணியை 25 ஆண்டுகளுக்கு நிறுத்தி வைத்தது. 2001 ஆம் ஆண்டு இது மேலும் 25 ஆண்டுகளுக்கு ஒத்தி வைக்கப்பட்டது. இந்த ஒத்திவைப்பு 2026 வரை அமலில் இருக்கும். அதற்குப் பிறகு என்னவாகும் என்பதுதான் இப்போதையக் கேள்வியாகும். இந்தத் தடை நீக்கப்பட்டால் மக்கள்தொகை கட்டுபாடு கொள்கையை சிறப்பாக செயல்படுத்தி வெற்றிகண்ட தென்மாநிலங்களை தண்டிப்பது போல ஆகும். இந்தத் தடை தொடர்ந்தால் இந்தோ-கங்கை சமவெளிப் பகுதியைச் சேர்ந்த மக்களின் குரலைக் குறைப்பதாகக் கருதப்படும் இதனால், ஜனநாயகம் சமமற்றதாக ஆகிவிடும்.

எல்லை நிர்ணய செயல்பாட்டை தடுத்து வைத்திருப்பதன் மூலம் மக்கள்தொகை வளர்ச்சிக் குறைவாக இருக்கும் தமிழ்நாட்டுக்குப் பெரிய ஆதாயமாகும். இந்த எல்லை நிர்ணய செயல்பாடு தடுத்து நிறுத்தப்படவில்லையெனில் மாநிலமெங்கும் இருக்கும் மக்கள்தொகை வேறுபாட்டினால் தமிழ்நாடு இப்போதிருக்கும் எண்ணிக்கையிலிருந்து 7 நாடாளுமன்ற உறுப்பினர்களை இழந்திருக்கும். வேறு மாதிரியாக சொல்வதானால், நாற்பத்து இரண்டாவது சட்டத்திருத்தம் அமலுக்கு வராமல் இருந்ததால் நாடாளுமன்றத்தில் தமிழ்நாடு 7 உறுப்பினர்களை அதிகமாகக் கொண்டிருக்கிறது.

இன்னொரு பக்கம் பார்த்தால் உத்தரப் பிரதேசம் நாடாளுமன்றத்தில் 9 குறைவான உறுப்பினர்களால் பிரதிநிதித்துவப்படுத்தப்பட்டு உள்ளது. ஒவ்வொரு தசாப்த கால மக்கள்தொகை கணக்கெடுப்பின் விளைவாக மாநிலங்களுக்கிடையே

பாராளுமன்ற இடங்கள் மறுபகிர்வு செய்யப்பட்டிருந்தால் அதன் பலம் அதிகமாக இருந்திருக்கும்.

இந்தத் தடை நீக்கப்பட்டால் தமிழ்நாடு தவிர கேரளாவும் ஆந்திரப்பிரதேசமும் (தெலுங்கானா உட்பட) சில நாடாளுமன்றத் தொகுதிகளை இழக்க நேரிடும். தென்னிந்திய மாநிலங்கள் தொகுதிகளை இழக்கும் அதே நேரத்தில் இது அமல்படுத்தப்பட்டால் பீஹார், ராஜஸ்தான், மத்தியப் பிரதேசம் போன்ற மாநிலங்கள் அதிகத் தொகுதிகளைப் பெறும்.

உதாரணமாக உத்தரப்பிரதேசத்தை எடுத்துக் கொள்வோம். 2011 ஆம் ஆண்டு மக்கள்தொகைக் கணக்கெடுப்பின்படி அம்மாநிலத்தின் மக்கள்தொகை 203 மில்லியன் ஆகும். இவர்களைப் பிரதிநிதித்துவப்படுத்தும் வகையில் நாடாளுமன்றத்தில் 80 பிரதிநிதிகள் இருக்கிறார்கள். அதாவது, 2.5 மில்லியன் மக்களுக்கு ஒரு நாடாளுமன்ற உறுப்பினர். தமிழ்நாட்டைப் பொருத்தவரையில், 72 மில்லியன் மக்களுக்கு 39 பிரதிநிதிகள் இருக்கிறார்கள். ஒவ்வொரு நாடாளுமன்ற உறுப்பினரும் சுமார் 1.8 மில்லியன் மக்களைப் பிரதிநிதித்துவம் செய்கிறார்கள். 2011 ஆம் ஆண்டு மக்கள்தொகையின்படி, உத்தரப் பிரதேசத்தை விட தமிழ்நாடு பாராளுமன்றத்தில் 30 சதவீதம் அதிக பிரதிநிதித்துவம் பெற்றிருக்கிறது என்பதை இந்த அடிப்படைக் கணக்கு தெரியப்படுத்துகிறது.

மக்கள்தொகையைப் போல அதிகாரத்திலிருக்கும் வேறுபாடும் அபரிதமாகத்தான் வளர்ச்சியடையும். தேசிய குடும்ப சுகாதார ஆய்வு அறிக்கை - 5ன் படி, (NFHS-5) உத்தரப்பிரதேச மக்கள்தொகையில் சுமார் 31 சதவீதம் பேர் பதினைந்து வயதுக்கு உட்பட்ட குழந்தைகள் இருக்கிறார்கள் என்றும் தமிழ்நாட்டு மக்கள் தொகையில் இவர்கள் 21 சதவீதம் என்றும் தெரிய வந்திருக்கிறது. அதாவது, இரண்டு மாநிலங்களுக்கு இடையேயும் பதினைந்து வயதுக்குட்பட்ட குழந்தைகளின் மக்கள் தொகையில் ஏறக்குறைய 10 சதவீதம் வேறுபாடு இருக்கிறது. இந்த 10 சதவீத வித்தியாசம் என்பது உத்தரப்பிரதேசத்தின் அதிக மக்கள்தொகையின் அடிப்படையிலாகும்.

ஓர் உத்தேசமான கணக்கின்படி 2011ஆம் ஆண்டுக்கும் 2026ஆம் ஆண்டுக்கும் இடையிலான காலத்தில் உத்தரப்பிரதேசத்தில் 62 மில்லியன் மக்கள் கூடுதல் வாக்காளர்களாக ஆவார்கள். அப்படி அதிகரிக்கும் நிலையில், இப்போதைய கணக்கீட்டின்படி 3.36

மில்லியன் மக்கள் ஒரு நாடாளுமன்ற உறுப்பினர் என்கிற நிலை ஏற்படும். இதே காலகட்டத்தில் தமிழ்நாட்டில் 15 மில்லியன் மக்கள் கூடுதல் வாக்களார்கள் ஆவார்கள். அப்படி ஆகும் நிலையில் 2.2 மில்லியன் மக்களுக்கு ஒரு நாடாளுமன்ற பிரதிநிதி என மாறும். இந்த எல்லை நிர்ணய தடை நீடிக்கும்பட்சத்தில் `ஒருவருக்கு ஒரு வாக்கு' என்கிற கோட்பாடு இனி உண்மையாக இருக்காது ஏனெனில் ஒவ்வொரு வாக்கின் மதிப்பும் ஒவ்வொரு குடிமகனின் பிரதிநிதித்துவ சக்தியும் வேறுபடுகிறது.

ராஜஸ்தான், பீஹார், மத்தியப்பிரதேசம், சத்தீஸ்கர், ஜார்கண்ட் ஆகிய மாநிலங்களிலும் ஒரு குடிமகனுக்கான பிரதிநிதித்துவ விகிதாச்சாரம் குறைந்து வருகிறது. தென்னிந்தியாவைப் பொருத்தவரையில் இதற்கு எதிரான நிலைமையாகும். தென்னிந்தியாவைச் சேர்ந்த ஒவ்வொரு குடிமகனுக்கும் நாடாளுமன்றத்தில் முன்பு இருந்ததை விட இப்போது பிரதிநிதித்துவம் அதிகமாக இருக்கிறது. ஏனெனில், இந்த மாநிலங்களில் மக்கள்தொகை வளர்ச்சி குறைவு என்பதோடு ஐந்து தசாப்தங்களாக எல்லை நிர்ணயம் தடை செய்யப்பட்டிருப்பதாகும்.

ஒற்றை வாக்கின் தாக்கம்

வடமாநிலத்தைச் சேர்ந்தவர்கள் நாடாளுமன்றத்துக்கும் அனுப்பும் பிரதிநிதிகளோடு மக்கள்தொகையோடும் ஒப்பிடும்போது தென் மாநிலங்கள் தங்கள் குடிமக்களுக்கான பிரதிநிதித்துவத்தை அதிகமாகக் கொண்டுள்ளன. இது மிகவும் கடினமாக வென்று பெற்ற சலுகையாகும், இது குறிப்பிடத்தக்க சமூக மாற்றத்தின் இழப்பில் வந்திருக்கிறது.

இந்தோ-கங்கை சமவெளியில் இருக்கும் மாநிலங்களில் ஒட்டுமொத்த பிரதிநிதித்துவ ஆற்றல் வியத்தகு முறையில் பலவீனமடைந்துள்ள நிலையில், தொகுதி அளவில் இருக்கும் மக்கள்தொகை அழுத்தமானது அங்குள்ள ஒவ்வொரு வாக்கின் தாக்கத்தையும் பலவீனப்படுத்துகின்றன. முன்பு உதாரணத்துக்கு எடுத்துக் கொண்ட இரண்டு மாநிலங்களான தமிழ்நாட்டிலும் உத்தரப்பிரதேசத்திலும் வாக்காளர்கள் அளவில் நடுத்தரமான எண்ணிக்கையைக் கொண்டிருக்கும் இரண்டு தொகுதிகளான தென்காசியையும் (1.492 மில்லியன் வாக்காளர்கள்) அஸம்கர்ரையும் (Azamgarh, 1.789 மில்லியன் வாக்காளர்கள்) எடுத்துக் கொள்வோம்.

தென்காசியில் நடைபெறும் தேர்தலை தனிநபர் ஒருவரின் வாக்கு தீர்மானிக்கும் நிகழ்தகவை பரிசீலிப்போம். இதை நாம் `வாக்கினுடைய' தாக்கம் என அழைக்கலாம். கணக்கிடுவதற்கு எளிதாக அங்கே திராவிட முன்னேற்றக் கழகம் (DMK), அனைத்திந்திய அண்ணா திராவிட முன்னேற்றக் கழகம் (AIADMK) மட்டும் போட்டியிடுவதாக வைத்துக் கொள்வோம். இந்த நிகழ்தகவை மதிப்பீடு செய்வதற்கான ஒரு வழியாக மொத்த வாக்குகளான `N' என்பது ஒற்றைப்படை எண்ணாக இருக்கிறது என அனுமானம் செய்து கொள்வோம். மேலும், மொத்தம் N-1 வாக்குகள் போடப்பட்டு வாக்குகளும் எண்ணப்படும் போது இரண்டு கட்சிகளும் சம எண்ணிக்கைப் பெற்றிருக்கிறது என வைத்துக் கொள்வோம். ஆக, நாம் எதிர்பார்க்கும் கடைசி வாக்குதான் இந்த சமநிலையை உடைத்து தேர்தல் முடிவைத் தீர்மானிக்கக் கூடியதாக இருக்கும். வாக்காளர் ஒருவர் திமுக-வை தெரிவு செய்வார் என்பதற்கான நிகழ்தகவை `p' எனவும், அஇஅதிமுக-வை தெரிவு செய்யக்கூடும் என்பதற்கான நிகழ்தகவை `q' எனவும் வைத்துக் கொள்வோம். p,q என்கிற இந்த இரண்டு எண்களுமே ஒன்றுக்குக்கொன்று நெருக்கமானதாகும். அதாவது, இரண்டும் 0.5க்கு மிகவும் நெருக்கத்தில் இருக்கின்றன. p,q -வும் கச்சிதமாக 0.5 இல்லையென்றால், அப்படி இருக்க முடியாது, நமது சிந்தனைப் பரிசோதனையில் ஒரு கட்சியானது ஒரு வாக்கு அதிகமாகப் பெற்றால் திமுக பெறும் மொத்த வாக்குகள் அது எதிர்பார்த்த வாக்குகளின் எண்ணிக்கையான N/2 விலிருந்து Ip-0.5IN அளவுக்கு (மொத்த வாக்காளர்களின் விகிதாச்சாரம் p -க்கும் 0.5க்கும் இடையிலான வித்தியாசத்தின் முழு மதிப்பு) வேறுபடும்.

இறுதி முடிவை நம்முடைய `தங்கமான வாக்கு' தீர்மானிப்பதற்கான நிகழ்தகவு குறைவாக இருந்தாலும் இந்த சூழ்நிலை பொதுவாக ஈருறுப்புப் பரவலில் (binomial distribution) ஒன்றாக வடிவமைக்கப்படும். 1.492 மில்லியன் மக்கள் இருக்கும் தொகுதியான தென்காசியைப் பொருத்தவரையில் இது தோராயமாக 1/1221 இருக்கும் என கணக்கிடலாம் இது மொத்த வாக்காளர்களின் வர்க்கமூலத்தின் தலைகீழ் (1 / V1.492) ஆகும். 1.789 மில்லியன் வாக்களர்களைக் கொண்டிருக்கும் அஸம்கர்க்கு ஒரு வாக்கு தாக்கத்துக்கான நிகழ்தகவு 1 / V1337 ஆகும்.

அதாவது, மிகவும் நெருக்கமான போட்டியின்போது, நடுத்தர அளவிலான தொகுதியில் உத்தரப்பிரதேச வாக்காளரை விட தமிழ்நாட்டு வாக்காளர் அந்தத் தொகுதியில் இருக்கும் வாக்காளர்கள் எண்ணிக்கை அடிப்படையில் மட்டுமே 10 சதவிகிதம் அதிகத் தாக்கத்தை ஏற்படுத்துவார். இது இந்த இரண்டு மாநிலங்களுக்கு இடையே இருக்கும் மொத்த பிரநிதித்துவ வேறுபாட்டுக்கும் மேலான ஒரு விஷயமாகும். குறைந்த எண்ணிக்கையிலான மக்களுக்கு அதிகத் தொகுதிகள் இருப்பதால் தமிழ்நாட்டைச் சேர்ந்த வாக்காளர் ஒருவருக்கு நாடாளுமன்ற உறுப்பினரைத் தேர்ந்தெடுப்பதில் வலுவான அதிகாரம் (greater say) இருக்கிறது.

எவ்வாறாயினும், மாநில அளவிலான பிரதிநிதித்துவ விகிதத்திலும் தொகுதி வாரியான ஒற்றை வாக்கு தாக்கத்தின் நிகழ்தகவிலும் நாற்பத்தி இரண்டாவது திருத்தம் இயற்றப்படுவதற்கு முன்பு இந்த இரு மாநிலங்களுக்கான தொடக்கப் புள்ளி ஒரே மாதிரியாக இருந்தது என்பதைப் புரிந்துகொள்வது அவசியம்.

எல்லை நிர்ணய செயல்பாட்டை நிறுத்தி வைக்க ஆரம்பித்ததிலிருந்து இந்த வேறுபாடானது குறிப்பிடத்தக்க அளவுக்கு விரிவடைந்து கொண்டே வந்திருக்கிறது. வேறு மாதிரியாகச் சொல்ல வேண்டுமெனில், ஒரே ஆரம்பப்புள்ளியிலிருந்தும் நன்கு வரையறுக்கப்பட்ட விதிகளிலிருந்தும் தான் நமக்கான போட்டி ஆரம்பமானது. இப்போது ஓடுபவர்களில் ரொம்பவும் முன்னால் ஓடுபவர்கள், மிகவும் பின்னால் ஓடி வருபவர்கள் என இரு வகையினர் இருக்கிறார்கள். பின்னால் ஓடிவருபவர்கள் உங்களை நெருங்கும் வரை நீங்கள் காத்திருங்கள் என முன்னால் ஓடிக் கொண்டிருப்பவர்களைக் கேட்பது நியாயமற்றதாகும். அது போல மிகவும் பின்னால் ஓடி வருபவர்களிடம் தொடர்ந்து இந்தப் போட்டியில் ஓடி வாருங்கள் என்று சொல்வதிலும் அர்த்தம் இல்லை.

இப்படித் தனித்தனி போட்டிகளை உருவாக்கினாலும் இது தீர்க்க முடியாத ஒரு சிக்கலாகும். எல்லை நிர்ணய முடக்கம் காலாவதியாகி விட்டால், கொள்கை முடிவை செயல்படுத்துவதில் வெற்றி பெற்ற தென் மாநிலங்களை தண்டிப்பது போலாகும்.

முடக்கம் தொடர்ந்தால், 'ஒரு நபர், ஒரு ஓட்டு' என்கிற கருத்து ஒட்டுமொத்த நாட்டிற்கும் பொருந்தாததாக இருக்கும்.

இந்தச் சிக்கலைத் தீர்ப்பதற்கு அடிக்கடி பரிந்துரைக்கப்படும் தீர்வு என்னவெனில் நாடாளுமன்றத்தில் இடங்களை அதிகரிப்பதும் அந்த அதிகரித்த இடங்களை, மக்கள்தொகை வளர்ச்சி அதிகமாக உள்ள மாநிலங்களுக்கு ஒதுக்குவதும் ஆகும்.

ஆனால், கணித ரீதியாகவும், அரசியல் ரீதியாகவும், அந்தத் தீர்வு நிலையான எல்லை நிர்ணயத்தில் இருந்து வேறுபட்டதல்ல. அதாவது, இது சில மாநிலங்களில் இருந்து இடங்களைப் பறித்து, சில மாநிலங்களுக்கு அதை வழங்கி நாடாளுமன்றத்தின் ஒட்டுமொத்த எண்ணிக்கையை தொடர்ந்து பராமரிப்பது போன்றதாகும். அதிகாரப் பகிர்வு என்பது பூஜ்ஜியத் தொகை விளையாட்டு. அலங்காரமான எந்தவொரு செயல்பாடும் இந்த சமன்பாட்டை மாற்றாது.

உதாரணமாக உத்தரப்பிரதேசத்தில் நிறைய புதிய எம்.பி.க்கள் சேர்க்கப்பட்டால், அந்த மாநிலத்தில் ஒரு குடிமகனின் பிரதிநிதித்துவத்தை மேம்படுத்துவதுடன், அந்த குடிமகன் தனது தொகுதியில் தேர்தலில் தாக்கத்தை ஏற்படுத்தும் திறனை மேம்படுத்தும். ஆனால் இது தமிழ்நாடு, கேரளா மற்றும் ஆந்திரப்பிரதேசம் போன்ற மாநிலங்களில் குடிமக்களின் அதிகாரத்தையும் பிரதிநிதித்துவத்தையும் பாதிக்கும் வகையில் இருக்கும்.

எனவே, இந்தியாவின் தேர்தல் ஜனநாயகத்தின் அடிப்படைப் பிரச்சனை என்னவெனில், தென் மாநிலங்கள் மக்கள்தொகைக் கட்டுப்பாட்டை நடைமுறைப்படுத்தியதால், அந்த மக்களுக்கான தனிநபர் நாடாளுமன்றப் பிரதிநிதித்துவம் அதிகமாக உள்ளது. மேலும் வட மாநிலங்களில் உள்ள மக்கள் அந்த அதிக பிரதிநிதித்துவத்தைப் பார்த்து நாடாளுமன்றத்தில் அனைத்து குடிமக்களுக்கும் சமமான பிரதிநிதித்துவம் இல்லை என்றால் அது உண்மையான ஜனநாயகம் இல்லை என குறை சொல்வார்கள். ஒன்றிய அரசின் கொள்கையை திறம்பட செயல்படுத்தியதற்குத் தண்டனையாக தென் மாநிலங்கள் அதிகாரத்தை கைவிட வேண்டும் அல்லது வட இந்திய மாநில மக்கள் அரசியல் அதிகாரத்தைப் பொருத்தவரையில் தங்களை குறைவான குடிமக்களாக ஏற்றுக் கொள்ள வேண்டும்.

அத்தகைய சூழ்நிலையில், முழு அமைப்பையும் கலைப்பதற்கு ஒரு படி கீழான ஒரே உண்மையானத் தீர்வு அமைப்பின் பங்குதாரர்களிடையே அதிகாரப் பகிர்வின் விருப்பத்தை அல்லது முக்கியத்துவத்தை மட்டுப்படுத்துவதாகும். அதாவது, மத்திய அரசுக்கு ஒதுக்கப்பட்ட அதிகாரங்களைக் குறைத்து அதை மாநிலங்களுக்கான அதிகாரமாக மாற்ற வேண்டும்

இந்தத் தீர்வு, அதீதப் பரவலாக்கத்தோடு மிகவும் சமமான கூட்டாட்சிக் கட்டமைப்பை பஞ்சாயத்து, நகராட்சி மற்றும் ஒவ்வொரு தனிப்பட்டவர் அளவிலும் கூட அதிகாரங்களைப் பரவலாக்குவதைச் சுட்டிக்காட்டுகிறது.

எல்லாவற்றிற்கும் மேலாக, இந்தியாவில் பல விஷயங்களின் அடிப்படை அம்சம் - கொள்கை முதல் மக்கள்தொகை வளர்ச்சி வரை - வேற்றுமையாகும். மிகவும் மாறுபட்ட அமைப்பானது ஒற்றை மையத்தின் மூலமாக எடுக்கும் அனைத்து முடிவுகளையும் நியாயமான முறையில் தீர்மானிக்க முடியாத நிலையில் அந்த மையம் இருக்கிறபடி இருந்தாலும் அதை முடிந்தவரை குறைந்த அளவுக்கு முடிவெடுக்க அனுமதிப்பதுதான் நியாயமானதாக இருக்கும்.

அத்தகைய தீர்வை நோக்கிய ஒரு சாத்தியமான பாதை இந்த நூலின் இறுதிப் பகுதியில் முன்மொழியப்பட்டுள்ளது.

2

இந்தியாவின் பணப் பை : ஒன்றியம் vs மாநிலங்கள்

இந்திய நிதிக் கட்டமைப்பின் தோற்றம்

1833 ஆம் ஆண்டு பிரிட்டிஷ் இந்தியாவின் சட்டம் தான் இந்திய ஒன்றியத்தின் தற்போதைய அரசியல் வடிவத்திற்கான தோற்றுவாயாகக் கருதப்படுகிறது. இந்தச் சட்டத்தின் மூலம் பிரிட்டிஷ் நாடாளுமன்றம் கிழக்கிந்திய கம்பெனிக்கு அரசு சாசனத்தை நீட்டித்து, வங்காள ஆளுநரை இந்தியாவின் கவர்னர் ஜெனரலாக ஆக்கியது. இது பம்பாய் மற்றும் மெட்ராஸ் ஆளுநர்களிடம் இருந்த சட்டம் மற்றும் நிதி அதிகாரங்களை பறித்து, புதிதாக உருவாக்கப்பட்ட கவர்னர் ஜெனரல் அலுவலகக் கட்டுப்பாட்டின் கீழ் கொண்டு வந்தது. நடைமுறையில், நிதி அமைப்பு உட்பட நவீன இந்திய ஒன்றியம் பிரிட்டிஷ் காலனித்துவ நிர்வாகத்தின் வசதிக்காகவும் செயல்திறனுக்காகவும் உருவாக்கப்பட்டது. 1857 ஆம் ஆண்டு புரட்சிக்குப் பிறகு 1858 ஆம் ஆண்டு பிரிட்டிஷ் அரசு இந்தியாவை தனது நேரடி கட்டுப்பாட்டின் கீழ் கொண்டு வந்தபின் இந்த ஒன்றியமானது மேலும் வலுப்பெற்றது.

1860-61 ஆம் ஆண்டு புதிய அமைப்பின் கீழ் அகில இந்திய அளவில் நிதிநிலை அறிக்கை தாக்கல் செய்யப்பட்டது. வரி விதிப்பு, செலவு செய்வது உட்பட மத்திய அரசுக்கும் மாகாண நிர்வாகத்துக்குமான அதிகாரங்கள் தெளிவாக வரையறுக்க

வேண்டுமென இந்த நிதிநிலை அறிக்கையில் குறிப்பிடப்பட்டிருந்தது. பெரும்பாலான பகுதிக்கு வரி விதிக்கும் அதிகாரத்தை கவர்னர் ஜெனரல் அலுவலகம் எடுத்துக் கொண்டது. இதன் மூலம் இந்தியாவின் நிதிக் கட்டமைப்பு மத்திய அரசுக்குச் சாதகமாகவே இருந்தது. இன்றளவும் அது தொடர்கிறது. கடந்த 160 வருடங்களுக்கும் மேலாக இருந்து வரும் இதன் வளர்ச்சி மிகவும் சிக்கலான ஒன்றாகும் ஆனால் மத்திய அரசு அதனுடைய அதிகாரத்தை ஒருங்கிணைத்து அரசமைப்புத் தொகுதிகளின் மீது செலுத்துவது என்பது நிலையான ஒன்றாக இருந்து வருகிறது. முதலாவது நிதிநிலை அறிக்கை தாக்கல் செய்யப்படுவதற்கு முன்பாகவே, அதன் நியாயமற்ற தன்மையும், தன்னிச்சையான போக்கும் தீவிரமான விவாதப் பொருளாக மாறியது - இதுவும் இந்த அமைப்பில் இன்று வரை தொடரும் இன்னொரு அம்சமாகும். அப்போது மெட்ராஸ் ராஜதானியின் கவர்னராக இருந்த சர் சார்லஸ் ட்ரெவ்லியன் (Sir Charles Trevelyan) வரிவிதிப்பு முன்மொழிவுகளைக் கடுமையாக ஆட்சேபித்தார். இந்த மையப்படுத்தல் வரி விதிப்பு மெட்ராஸ் ராஜதானிக்கு நன்மை பயக்காது என அவர் அச்சம் கொண்டார்; தொழில்நெறிஞர்கள் சேவை வழங்குபவர்களின் மீது விதிக்கப்படும் இந்த மையப்படுத்தப்பட்ட வரிவிதிப்புக்கு எதிராக அந்தப் பகுதியைச் சார்ந்த தொழில் மற்றும் வர்த்தக நலனில் அக்கறை கொண்டவர்கள் 1860 ஆம் ஆண்டு அடிக்கடி கவர்னர் ட்ரெவ்லியனைச் சந்தித்து தங்களது கருத்துகளை வலியுறுத்தினர். அந்தப் பகுதியைச் சேர்ந்தவர்களை கவர்னர்தான் தூண்டி விடுகிறார் என பிரிட்டிஷ் அரசாங்கத்தைச் சேர்ந்த சிலர் சந்தேகப்பட்டனர்.

1860 ஆம் ஆண்டு காலனித்துவ நிர்வாகம் புதிய வரிகளை முன்மொழிய முக்கியமான காரணங்களில் ஒன்று 1857 ஆம் ஆண்டு புரட்சியின் போது போருக்கு பணம் செலவிட்டதாகும். ஆனால் அந்த காலகட்டத்தில் மெட்ராஸ் ராஜதானியில் குறைவான அல்லது எந்தவிதத் தொந்தரவும் ஏற்படவில்லை எனவே அதற்கு நாங்கள் வரி செலுத்தத் தேவையில்லை என்று சர் ட்ரெவ்லியன் வாதாடினார். அவர் தனது கருத்து வேறுபாட்டை பொதுவெளியில் கூறியதோடு வரிவிதிப்பில் பிரதிநிதித்துவக் கொள்கைக்காகவும் குரல் கொடுத்தார். பிரிட்டிஷ் ஆட்சியைக் கேள்வி கேட்டது நிர்வாகத்தை சங்கடத்தில் ஆழ்த்த காலனித்துவ

நிர்வாகத்துக்கு அவரைத் திரும்ப அழைப்பதைத் தவிர வேறு தெரிவு எதுவும் இல்லை. முரணாக இருந்தாலும் கூட சர் ட்ரெவ்லியன் இரண்டு ஆண்டுகளுக்குப் பிறகு இந்தியாவுக்கு நிதி மந்திரியாக வந்து அவர் கவர்னராக இருக்கும்போது எதிர்த்த வரிகளில் சிலவற்றை நடைமுறைக்குக் கொண்டு வந்தார்.

லட்சக்கணக்கான மக்களைப் பலிவாங்கிய ஐரீஷ் பஞ்சத்துக்காக இவர் இன்றைக்கும் நினைவுகூரப்படுகிறார். பஞ்சம் உச்சத்தில் இருந்தபோது இவர் அதிகமாக இருக்கும் மக்கள்தொகையை குறைப்பதற்கு இது சரியான வழி என கடிதம் எழுதியதன் மூலம் இந்த 'நற்பெயரைப்' பெற்றார்.

இருப்பினும், அவர் மெட்ராஸ் ராஜதானியின் கவர்னராக இருந்தபோது அரசாங்கத்திற்கு அவர் மிகவும் தீவிரமான பங்களிப்பைச் செய்திருந்ததோடு மையப்படுத்தப்பட்ட இந்திய ஒன்றியம் - அல்லது எந்தவொரு பெரிய கூட்டாட்சி அமைப்பு - குறித்தும் கேள்விகளை எழுப்பியதாகும் ஆனால் அதற்கு இன்று வரை திருப்திகரமான பதில்கள் இல்லை. இவர் பரவலாக்கலை ஆதரித்ததோடு அதுதான் ஜனநாயகத்துக்கும் நிர்வாகம் செய்வதற்கும் பொருத்தமாக இருக்கும் எனக் கூறி வந்ததோடு இந்தியர்களின் குரல் கேட்கப்பட வேண்டுமென்றும் அவர்களுக்குத் தொகுதிகள்/இடம் கொடுக்கப்பட வேண்டுமெனவும் விரும்பினார். இது சந்தேகத்துக்குரிய புகழைக் கொண்ட காலனித்துவ நிர்வாகியிடமிருந்து வந்திருக்கலாம். ஆனால், வெளிப்படையான மையப்படுத்தல் காலனித்துவ ஆட்சி நிர்வாகம் செய்வதற்கு வசதியாக இருக்கிறது என்பதற்காக செயல்படாமல் இருந்தது காரணமாக இருக்க முடியாது என்கிற கருத்தைக் கொண்டிருந்தார். இப்போது காலனித்துவ நிர்வாகம் இல்லையென்றாலும் இது உண்மையாகத்தான் இருக்கிறது.

நிதி ஒன்றியத்தின் பரிணாமம்

1860 ஆம் ஆண்டிலிருந்து நிதி அமைப்பானது பல்வேறு கமிஷன்கள் மற்றும் நிபுணர் குழுக்கள் ஊடாக பரிணாமம் அடைந்து வந்திருக்கிறது. சுதந்திரத்துக்கு முன்பாக இந்தப் பொருண்மை குறித்த முக்கியமான பரிந்துரை அமைச்சரவை தூதுக்குழு திட்டம் (Cabinet Mission Plan) ஆகும். இதன்படி, பிரிட்டிஷ் இந்தியாவில் இருந்த மாநிலங்கள் / பிராந்தியங்கள் கடுமையாக

கட்டுப்படுத்தப்பட்ட ஒன்றியத்துடன் அந்தந்தப் பிராந்தியத்துக்கான முழுமையான நிதி இறையாண்மையைக் கொண்டிருக்கும் என்பதாகும். இது கவர்னர் ட்ரெவ்லியன் அங்கீகரித்த யோசனையாக இருந்திருக்கும்.

முகம்மது அலி ஜின்னா கூட இந்த யோசனை பிரிவினைக்கு ஓர் அடி மட்டுமே குறைவாக இருக்கிறது என்பதால் அதை ஏற்றுக் கொண்டார். ஆனால், இப்போது நமக்குத் தெரிந்தபடி, சிக்கலான அரசியல் காரணங்களுக்காக அந்த யோசனை நிறைவேற்றப்படவில்லை. ஜவஹர்லால் நேரு, தொழில்மயமாக்கலுடன் வறுமையை எதிர்த்துப் போராடுவதற்கான தனது நோக்கத்துக்கு உதவ வலுவான ஒன்றியம் இருக்க வேண்டுமென வாதிட்டார், அதே நேரத்தில் பி.ஆர். அம்பேத்கர் உள்ளூர் மற்றும் மாகாண அரசாங்கங்களை மேட்டுக்குடியினர் கைப்பற்றப்படும் அச்சுறுத்தலை எதிர்த்துப் போராட ஒரு வலுவான ஒன்றியத்தை விரும்பினார்.

வன்முறையின் மீதான ஏகபோகத்தைத் தவிர, பணப்பையின் சக்தி, எல்லாவற்றிற்கும் மேலாக, ஒரு நவீன அரசாங்கத்தின் மிக முக்கியமான சக்தியாகும். அரசாங்கம் என்பது அரசாங்கம் தான், ஏனென்றால் அது வரிகளை உயர்த்தி அந்தப் பணத்தை செலவழிக்கிறது; நாம் சமூகத்தை ஒழுங்கமைக்க முதன்மையான ஊக்கக் கட்டமைப்பாக இருந்தது இதுதான் .பொதுவாக உள்ளூர், மாநில மற்றும் ஒன்றிய அரசாங்கங்களுக்கு இடையில் ஒவ்வொன்றும் நம் வாழ்வில் எந்த அளவுக்கு செல்வாக்கு செலுத்துகிறது என்பதை அந்தந்த அடுக்கின் வரிவிதிப்பு அளவுதான் தீர்மானிக்கிறது.

வருமானத்துக்கு முழுவதுமாக மத்திய அல்லது ஒன்றிய அரசைச் சார்ந்தே உள்ளூர் மற்றும் மாநில அரசுகள் இருக்க வேண்டுமென்பது ஓர் அணுகுமுறை ஆகும். இது சிறிய நாடுகளுக்கும், ஒரே விதமாக இருக்கும் நாடுகளுக்கும் இந்த அணுகுமுறை பொருத்தமாக இருக்கும் ஆனால் பரந்துபட்ட பன்முகத்தன்மை இருக்கும் இடத்தில் இது தோல்வியுறும். இதற்கு முற்றிலும் எதிரான அணுகுமுறை என்னவெனில், மாநிலங்களுக்கு முழு இறையாண்மையைக் கொடுப்பதாகும். அப்படிக் கொடுத்தால் அது ஒன்றிய அரசை பலவீனமாக்கிவிடும்.

இரண்டாவதாக சொல்லப்பட்டிருக்கும் அணுகுமுறையைத்தான் 1946 ஆம் ஆண்டு வந்த அமைச்சரவை தூதுக்குழு திட்டம் பரிந்துரைந்தது. இது ஜனநாயக அமைப்பில் உள்ள மிகப் பெரிய கூட்டாட்சி அமைப்புகள் ஏற்றுக் கொண்டதற்கு மிகவும் நெருக்கமானது ஆகும். அமெரிக்காவும், ஜெர்மனியும் இது மாதிரியான ஒரு அமைப்பைக் கொண்டிருந்தாலும் அதைப் பூரணத்துவமான உதாரணமாகக் கருத முடியாது. இந்தியா பெரிய, பன்முகத் தன்மை கொண்ட நாடாக இருந்த போதிலும் இந்திய அரசியல் நிர்ணய சபையின் நிறுவனர்கள் வெளிப்படையாகவே ஒன்றிய அரசுக்கு ஆதரவாக இருக்குமாறு இதை வரையறுத்தனர். மாநிலத்துக்கான செயல்பாடுகள் என வெளிப்படையாக அழைக்கப்படாத எஞ்சிய அதிகாரமும் இந்திய ஒன்றியத்தின் வசமே இருந்தன. நாளடைவில், ஒன்றிய அரசானது முதலில் உத்தேசித்ததை விட கூடுதலான அதிகாரங்களை தன் வசம் குவித்துக் கொண்டது. அதிகமான அதிகாரத்தைப் பெறுவதற்கு அதிகாரம் அவசியமான நிபந்தனையாகும், இது எதிர்பார்க்கப்பட்டது தான்.

இன்றைக்கு, வரிவிதிப்புக்கான நெகிழ்வான வளங்களை இந்திய ஒன்றியம் வைத்திருக்கிறது. எந்தவொரு விஷயத்திலும் அல்லது கொள்கையிலும் அது முக்கியத்துவம் இல்லாமல் இருந்தாலும் கூட மாநில அரசின் நிதியில் குறுக்கிடும் திறனைக் கொண்டிருக்கிறது. மிகவும் முக்கியமாக, வருவாயை வகைப்படுத்துவது, வகைப்பாட்டு முறை மற்றும் அதிகாரத்துவத்தை ஒன்றிய அரசு கட்டுப்படுத்துகிறது. ஒன்றிய அரசுக்கும் மாநிலங்களுக்கும் இடையே எந்த வகையான வருவாயைப் பகிர்ந்து கொள்ள வேண்டும், எது தேவையில்லை என்பதை தீர்மானிக்கும் இந்த வகைப்பாட்டுக்கான அதிகாரம் எல்லாமும் ஆகிறது.

மாநிலங்களுக்கு இடையே பகிர்ந்து கொள்ள வேண்டிய வருவாயைக் கூட அதைப் எப்படிப் பகிர்ந்து கொள்வது என்பதற்கான விதிகளை ஒன்றிய அரசுதான் தீர்மானிக்கிறது. இதன் விளைவாக, தராசானது ஒன்றிய அரசுக்குச் சாதகமாக இருப்பதோடு தன்னிச்சையாக விதிகளையும் இலக்குகளையும் மாற்றவும் செய்கிறது.

நெடுவரிசை ஏற்றத்தாழ்வு

தற்சமயம் மொத்த வரி வருவாயில் ஒன்றிய அரசானது கிட்டடத்தட்ட மூன்றில் இரண்டு பங்கு வரியைப் பெறுகிறது ஆனால் மொத்தம் ஆகும் செலவில் மூன்றில் ஒரு பங்குக்குத்தான் அது பொறுப்பாக இருக்கிறது. அந்தச் செலவினங்கள் கூட, பெரும்பாலானவை, வெளிப்படையாக மாநில துறைகள் சம்பந்தப்பட்டவை அல்லது மாநிலங்களில் இருந்து ஒன்றியம் அபகரித்துக் கொண்ட துறைகள் சம்பந்தப்பட்டவை ஆகும். ஒன்றிய அரசு அது சம்பந்தப்பட்ட முக்கியமான செயல்பாடுகளுக்கு - பாதுகாப்பு, வெளியுறவுத் துறை - செலவழிப்பது மிகவும் குறைவான சதவீதமே ஆகும்.

ஆனால் மொத்த செலவில் மூன்றில் இரண்டு பங்கு அளவுக்கு செலவழிக்க வேண்டிய பொறுப்புகளைக் கொண்டிருக்கும் மாநிலங்கள் மூன்றில் ஒரு பங்கு வரி வருவாயைத் தான் நேரடியாகப் பெறுகின்றன. அதாவது, அரசாங்க அடுக்குகளிடையே வருவாய் திறனும் நிதிப் பொறுப்பும் சமமாகப் பொருந்தவில்லை. நேரான ஏற்றதாழ்வு என அழைக்கப்படும் இந்த அடிப்படை சாய்வு கூட்டாட்சி அமைப்பின் வடிவமைப்பாகும். மாநிலங்கள் தங்களுக்குள் ஆரோக்கியமற்ற போட்டி போடத் தேவையில்லை என்கிற கோட்பாட்டின் அடிப்படையில் வருவாய் திரட்டுவதற்கான ஆதாரங்கள் (mobile sources of revenue) அதாவது, கார்பொரேட் வரி, தனியார் வருமான வரி போன்றவை ஒன்றிய அரசிடம் இருக்கிறது. பொதுவாக, இந்த வருவாய் ஆதாரங்கள் மிகவும் நெகிழ்வுத்தன்மை கொண்டது என்பதால் நாட்டில் அதிகப்படியான வருவாயை ஒன்றியம் சேர்த்து/குவித்துக் கொள்கிறது.

ஆனால் அரசு சேவைகளை நிறைவேற்றுவதின் இறுதி நிலை மாநில அரசிடமும் உள்ளூர் அமைப்புகளிடமும் இருப்பதால் ஆளுகைக்கான அதிகப்படியான பொறுப்பு இவைகளிடம் இருக்கின்றன. இந்த சமநிலையற்ற தன்மையை தீர்க்கும் வகையில் ஒன்றியத்திலிருந்து மாநிலங்களுக்கு வருவாயை பரிமாற்றம் செய்யும் வழிமுறை பெரும்பாலான கூட்டாட்சி அமைப்புகளிடம் இருந்து வருகின்றன. சமநிலையற்ற தன்மையின் மூல அளவிற்கும் அதைத் தீர்ப்பதற்குத் தேவைப்படும் நிதிப் பரிமாற்றத்தின் அளவிற்கும் இடையே சமநிலையை

ஏற்படுத்துவதன் மூலம் கூட்டாட்சி அமைப்பு எவ்வளவு பயனுள்ளதாக இருக்கிறது என்பதைத் தீர்மானிக்கும். உள்ளூர் ஆளுகை பாதிக்கப்படும் வகையில் மையத்துக்கு சார்பாக மிகைப்படுத்துவது எளிதாகும்.

இந்த சமநிலையை அடைவதற்கு பொருளாதார நிபுணர்களின் தோராயமான விதி என்னவெனில், பணக்கார மாநிலமானது அதனுடைய செலவுகளுக்கும் அதன் சொந்த வரி வருவாய்க்கும் இடையேயான இடைவெளியை ஒன்றியத்திலிருந்து பரிமாற்றம் செய்யப்படும் நிதி உதவியோடு சமன் செய்யலாம் என்பதாகும். காரணம் என்னவெனில், பரிமாற்றம் செய்யும் பக்கத்தில் குறைந்தபட்ச அளவையும் வசூல் செய்யும் பக்கத்தில் ஒன்றிய அரசின் வருவாய் உற்பத்தியைக் கட்டுப்படுத்துவதன் மூலமும் ஒட்டுமொத்த நேரான ஏற்றதாழ்வில் இருக்கும் பொறுப்பைக் வரையறுப்பதாகும்.

கடமையை நிறைவேற்றுவதில் இருக்கும் செயல்பாட்டில் கூடியமட்டும் மாநிலங்கள் ஒன்றிய அரசை சிறிதளவே சார்ந்திருக்கும் என்பதை உறுதி செய்து கொள்ள வேண்டும். ஏழ்மையில் இருக்கும் மாநிலங்களுக்கு அதிகமான உதவி தேவைப்படலாம், ஆனால் அது முற்றிலும் வேறு பிரச்சனை - கிடைமட்ட ஏற்றத்தாழ்வு (horizontal imbalance) - என்பதோடு அதை வேறுவகையில் சமநிலைப்படுத்த வேண்டும். ஒன்றிய அரசு மாநிலங்களின் மீது எந்த அளவுக்கு அனுகூலமாக இருக்க வேண்டுமென்பதைத் தீர்மானிக்கும் நோக்கத்திற்கு, இந்த நேர்கோடு ஏற்றத்தாழ்வை சரிசெய்யும் தோராய விதி ஓரளவுக்கு வேலை செய்யும்.

இந்தியாவில், ஒன்றிய அரசாங்கத்திலிருந்து நிதிக் குழு, விருப்புரிமை நல்கை, ஒன்றிய அரசு ஏற்பாடு செய்யும் திட்டங்கள் என மூன்று பிரதான வழிகளின் மூலமாக மாநில அரசுகளுக்கு வரி வருவாய் பரிமாற்றம் செய்யப்படுகிறது. ஒவ்வொரு ஐந்தாண்டுக்கும் குறிப்பிட்ட விகிதத்தில் நிதிக் குழுவானது வரி வருவாயைப் பரிமாற்றம் செய்யும். அதாவது, நேரான ஏற்றத்தாழ்வை சமநிலைப்படுத்துவதற்கு எந்த அளவுக்கு ஒன்றிய அரசிலிருந்து பகிர்வது என்பதை இது தீர்மானிக்கும்.

பதினான்காவது நிதிக் குழுப் பரிந்துரையானது 2015 ஆம் ஆண்டிலிருந்து 2020 ஆம் ஆண்டு நிறைவேற்றப்பட்டதோடு

நேரான ஏற்றத்தாழ்வை சமன்செய்யும் விதமாக பகிர்ந்தளிக்கக்கூடிய வரியில் மாநிலங்களுக்கான பங்கை 32 சதவீதத்திலிருந்து 42 சதவீதமாக அதிகரித்தது. அதாவது, ஒன்றிய அரசு மாநிலங்களிடமிருந்து முந்தைய ஐந்து வருடங்கள் வசூலித்த வரியிலிருந்து கூடுதலாக 10 சதவீதத்தை மாநிலங்களுக்குப் பகிர்ந்தளிக்க வேண்டும் என்பதாகும்.

காலப் போக்கில் நிதிக் குழுக்கள் நேரான ஏற்றதாழ்வை சமன் செய்வதற்கு விகிதாச்சாரத்தை அதிகமாக்கும்படி பரிந்துரைத்தன. விருப்புரிமை மானியத்துக்கு மாறாக மாநில நிதி நிலை அறிக்கை மூலம் முறையான சூத்திரம் மூலம் ஒட்டுமொத்த பரிமாற்ற அளவையும் அதிகரிக்கும்படி கேட்டுக் கொண்டார்கள். சுதந்திரத்துக்குப் பிறகு பெரும்பாலான மானியங்கள் திட்டக் குழு வழியாக குறிப்பிட்ட திட்டங்களுக்கென வழங்கப்பட்டு வந்தன. இந்த மானியங்களுக்கு எந்தவொரு பொதுவான காரணமும் இல்லாமல் அரசியல்ரீதியாக முக்கியத்துவம் வாய்ந்த மாநிலங்களுக்கு வழங்கப்பட்டன.

அரசியல் ரீதியாக வழங்கப்பட்டு வந்த தன்னிச்சையான மானியங்களிலிருந்து விலகிச் செல்லும் வகையில் நிதிக் குழு நேரடியான பகிர்வை அதிகரிக்கும்படி கேட்டுக் கொண்டது. எதோடும் தொடர்பு இல்லாத பரிமாற்றம் மாநில அரசுகளை மிகவும் திறனுள்ளதாக ஆக்கும் என்பதும் இதற்கான இன்னொரு காரணமாகும். ஒரு குறிப்பிட்டத் திட்டத்தோடு இணைக்கப்பட்ட நிதி எப்படி செலவு செய்யப்பட வேண்டுமென்பதில் கட்டுப்பாடு இருந்தது. இந்தக் கட்டுப்பாடுகளையெல்லாம் டெல்லி தீர்மானித்ததோடு இறுதி முடிவைப் பற்றி அதிகம் கவலைப்படாமல் பல அடுக்குகளை உருவாக்கியதால் அது தாமதத்துக்கு வழி வகுத்தது.

நிதிக் குழுவின் சமீபத்தியப் பரிந்துரைகளின்படி ஒன்றிய அரசு பகிர்வு விகிதாச்சாரத்தை அதிகப்படுத்திய போதும் மாநிலங்களுக்கான ஒட்டு மொத்தப் பரிமாற்றமும் அந்த அதிகரிப்புக்கு சதவீதத்துக்கு இணையாக இல்லை. 2010-11 ஆம் ஆண்டு, பதிமூன்றாம் நிதிக் குழுவின் ஆரம்பத்தில் ஒன்றிய அரசு மொத்த வரி வருவாயில் 62 சதவீதத்தை மாநிலங்களோடு பகிர்ந்து கொண்டது. அதற்கடுத்து வந்த பத்தாண்டு காலமும் ஒன்றிய அரசின் மொத்த வரி வருவாய் பகிர்வானது ஒப்பீட்டளவில்

முந்தைய வருடத்தை விட குறைந்து கொண்டே வந்தது. 2015 ஆம் ஆண்டு நேரடி பரிமாற்றத்தைக் கட்டாயப்படுத்தியன் மூலம் இது அதிகரித்திருக்க வேண்டும் ஆனால் அப்படிக் கட்டாயப்படுத்தியும் கூட அதிகமாகவில்லை. 2020-21 ஆம் ஆண்டு இது 60 சதவீதமாக இருந்தது (பார்க்க அட்டவணை 1)

அட்டவணை 1: மொத்த வரி வருவாயில் ஒன்றியம் பகிர்ந்து கொண்ட சதவிகிதம்

நிதி ஆண்டு	*மொத்த வரி வருவாயில் ஒன்றியம் பகிர்ந்து கொண்ட சதவிகிதம்*
2010-11	62.1
2011-12	60.6
2012-13	55.1
2013-14	53.7
2014-15	53.6
2015-16	56.1
2016-17	56.1
2017-18	58.3
2018-19	58.3
2019-20	57.6
2020-21	59.7

குறிப்பு: திருத்தப்பட்ட மதிப்பீடுகள் (Revised Estimates) 2019-20 பட்ஜெட் மதிப்பீடுகள் (Budget Estimates) 2020-21

ஆதாரம்: பதினைந்தாவது நிதிக் குழு, இந்தியா

அதாவது, ஒன்றியத்தின் ஒட்டு மொத்த வரிகளின் விகிதம் அதிகமாக இருந்தாலும் எப்படியோ குறைந்த அளவே பகிர முடிந்தது! இதுதான் இந்தியாவின் நேரடிப் பகிர்வின் சோகமாகும், இது மோசமான இறுதி கட்ட ஆளுமை/நிர்வாகத்தைக் காட்டுகிறது.

நிதிக் குழு அதிகமான பரிமாற்றத்தைக் கட்டாயப்படுத்துவதாக தரவு காட்டினாலும் ஒன்றிய அரசு விருப்புரிமை மானியம் போன்ற மற்ற பரிமாற்றங்களை கடுமையான அளவுக்குக் குறைத்து விட்டது.(பார்க்க அட்டவணை 2), ஒன்றிய அரசு

பகிரக்கூடிய விகிதாச்சாரம் தோராயமாக அதே நிலையில் இருப்பதால் நிதிக் குழுவின் நோக்கமான நேரடிப் பகிர்வு அதிகரிப்பை இது தோல்வியடையச் செய்திருக்கிறது.

அட்டவணை 2: ஒன்றிய அரசின் பரிமாற்றத்தில் நிதிக் குழு vs நிதிக் குழு மூலமில்லாத விகிதாச்சாரம்

நிதி ஆண்டு	*மொத்த நிதிக் குழு பரிமாற்றம் (%)*	*நிதிக் குழு மூலமில்லாத பரிமாற்றம் (%)*
2010-11	51	49
2011-12	56	45
2012-13	59	41
2013-14	61	39
2014-15	60	40
2015-16	72	28
2016-17	73	27
2017-18	68	32
2018-19	71	30
2019-20	63	38
2020-21	65	35

குறிப்பு: திருத்தப்பட்ட மதிப்பீடுகள் (Revised Estimates) 2019-20 பட்ஜெட் மதிப்பீடுகள் (Budget Estimates) 2020-21

ஆதாரம்: பதினைந்தாவது நிதிக் குழு, இந்தியா

விருப்புரிமை மானியப் பகிர்வில் மாற்றம் செய்ததற்கும் மேலாக பதினான்காவது நிதிக் குழு காலத்தின் பின்பகுதியில் புத்திசாலித்தனமான கணக்கியல் முறை மூலம் ஒன்றிய அரசானது மொத்த பரிமாற்றத்தின் விகிதாச்சாரத்தையும் குறைத்தது. ஒன்றிய அரசு 2011-12 ஆம் ஆண்டு வசூலித்த வரி வருவாயில் நிதிக் குழுப் பரிந்துரையின்படி மாநில அரசுகளுடன் பகிர்ந்து கொள்ள வேண்டியது 90 சதவீதமாகும். 2019-20 ஆம் ஆண்டு இது 70 சதவீதம் என்கிற அளவில் இருந்தது. அதாவது, பகிர்ந்து கொள்ள வேண்டிய வரி வருவாயில் 10 சதவீதம் கூடுதலாக வழங்க வேண்டுமென சொன்ன சமயத்தில் மாநிலங்களோடு பகிர்ந்து கொள்ளவேண்டுமென்று ஒன்றிய

அரசுக்கு விதிக்கப்பட்ட நிபந்தனைத் தொகை ஒரு தசாப்தத்தில் 20 சதவீதம் குறைந்து 70 சதவீதமானது!

அதிகமாக பகிர்ந்து கொள்ள வேண்டுமென்கிற நிபந்தனை இருந்தபோதிலும் கடந்த தசாப்தத்தில் உண்மையிலேயே பகிர்ந்து கொண்ட தொகையில் எந்தவித மாற்றமும் ஏற்படவில்லை. பகிர்வு விகிதத்தில் மேல் உள்ள எண்ணை (வகுபடு எண்) நிதிக் குழு அதிகரித்த வேளையில் ஒன்றிய அரசானது கீழ் உள்ள எண்ணை (வகு எண்) குறைக்க ஆரம்பித்தது!. பரிந்துரைகளை வரவேற்காத/விரும்பாத ஒன்றிய அரசு அதை மறுக்கும் வகையில் வரி வசூலிப்பை வெவ்வேறு விதமாக வசூலிக்க ஆரம்பித்தது. ஆனால் அது ஒரு சோகமான யதார்த்தமாகும்.

மொத்த வரி வருவாயில் பகிர்ந்தளிக்கக்கூடிய நிதியைக் குறைக்கும் வகையில் ஒன்றிய அரசானது துணைவரி (cess), கூடுதல் வரிக்கான (surcharge) விகிதாச்சாரத்தை அதிகரித்தது. துணைவரிகளும் கூடுதல் வரிகளும் வேறு பெயரிலான வரிகள் அவ்வளவுதான். ஆனால், இதன் கீழ் வசூலிக்கப்படும் வருவாயானது பகிர்ந்தளிக்க வேண்டிய நிதித் தொகுப்புக்குச் செல்லாது என்பதால் ஒன்றிய அரசு இதை மாநிலங்களுக்குப் பகிர்ந்தளிக்கத் தேவையில்லை.

அட்டவணை 3: நிதி நிலை அறிக்கையின் மொத்த வரி வருவாயில் துணைவரியும் கூடுதல்வரியும் (சதவிகிதத்தில்)

ஆண்டு	*மொத்த வரி வருவாயில் துணைவரியும், கூடுதல்வரியும் (%)*
2012	10.4
2013	11.7
2014	12.4
2015	13.5
2016	12.2
2017	13.5
2018	13.9

ஆண்டு	மொத்த வரி வருவாயில் துணைவரியும், கூடுதல்வரியும் (%)
2019	19.9
2020	20.2
2021	19.9

குறிப்பு: நிதி ஆண்டு 2011-12, 2012 என குறிப்பிடப்பட்டிருக்கிறது. 2019-20 ஆண்டு தரவு திருத்தப்பட்ட மதிப்பீடு; 2020-21 தரவு பட்ஜெட் மதிப்பீடு.
ஆதாரம்: பதினைந்தாவது நிதிக் குழு, இந்தியா

2011-12 ஆம் ஆண்டு மொத்த வரி வருவாயில் துணைவரி மற்றும் கூடுதல்வரியின் பங்கு 10.4 சதவீதமாகும்; 2019-20 ஆம் ஆண்டில் இது 20.2 சதவீதமாகும் (பார்க்க அட்டவணை 3). அதாவது, துணைவரி, கூடுதல்வரியின் விகித அதிகரிப்பானது ஒன்றிய அரசு மாநில அரசுகளோடு பகிர்ந்து கொள்ளும் கூடுதலான பரிமாற்ற விகிதமான 10 சதவீதத்துக்கு சமமாகும். வேறு மாதிரி சொல்ல வேண்டுமெனில், இந்திய அரசானது நிதிக்குழுவின் நிபந்தனையைத் தவிர்க்கும் வகையில் வரிகளை துணைவரி என பெயர் மாற்றம் செய்தது, அதாவது மாநிலங்களுக்கு உரிமையான வருமானத்தைத் திருடிக் கொண்டது.

வரியை துணைவரி என அழைத்தற்கு சிறந்த உதாரணம் 2021-22 ஆம் ஆண்டு நிதிநிலை அறிக்கையில் அறிமுகப்படுத்தப்பட்ட விவசாயம் மற்றும் உள்கட்டமைப்பு மேம்பாட்டு துணைவரியைச் (Agriculture and Infrastructure Development Cess - AIDC) சொல்லலாம். சீரமைப்பு என்கிற பெயரில் ஒன்றிய அரசானது பெரும்பாலான கலால் வரியை AIDC ஆக மாற்றியதால் பெட்ரோலியம் போன்ற பல பண்டங்களின் வரிகள் துணைவரிகளாக மாறின, இதனால் மாநில அரசுகளுக்கு இதிலிருந்து பங்கு எதுவும் கிடைக்காது. எனவே, மாநிலங்களுக்கான வருவாய் பற்றாக்குறையை சரி செய்வதற்காக பொருள்களின் மீது அதிக வரி விதிக்கும் நிலைக்கு மாநில அரசுகள் தள்ளப்பட்டன. இந்த கணக்கியல் தந்திரங்களின் விளைவாக நுகர்வோர்கள் இரண்டு மடங்கு வரை செலவு செய்ய வேண்டிய நிலை ஏற்பட்டது. இதோடு பணவீக்கம் தொடர்பாக மாநிலங்களுக்கும் ஒன்றிய அரசுக்கும் இடையிலான அரசியல்

யுத்தத்தையும் இது குறிப்பதாக இருக்கிறது. ஒன்றிய அரசு இந்த வருவாய்களையெல்லாம் துணைவரி என்கிற பெயரில் வைத்திருப்பதால் ஏற்பட்டதாகும்.

ஒன்றிய அரசு தனக்கு அதிக வருவாய் வேண்டும் எனக் கேட்பதற்கும் மாநிலங்களுக்கான பகிர்வுத் தொகையைக் குறைவாகக் கொடுப்பதற்கும் ராணுவம், உள்நாட்டுப் பாதுகாப்பு, வாங்கிய கடனுக்கு வட்டி கட்டுவது ஆகியவற்றிற்கு நிதித் தேவைப்படுவதாக சில சமாதனங்களை தொடர்ந்து சொல்லி வருகிறது. ஒவ்வொரு நிதிக் குழுவிடமும் ஒவ்வொரு ஒன்றிய அரசும் இதைத்தான் காரணமாகச் சொல்லி வருகின்றன.

ஆனால் ஒன்றிய அரசு தனது வருவாயை எங்கே, எப்படி செலவு செய்கிறது என்பதைப் பார்த்தால் அது இந்த விவாதத்தை பழுதாக்கிவிடும். ஒன்றிய அரசானது ராணுவம், உள்நாட்டு பாதுகாப்பு, கடனுக்கான வட்டி ஆகியவற்றிற்காக உள்நாட்டு உற்பத்தியில் ஐந்து சதவீதம்தான் செலவு செய்கிறது (பார்க்க அட்டவணை 4). மேலும் இது போல 2 மடங்குக்கும் அதிகமான நிதியை, அதாவது 12 சதவீதத்தை, வருவாய் செலவினமாக (revenue expenditure) செய்து வருகிறது. இதனால் பல முறை மாநிலத்துக்கான உரிமையையும், மாநிலம் சம்பந்தப்பட்ட துறைகளையும் ஒன்றிய அரசு ஆக்ரமித்துக் கொள்கிறது.

2021-22 ஆம் ஆண்டுக்கான ஒன்றிய அரசின் நிதிநிலை அறிக்கையில் மத்திய அரசின் உதவியோடு நடக்கும் அனைத்துத் திட்டங்களுக்கும் ஒதுக்கப்பட்ட நிதி ரூ 3.81 லட்சம் கோடியாகும் (1 லட்சம் கோடி = 1 ட்ரில்லியன்). இதற்கு மாறாக, விருப்புரிமை மானியம் உட்பட நிதிக் குழு பரிமாற்றம் செய்த நிதி 2.2 லட்சம் கோடியாகும். அதாவது, இன்றைக்கு ஒன்றிய அரசு நிதிக் குழு நிபந்தனைப்படி மாநிலங்களுடன் பகிர்ந்து கொண்ட நிதியை விட 173 சதவீதம் ஒன்றிய அரசால் மத்திய நிதியுதவித் திட்டங்களுக்குச் செலவிடப்படுகிறது. இந்த மத்திய நிதியுதவித் திட்டங்களில் பெரும்பாலானவை மாநில அரசு சம்பந்தப்பட்ட துறைகள் அல்லது மத்திய, மாநில அரசுகளின் பட்டியலில் இருக்கும் துறைகள் தொடர்பான திட்டங்களின் மீது கவனம் செலுத்தப்படுகிறது. பெரும்பாலான சந்தர்ப்பங்களில், ஒன்றிய அரசு நேரடியாகச் செலவு பண்ண வேண்டுமென்கிற அவசியம் இல்லை; சுகாதாரம்,

அட்டவணை 4: மொத்த உள்நாட்டு உற்பத்தியில் ஒன்றிய அரசின் செலவு

வருடம்	வருவாய் செலவு %	வட்டி %	ஊதியம் %	ஓய்வூதியம் %	ராணுவம் %	மானியங்கள் %	மூலதனச் செலவு %	மொத்தம் %
2011-12	13.1	3.1	1.1	0.7	2.0	2.5	1.8	14.9
2012-13	12.5	3.1	1.1	0.7	1.8	2.6	1.7	14.2
2013-14	12.2	3.3	1.0	0.7	1.8	2.3	1.7	13.9
2014-15	11.8	3.2	1.1	0.8	1.8	2.1	1.6	13.3
2015-16	11.2	3.2	1.0	0.7	1.6	1.9	1.8	13.0
2016-17	11.0	3.1	1.2	0.9	1.6	1.5	1.8	12.8
2017-18	11.0	3.1	1.1	0.9	1.6	1.3	1.5	12.5
2018-19	10.6	3.1	1.1	0.8	1.5	1.2	1.6	12.2
2019-20	11.5	3.1	1.2	0.9	1.5	1.3	1.7	13.2
2020-21	11.7	3.1	1.1	0.9	1.4	1.2	1.8	13.5

ஆதாரம்: பதினைந்தாவது நிதிக் குழு, இந்தியா.

கல்வி, வேளாண்மை, சமூக நலன் சம்பந்தப்பட்ட இந்தத் திட்டங்கள் எல்லாம் மாநில அரசுகளால் சிறப்பாக வடிவமைக்கப்பட்டு நிர்வகிக்கப்படுவதாகும்.

எல்லாவற்றிற்கும் மேலாக, ஒவ்வொரு துறையிலும் இருக்கும் பிரச்சனைகள் மாநிலத்துக்கு மாநிலம் மிகப்பெரிய அளவில் வேறுபட்டதாகும். முந்தைய அத்தியாயங்களில் பார்த்தது போல வெற்றி மற்றும் தோல்விக்கு பொதுவாக வரையறுக்கப்பட்ட அளவுகோலுடன் மத்திய நிதியுதவி திட்டம் இருக்கிறது. இருந்தபோதிலும், ஒன்றிய அரசு ஜனநாயக முறைப்படி தேர்ந்தெடுக்கப்பட்ட அரசுகளுடன் பகிர்ந்து கொண்டு அவற்றின் முன்னுரிமைகளை அதுவே தீர்மானித்து செலவழிக்க விடாமல் குறிப்பிடத்தக்க அளவு வருமானத்தை இது செலவு செய்கிறது.

ஒன்றியம் மற்றும் மாநில அரசுகளின் நிதி

இவ்வாறு வரி வருவாயின் பெரும்பகுதியை பெறும் ஒன்றிய அரசு அதை மாநிலங்களுடன் பகிர்ந்து கொள்வதற்குப் பதிலாக தானே விவேகமற்ற முறையில் செலவழிக்கிறது. ஒன்றிய அரசின் இந்த நடவடிக்கைகளை நியாயப்படுத்தும் வகையில் தொடர்ந்து சொல்லி வருவது என்னவெனில், மாநில அரசுகள் நிதியை விரையமான/வரம்பு மீறிய முறையிலும், பெருந்திரள்வாதம் (populist) எனப்படும் இலவசத் திட்டங்கள் மூலமும் வீணாக்கி வருகின்றது' என்பதாகும். இந்த ஜனரஞ்சக வாதம் மிகவும் பரவலாக இருப்பதோடு பதினைந்தாவது நிதிக் குழுவின் குறிப்பு விதிமுறைகளிலும் ஒரு பகுதியாக இருக்கிறது.

மாநில அரசும் உள்ளூர் நிர்வாக அமைப்புகளும் வாங்கும் அனைத்துக் கடன்களுக்கும் ஒன்றிய அரசு மறைமுகமாக உத்தரவாதம் அளிக்கக்கூடியதாக இருக்கிறது. எல்லாவற்றிருக்கும் மேலாக, கடன் கட்டமுடியாமல் தவறிழைக்கும் மாநிலத்தை இந்திய அரசு காப்பாற்றும் என்கிற அனுமானம் பொதுவெளியில் இருந்து வருகிறது. ஆனால் அது ஒன்றிய அரசின் சிந்தனையில் ஆழமாக பதிந்து விட்டது.

மாநில அரசுகளின் ஜனரஞ்சகத் திட்டங்களைக் கட்டுப்படுத்தவும், மாநில அளவிலான நிதிநிலை நிர்வாகத்தை மேம்படுத்தவும் ஒன்றிய அரசுகள் முயல்கின்றன என்கிற வாதத்தை நிதிக் குழு உண்மையிலேயே மேற்கோள் காட்டியது! மாநிலங்களுக்கு

உரிமையான நிதியை ஒன்றிய அரசு வைத்துக் கொண்டு மாநிலங்களைப் பார்த்து வரம்பு மீறிய முறையில் செலவு செய்கிறது எனச் சொல்வது சோகத்துடனான நகைச்சுவையாகும்.

ஒன்றிய அரசின் குற்றச்சாட்டுகள் உண்மையெனில், மாநில நிதிநிலை அறிக்கைகளில் வருமானக் கணக்குப் பற்றாக்குறையைத் தெளிவாகப் பார்க்க முடியும். இருந்தபோதிலும், வரலாற்று ரீதியாக ஒட்டுமொத்த மாநில அளவிலான வருமானக் கணக்குப் பற்றாக்குறைகளையும் ஒன்றிய அரசின் வருமானக் கணக்குப் பற்றாக்குறைகளையும் ஒப்பிட்டுப் பார்த்தால் மாநிலங்களை விட ஒன்றிய அரசின் நிதி சீர்கேடு அதிகமாக இருக்கிறது என்பது தெரியவரும். (பார்க்க அட்டவணை 5)

குறிப்பாக இருபத்தொன்றாம் நூற்றாண்டின் முதல் பதினைந்து வருடங்களில் அதாவது 2016 ஆம் ஆண்டில் மாநிலங்களின் பற்றாக்குறை முழுவதுமாக நீக்கப்பட்டுவிட்டது தெரியவரும். அதன்பின் ஜிஎஸ்டி மசோதா நடைமுறைக்கு வந்ததாலும், அதைத் தொடர்ந்து வந்த பெருந்தொற்றாலும் ஒன்றிய அரசு மற்றும் மாநில அரசுகளின் நிதிநிலைமை கடுமையாகப் பாதிக்கப்பட்டு ஓர் இக்கட்டான நிலையில் இருப்பதோடு மாநில அரசுகளின் பற்றாக்குறையும் மீண்டும் 2016 ஆம் ஆண்டிலிருந்து அதிகரித்து வருகிறது.

அட்டவணை 5: மத்திய, மாநில அரசுகளின் வருவாய் பற்றாக்குறை

ஆண்டு	*ஒன்றிய அரசின் வருவாய்க் கணக்குப் பற்றாக்குறை (ஜிடிபி-யில் சதவிகிதம் - % of GDP)*	*மாநில அரசுகளின் வருவாய்க் கணக்குப் பற்றாக்குறை (ஜிடிபி-யில் சதவிகிதம் - % of GDP)*
1981	1.4	-1.0
1982	0.2	-0.8
1983	0.7	-0.5
1984	1.1	-0.1
1985	1.6	0.4
1986	2.0	-0.2
1987	2.4	-0.1
1988	2.5	0.3
1989	2.4	0.4

ஆண்டு	*ஒன்றிய அரசின் வருவாய்க் கணக்குப் பற்றாக்குறை (ஜிடிபி-யில் சதவிகிதம் - % of GDP)*	*மாநில அரசுகளின் வருவாய்க் கணக்குப் பற்றாக்குறை (ஜிடிபி-யில் சதவிகிதம் - % of GDP)*
1990	2.4	0.7
1991	3.2	0.9
1992	2.4	0.8
1993	2.4	0.7
1994	3.7	0.4
1995	3.0	0.6
1996	2.4	0.7
1997	2.3	1.2
1998	3.0	1.1
1999	3.7	2.5
2000	3.3	2.7
2001	3.9	2.5
2002	4.3	2.6
2003	4.3	2.3
2004	3.5	2.2
2005	2.4	1.2
2006	2.5	0.2
2007	1.9	-0.6
2008	1.1	-0.9
2009	4.5	-0.2
2010	5.2	0.5
2011	3.2	0.0
2012	4.5	-0.3
2013	3.7	-0.2
2014	3.2	0.1
2015	2.9	0.4
2016	2.5	0.0

ஆதாரம்: இந்திய ரிசர்வ் வங்கியால் சுற்றுக்கு விடப்பட்ட வருடாந்திர வெளியீடான 'ஹாண்ட்புக் ஆ:ப் ஸ்டாடிஸ்டிக்ஸ் ஆன் இண்டியன் ஸ்டேட்ஸ்'

நிதிப் பொறுப்பு மற்றும் பட்ஜெட் மேலாண்மை சட்டத்தின்படி (Fiscal Responsibility and Budget Management - FRBM) மத்திய நிதிப் பற்றாக்குறை ஜிடிபி-யில் 3 சதவீதம்தான் இருக்க வேண்டும் என வரையறுத்திருந்தது. இருந்தபோதிலும், ஒன்றிய அரசின் பற்றாக்குறையானது இது போல மூன்று மடங்கு அதிகமாக இருந்தது. 2020-21 ஆம் ஆண்டில் நிதிப் பற்றாக்குறை ஜிடிபி-யில் 9.5 சதவீதமாக இருந்தது. அதே நேரத்தில் மாநிலங்கள் கடன் வாங்குவதற்கு இந்த சட்டத்தில் பல கடுமையான நிபந்தனைகள் விதிக்கப்பட்டிருந்தன. அதே நிதிநிலை அறிக்கையில், பெருந்தொற்றைக் காரணமாகக் காட்டி பற்றாக்குறை வரம்பில் தளர்வு வேண்டுமென கோரிக்கை வைக்கப்பட்டிருந்தது. ஆனால், மாநிலங்களுக்கு அந்தத் தளர்வை நீட்டிக்குமாறு எதுவும் கேட்டுக் கொள்ளப்படவில்லை.

வரம்புக்கு மீறி செலவு செய்வதற்கு ஒன்றிய அரசும் நிதிக் குழுவும் மொத்த உள்நாட்டு உற்பத்தி அல்லது மொத்த மாநில உள்நாட்டு உற்பத்தியில் மூலதன செலவுக்கான விகிதாச்சாரத்தை பொதுவான அளவுகோலாகக் குறிப்பிட்டிருக்கிறது. அந்த அளவுகோலின்படி பார்த்தாலும் மாநிலங்கள் ஒன்றிய அரசை விட தொடர்ந்து சிறப்பாகவே செயல்பட்டு வருகின்றன. (பார்க்க அட்டவணை 6)

அட்டவணை 6: மாநிலங்கள் vs ஒன்றிய அரசு மூலதன செலவு

ஆண்டு	*மாநிலங்களின் மொத்த மூலதன செலவு (ஜிடிபி-யில் சதவிகிதம்)*	*ஒன்றிய அரசின் மொத்த மூலதன செலவு (ஜிடிபி-யில் சதவிகிதம்)*
2011-12	2.4	1.8
2012-13	2.2	1.7
2013-14	2.2	1.7
2014-15	2.4	1.6
2015-16	3.1	1.8
2016-17	3.3	1.8
2017-18	2.5	1.5
2018-19	2.5	1.6
2019-20	2.7	1.7

ஆதாரம்: பதினைந்தாவது நிதிக் குழு, இந்தியா.

ஒன்றியத்தை விட மாநிலங்கள் வரி வளர்ச்சியைக்கூட அதாவது, வரிவிதிப்பு விகித அதிகரிப்புக்கு ஏற்ப அதிக வருவாயை ஈட்டுவது, நன்றாகவே நிர்வகித்து வருகிறது. வரி வருவாய்க்கு ஒன்றிய அரசுக்கு நெகிழ்வுத்தன்மையும் அதிகப்படியான ஆதாரங்களும் இருந்தால் கூட மாநிலங்கள் நன்றாக செயல்பட்டன.

நிதியியல் பிரச்சனைகள் குறித்து விவாதிப்பதற்கான அடிப்படையான கணக்கியல் கூட வரிகள் மீதான ஏகபோக உரிமை கொண்ட ஒன்றியத்தின் இன்னொரு பலியாகும். எப்படி நிகர வருவாய் - மொத்த வருவாயிலிருந்து அதை வசூலிப்பதற்கு ஆகும் செலவைக் கழித்தால் கிடைப்பது - கணக்கிடப்படுகிறது என்பதில் கூட ஒருபோதும் வெளிப்படைத் தன்மை இருந்தது இல்லை.

இந்தியாவின் கண்ட்ரோலர் மற்றும் ஆடிட் ஜெனரல் (CAG) கூட இதை தனது 2016 ஆம் ஆண்டு அறிக்கையில் குறிப்பிட்டிருக்கிறார். வெளிப்படைத் தன்மை இல்லை என்பதற்கான அர்த்தம் என்னவெனில் வருவாயைப் பகிர்ந்தளிக்கக்கூடிய தொகை எப்படி கணக்கிடப்படுகிறது என்பது மாநிலங்களுக்குத் தெரிவதில்லை என இந்த அறிக்கையில் மிகவும் குறிப்பாகச் சொல்லப்பட்டிருக்கிறது. 2016 ஆம் ஆண்டு பகிர்ந்தளிக்கக்கூடிய தொகையில் கடந்த பதினைந்து ஆண்டு காலத்தில் மொத்தப் பற்றாக்குறையாக ரூ 81,000 கோடி இருந்தது எனக் குறிப்பிடப்பட்டிருக்கிறது. நவீன காலத்து குடியரசில் இந்தமாதிரி அடிப்படை கணக்கியலில் தவறிழைப்பதை அனுமதிப்பது மிகவும் அதிர்ச்சியளிக்கக்கூடிய விஷயமாகும்.

இதன் விளைவாக, இந்தியாவின் நிதி கட்டமைப்பில் நேரடியான ஏற்றத்தாழ்வு ஒன்றியத்துக்கு ஆதரவாக இருப்பதோடு சுதந்திரத்துக்குப் பின்னான காலத்திலிருந்து மிகவும் மோசமாகி விட்டது. இந்தப் போக்கானது கடந்த தசாப்தத்தில் மேலும் மோசமாகிப் போனது. ஒன்றியமே ஓர் அங்கமாக இருக்கும் இந்த செயல்பாட்டில் தானே விதிகளை உருவாக்கிக் கொண்டதோடு வரி என்பதை துணைவரி (cess) என தானே மறுவகைமைப்படுத்தி அதன் மூலம் வசூலிக்கும் வருவாயை மாநிலங்களுக்குப் பகிர்ந்தளிப்பது இல்லை. மாநில அரசுகளுக்கான நிதிப் பற்றாக்குறை வரம்பை வரையறுக்கச் சொல்லிய ஒன்றிய அரசு அதனுடைய நிதிநிலை அறிக்கையில் அதைப் பின்பற்றவில்லை;

நிதி விரையம் குறித்து மாநிலங்களுக்கு விரிவுரை செய்யும் அதே நேரத்தில் நிதி விவேகத்தின் பெரும்பாலான நடவடிக்கைகளில் ஒன்றிய அரசு மோசமாக உள்ளது; மேலும், எல்லாவற்றிற்கும் மேலாக, தங்களுக்கான கொள்கைகள் அல்லது திட்டங்களை வடிவமைக்காமல் மாநிலங்கள் எப்படி பட்ஜெட் வளங்களை செலவிட வேண்டும் என்பதற்கான கொள்கைகள் மற்றும் திட்டங்களை நிர்ணயிக்கிறது.

கிடைமட்ட ஏற்றத்தாழ்வு

நிதிக்குழு நிபந்தனையின்படி அது ஒதுக்கீடு செய்த அடிப்படையில் ஒன்றிய அரசு ஒவ்வொரு மாநில அரசுக்கும் நெடுவரிசை நிதிப் பரிமாற்றம் (vertical transfers) செய்து வருகிறது. நெடுவரிசைப் பகிர்வுக்கான விகிதாச்சாரத்தைத் தீர்மானிப்பதற்கும் மேலாக நிதிக் குழுவிடம் இருக்கும் மிகப் பெரிய அதிகாரம் என்னவெனில் நெடுவரிசைப் பகிர்வுக்குள் ஒவ்வொரு அரசும் எவ்வளவு பெற வேண்டும் என்பதையும் தீர்மானிப்பாதாகும். மாநிலங்கள், நிதிக் குழுவினால் நிர்ப்பந்திக்கப்பட்ட பரிமாற்றம் மூலம், பகிர்ந்து கொள்ளக் கூடியத் தொகுப்பிலிருந்து எதோடும் இணைக்கப்படாத நிதிநிலை பரிமாற்றங்களையும் குறிப்பிட்டத் துறைகள் மற்றும் திட்டங்களுக்கான குறிப்பிட்ட மானியங்களையும் பெறுகின்றன (பார்க்க அட்டவணை 7). மாநிலங்களுக்கு இடையேயான ஒதுக்கீடு விகிதாச்சாரம் அவற்றிற்கு இடையேயான கிடைமட்ட ஏற்றத்தாழ்வை நிவர்த்தி செய்ய பயன்படுகிறது.

அட்டவணை 7: பதினைந்தாவது நிதிக் குழு பரிந்துரைத்த மொத்தப் பரிமாற்றம்

மாநிலம்	*மத்திய வரிகள் மற்றும் தீர்வைகளில் பங்கு (ரூ கோடி)*	*மொத்த மானிய உதவி (ரூ கோடி)*
ஆந்திரப்பிரதேசம்	1,70,976	63,037
அஸ்ஸாம்	1,32,152	37,611
பீஹார்	4,24,926	53,825
சத்தீஸ்கர்	1,43,938	17,231
குஜராத்	1,46,938	37,216
ஹரியானா	46,177	16,921

மாநிலம்	*மத்திய வரிகள் மற்றும் தீர்வைகளில் பங்கு (ரூ கோடி)*	*மொத்த மானிய உதவி (ரூ கோடி)*
ஹிமாச்சலப் பிரதேசம்	35,064	46,913
ஜார்கண்ட்	1,39,712	19,919
கர்நாடகா	1,54,077	38,437
கேரளா	81,326	55,618
மத்தியப்பிரதேசம்	3,31,642	50,368
மஹாராஷ்டிரா	2,66,877	70,375
ஒடிசா	1,91,297	31,262
பஞ்சாப்	76,343	43,996
ராஜஸ்தான்	2,54,583	59,374
தமிழ்நாடு	1,72,329	40,351
தெலுங்கானா	88,806	20,980
உத்தரப்பிரதேசம்	7,57,879	97,121
மேற்கு வங்காளம்	3,17,828	86,481

ஆதாரம்; பதினைந்தாவது நிதிக் குழு, இந்தியா

இந்த கிடைமட்ட பகிர்வுக்குக் காரணம் சமநிலையான பயனைக் கொடுக்க வேண்டுமென்பதாகும். எடுத்துக்காட்டாக, மற்ற மாநிலங்களைப் போல இந்தியாவின் தென்கிழக்கில் இருக்கும் மலைகள் நிறைந்த மாநிலங்களில் மக்கள்தொகை நெருக்கமாக இருக்காது என்பதோடு அதனுடைய வருவாயைத் திரட்டுவதற்குப் போதுமான மக்கள்தொகையையும் கொண்டிருக்காது. குறைவான மக்கள் தொகை கொண்ட மாநிலங்களீல் இருந்து ஒன்றிய அரசால் வசூலிக்கப்படும் வரியும் குறைவாகத்தான் இருக்கும் எனவே, போதுமான வரி அடிப்படை இல்லாத பிராந்தியங்களில் வசூலிக்கப்படும் வரிகளில் நேரடியான நெடுவரிசைப் பகிர்வு விகிதாச்சாரம் பொருத்தமான பயன்பாடாக இருக்காது. இந்த ஏற்றத்தாழ்வை சரி செய்ய ஒவ்வொரு மாநிலத்துக்கும் ஒதுக்கீடுகள், விகித்தாச்சாரம், மானியங்களை வழங்க அரசியலமைப்பு ரீதியாக கட்டாயப்படுத்தப்பட்ட நிதிக்குழு பரிந்துரைக்கிறது. (பார்க்க அட்டவணை 8)

அட்டவணை 8: மாநிலங்களுக்கு இடையே அல்லது மாநிலங்களுக்குள்ளான பங்கு (பதினைந்தாவது நிதிக் குழு பரிந்துரைத்த கிடைமட்டப் பகிர்வுக்கான ஒதுக்கீடு விகிதாச்சாரம்)

மாநிலம்	*மாநிலங்களுக்கு இடையே அல்லது மாநிலங்களுக்குள்ளான பங்குகள் (%)*
ஆந்திரப் பிரதேசம்	4.05
அஸ்ஸாம்	3.13
பீஹார்	10.06
சத்தீஸ்கர்	3.41
குஜராத்	3.48
ஹரியானா	1.09
இமாச்சலப் பிரதேசம்	0.83
ஜார்கண்ட்	3.31
கர்நாடகா	3.65
கேரளா	1.93
மத்தியப் பிரதேசம்	7.85
மஹாராஷ்டிரா	6.32
ஒடிசா	4.53
பஞ்சாப்	1.81
ராஜஸ்தான்	6.03
தமிழ்நாடு	4.08
தெலுங்கானா	2.10
உத்தரப் பிரதேசம்	17.94
மேற்கு வங்காளம்	7.52

ஆதாரம்: பதினைந்தாவது நிதிக் குழு, இந்தியா

பதினைந்தாவது நிதிக் குழுவின் ஒதுக்கீடு விகிதங்களும் கிடைமட்ட ஏற்றத்தாழ்வை நிவர்த்தி செய்வதற்கான உண்மையான பரிந்துரைக்கப்பட்ட நிதி பரிமாற்றங்களும் - குறிப்பாக விகிதாச்சாரங்களைக் கணக்கீடு செய்ததன் செயல்முறைகள் - மிக முக்கியமாக கேட்கப்பட்ட இந்தியாவின் வள ஒதுக்கீடுப் பிரச்சனைகள் குறித்தும் நிதிக் குழு புரிந்து கொண்ட விதம் ஒரு தனித்துவமான திருப்பத்தைக் கொண்டிருந்தது. பொதுவாக, நிதிக்

குழுக்களுக்கு ஒன்றிய அரசால் 'குறிப்பு விதிமுறைகள்' (TOR) வழங்கப்படுகிறது. வள ஒதுக்கீடுப் பிரச்சனைகளை தீர்க்கும் நோக்கத்தில் இருக்கும் நிதிக் குழுக்கள் செயல்பட இந்த TORக்கள் அடிப்படை சட்டகமாக இருக்கின்றன.

2011 ஆம் ஆண்டு மக்கள்தொகைக் கணக்கெடுப்பை முழுவதுமாகப் பயன்படுத்திக் கொள்ளுமாறு பதினைந்தாவது நிதிக் குழுவிடம் தான் முதன் முதலாக கேட்டுக் கொள்ளப்பட்டது. மக்கள்தொகை திட்டமிடல் தேசியக் கொள்கையாக அமலுக்கு வருவதற்கு முன்பு 1971 ஆம் ஆண்டு மக்கள்தொகைக் கணக்கெடுப்பைத்தான் முந்தைய நிதிக் குழுக்கள் பிரதானமான உசாத்துணையாகப் (reference) பயன்படுத்திக் கொண்டன. முந்தைய அத்தியாயங்களில் பார்த்தது போல வள ஒதுக்கீடுகளுக்கு 2011 ஆம் ஆண்டு மக்கள்தொகைக் கணக்கெடுப்பை பயன்படுத்தி கொள்ள மாறியவுடன் மக்கள்தொகைக் கட்டுப்பாட்டில் சிறப்பாக செயல்பட்ட மாநிலங்கள் தண்டிக்கப்பட்டதோடு நன்கு செயல்படாத மாநிலங்கள் ஊக்குவிக்கப்பட்டன.

மேலும், ஒன்றிய அரசினுடய கொள்கை முன்னுரிமையின் குறிப்பு விதிமுறைகள் வாசிப்பதற்கு ஒரு சலவைத் துணிகளின் பட்டியல் போல் நீண்டு இருந்தது. உதாரணமாக, மாநிலங்கள் எந்த அளவுக்கு நேரடி பயன் பரிமாற்றத்தை ஏற்றுக் கொண்டன, அவற்றின் ஜிஎஸ்டி அமலாக்கம், மத்திய அரசுத் திட்டங்களின் அமலாக்கம் ஆகியவற்றை கருத்தில் கொள்ளுமாறு குறிப்பு வழிமுறை நிதிக் குழுவைக் கேட்டுக் கொண்டதோடு மாநிலங்களின் `ஜனரஞ்சக' செலவையும் கட்டுப்படுத்துமாறு கேட்டுக் கொண்டது. இவை எதுவும் மாநில அரசின் முன்னுரிமைகளாக இருக்க வேண்டுமென்கிற தேவையில்லை. ஒன்றிய அரசிடமிருந்து மாநிலங்கள் எவ்வளவு வருவாயைத் திரும்பப் பெற வேண்டும் என்பதைத் தீர்மானிப்பதற்கு ஒன்றிய அரசு இந்த அளவுகோல்களை விதிக்க ஆரம்பித்த உடனேயே ஒன்றிய அரசுக்கு சாதகமாக அமைந்து ஒரு அபத்தமான அளவுக்கு வளர்ந்திருக்கிறது. எல்லாவற்றிற்கும் மேலாக வரி வருமானம் எப்படி ஒன்றியத்துக்கு உரியதோ அதே போல மாநில அரசுகளுக்கும் உரியதாகும்.

`ஜனரஞ்சக'த்துக்காக மாநில அரசுகளைத் தண்டிக்க வேண்டுமென்று சொல்கிற குறிப்பு விதிமுறைகளை எடுத்துக்

கொள்வோம். எது ஜனரஞ்சகம் என்பதற்கு தெளிவான வரையறை எதுவும் இல்லை. வருவாய் பற்றாக்குறை அதிகமானால் அல்லது மூலதனச் செலவு குறைவாக இருந்தால், மாநில அரசுகள்தான் ஒன்றிய அரசைக் கட்டுப்படுத்த வேண்டுமே ஒழிய அதற்கு மாற்றாக இல்லை. மத்திய அரசு ஆதரவுடன் மேற்கொள்ளப்படும் திட்டங்களை கண்காணிப்பது இயலாத காரியம் என்பதோடு திட்டங்களையும் கொள்கைகளையும் மதிப்பீடு செய்வதற்கு சரியான முறை இல்லையெனில் அவை நிறுத்தப்பட வேண்டும். ஆனால் எப்படியோ, மாநிலங்களோடு வளங்களைப் பகிர்ந்து கொள்வதற்கு ஒன்றிய அரசு மோசமாக செயல்பட்ட அதே அளவுருக்களை நிபந்தனைகளாக வைத்திருக்கிறது. துரதிர்ஷ்டவசமாக, வரி வருவாயின் நெடுவரிசை பகிர்வும் கிடைமட்ட பகிர்வும் ஒன்றிய அரசின் கைகளில் அரசியல் அதிகாரத்தின் கருவிகளாக மாறியிருக்கின்றன. அதிக வளங்களையும் அதன் மீது அதிகமான கட்டுப்பாட்டையும் வைத்திருக்கும் அரசாங்கமானது எல்லாவற்றுக்கும் மேலான மிகவும் சக்திவாய்ந்த அரசாங்கமாகும்! அரசாங்கத்தின் அந்த அடுக்கைக் கட்டுப்படுத்தும் அரசியல்வாதிகள் மிகவும் சக்திவாய்ந்த அரசியல்வாதிகளாக இருக்கிறார்கள். தனது கட்டுப்பாட்டில் இருக்கும் வளங்களின் வருவாயை அதிகரிக்கவும் எதிலும் இணைப்பில்லாத நிதி மாநிலங்களுக்குச் செல்வதை குறைக்கவும் ஒன்றிய அரசு தனது அதிகாரத்தைப் பயன்படுத்துகிறது. தேர்ந்தெடுக்கப்பட்ட அரசைப் பார்த்து எது நல்லது எது ஜனரஞ்சகமானது என்று ஒன்றிய அரசு சொல்வது தேர்வு செய்யப்பட்ட அரசுகளின் நோக்கத்தையே தோற்கடித்து விடுகிறது. ஆனால் நாம் அங்கே தான் இருக்கிறோம்.

எதிர்பார்த்தபடியே, பதினைந்தாவது நிதிக் குழுவின் குறிப்பு விதிமுறைகள் முதன் முதலாக வெளியிட்டபோது அரசியல் பின்னடைவு ஏற்பட்டது. 2011 ஆம் ஆண்டு மக்கள்தொகைக் கணக்கெடுப்பை உபயோகப்படுத்தும்படி கட்டாயப்படுத்தியது மிகப் பெரிய சர்ச்சைக்குள்ளானது. பல மாநிலங்களைச் சேர்ந்த நிதி அமைச்சர்கள் அனைவரும் ஒன்றுகூடி இதற்கு எதிர்ப்பு தெரிவித்ததோடு கிடைமட்ட பகிர்வுக்கு பரிசீலிக்கக் கேட்கப்பட்ட நிதிக் குழுவின் வேறுசில விதிமுறைகளுக்கும் எதிர்ப்பு தெரிவித்தது. மாநில அளவிலான அரசியல் தலைமைத்துவத்தை

ஆலோசனைக்கென நிதிக் குழு சந்திக்கும் சமயங்களில் ஒவ்வொரு மாநிலத்தின் பிரதிநிதித்துவத்திலும் இது வலுப்படுத்தப்பட்டது. இதற்குப் பதிலாக, பதினைந்தாவது நிதிக் குழுவின் தலைவர் மாநிலங்களுக்கும், சம்பந்தப்பட்ட குடிமக்களுக்கும் நடுநிலையான நடவடிக்கை எடுக்கப்படும் என்று பலமுறை உறுதியளித்தார். 2011 ஆம் ஆண்டு மக்கள்தொகை கணக்கெடுப்புத் தரவைக் கருத்தில் கொண்டதன் விளைவை நடுநிலையாக்கும் காரணியாக மக்கள்தொகை செயல்திறனை அறிமுகப்படுத்த இருப்பதாகவும் அவர் உறுதியளித்தார்.

ஒவ்வொரு மாநிலத்துக்குமான ஒதுக்கீடு விகிதாச்சாரம் ஆராய்ச்சி முறையியல் ஆகியவற்றோடு பதினைந்தாவது நிதிக் குழுவின் இறுதி அறிக்கை வெளியிடபட்டபோது, அது தென்னிந்திய மாநிலங்களுக்கு குறிப்பு விதிமுறைகள் விடுத்திருந்த அச்சுறுத்தலை விட மோசமானதாக இருந்தது. 1971 ஆம் ஆண்டின் தரவுகளுக்குப் பதிலாக 2011 ஆம் ஆண்டின் மக்கள்தொகைத் தரவை அடிப்படையாக எடுத்துக் கொண்டபோது, மக்கள்தொகை செயல்திறன் ஒரு காரணியாக இருப்பதால், அதற்கு இழப்பீடு தருவதாக உறுதியளிக்கப்பட்டது ஆனால் அறிக்கை வெளிவந்த போது அதில் எதுவும் குறிப்பிடப்படவில்லை. நிதிக் குழு, வினோதமாக, 2011 மக்கள் தொகைத் தரவைப் பயன்படுத்தி 2011 மக்கள்தொகைத் தரவுக்கு எதிரான காரணியை அளவிட்டது. இது மாநில மக்கள்தொகை செயல்திறன் என்கிற காரணியைப் பொருத்தமற்றதாக மாற்றியது. அதுமட்டுமின்றி, ஒதுக்கீட்டு விகிதத்தை தீர்மானிப்பதில் உள்ள மற்ற எல்லா காரணிகளும் 2011 மக்கள்தொகை தரவுகளைப் பயன்படுத்தி அளவிடப்பட்டன!

அட்டவணை 9: பதினைந்தாவது நிதிக் குழுவுக்காக கிடைமட்டப் பகிர்வுக்குக் கீழ் வெவ்வேறு கட்டளை விதிகளுக்கு புள்ளி மதிப்பு (weightage) கொடுக்கப்படுள்ளது.

கட்டளை விதிகள் / காரணிகள்	*புள்ளி மதிப்பு (%)*
மக்கள்தொகை	15.0
பகுதி / வட்டாரம் (area)	15.0
காடும் சூழலியலும்	10.0
வருமான இடைவெளி	45.0

கட்டளை விதிகள் / காரணிகள்	*புள்ளி மதிப்பு (%)*
வரியும் நிதி முயற்சிகளும்	2.5
மக்கள்தொகை செயல்திறன்	12.5

ஆதாரம்: பதினைந்தாவது நிதிக் குழு, இந்தியா

மக்கள்தொகை மற்றும் மக்கள்தொகை செயல்திறன் ஆகியவற்றிற்காக நிதிக் குழு ஒதுக்கியுள்ள புள்ளி மதிப்பானது (weightage), அதன் முக்கிய அறிக்கையைப் படிக்கும் போது, ஒரு நியாயமான சமரசம் போல் தோற்றமளிக்கிறது. எடுத்துக்காட்டாக, 2011 மக்கள்தொகை தரவுக்கு 15 சதவீத புள்ளி மதிப்பும் மக்கள்தொகை செயல்திறனுக்கு 12.5 சதவீத புள்ளி மதிப்பும் வழங்குவது கடந்த அரை நூற்றாண்டில் மாநிலங்களுக்கிடையேயான மக்கள்தொகை வேறுபாட்டை எதிர்ப்பதற்கான / மட்டுப்படுத்துவதற்கான ஒரு சிறந்த வழியாகும், (பார்க்க அட்டவணை 9).

இது ஏன் சமநிலைப்படுத்தும் செயலாக இல்லை என்பதை பிற்சேர்க்கை வெளிப்படுத்துகிறது. இதற்கான திருப்பமானது மக்கள்தொகை செயல்திறனைக் கணக்கிட நிதிக் குழு உபயோகித்தக் காரணியில் இருக்கிறது. அது 2011 ஆம் ஆண்டின் மொத்த கருவுறுதல் விகிதத்தின் தலைகீழியை 1971 ஆம் ஆண்டு மக்கள் தொகை எண்ணிக்கையோடு பெருக்கியிருக்கிறது. வேறு வார்த்தைகளில் கூறுவதானால், மக்கள்தொகைக் கட்டுப்பாட்டைப் பற்றி வெளிப்படையாகக் கூறப்பட்ட அளவுரு முழுமையான மக்கள்தொகை புள்ளிவிவரங்களுக்கு எதிராக அளவிடப்பட்டது!

மக்கள்தொகை செயல்திறனுக்கு வெகுமதியும் மக்கள்தொகையைக் கட்டுப்படுத்துவதில் சரியாக செயல்படாத மாநிலங்களைத் தண்டிப்பதாகவும் இருக்க வேண்டிய அளவீடானது 2011 ஆம் ஆண்டு அதிக மக்கள்தொகை கொண்ட மாநிலங்களுக்கு, இதே காரணிகளின் அடிப்படையில், அதிகமான மதிப்பெண்ணை வழங்கியது. அதிகமான மக்கள்தொகையையும், இன்னும் மொத்த கருவுறுதல் விகிதம் மாற்று நிலைக்கும் அதிகமாக இருக்கும் மாநிலமான உத்தரப்பிரதேசம் அதனுடைய மக்கள்தொகை செயல்திறனுக்காக அதிக மதிப்பெண்கள் பெற்றது! இது இந்த அளவீட்டை அறிமுகப்படுத்தியதன் நோக்கத்தையே தோற்கடித்தது (பார்க்க அட்டவணை 10)

அட்டவணை 10: மக்கள்தொகை திறனுக்கு மாநிலங்களுக்கு இடையே அல்லது மாநிலங்களுக்குள்ளான பங்கு, பதினைந்தாவது நிதிக் குழு.

மக்கள் தொகை செயல்திறன்: 15ஆவது நிதிக் குழுவின் கிடைமட்டப் பகிர்ந்தளிப்பு அளவீட்டின் படி குறைந்தக் கருத்தரிப்பு கொண்ட மாநிலங்களுக்கு வெகுமதி அளிப்பதற்கான காரணி

மாநிலம்	*மக்கள்தொகை திறனுக்கு மாநிலங்களுக்கு இடையே அல்லது மாநிலங்களுக்குள்ளான பங்கு (%)*
ஆந்திரப் பிரதேசம்	6.64
அஸ்ஸாம்	2.60
பீஹார்	5.51
சத்தீஸ்கர்	1.84
குஜராத்	5.04
ஹரியானா	1.66
இமாச்சலப் பிரதேசம்	0.76
ஜார்கண்ட்	2.09
கர்நாடகா	6.21
கேரளா	4.57
மத்தியப் பிரதேசம்	4.38
மஹாராஷ்டிரா	10.12
ஒடிசா	4.25
பஞ்சாப்	2.79
ராஜஸ்தான்	3.53
தமிழ்நாடு	10.00
தெலுங்கானா	3.63
உத்தரப் பிரதேசம்	12.32
மேற்கு வங்காளம்	10.11

ஆதாரம்: பதினைந்தாவது நிதிக் குழு, இந்தியா

பதினைந்தாவது நிதிக் குழுவின் அறிக்கைப்படி மொத்த ஒதுக்கீட்டு விகிதாரச்சத்தைத் தீர்மானிக்கும் முக்கியமான அளவீடு வருமான இடைவெளி ஆகும். வருமான இடைவெளி என்கிற இந்த அளவீட்டுக்கு மொத்தப் புள்ளி மதிப்பில் 45 சதவீதம் கொடுத்திருப்பதற்கான தகுதி மீது ஒருவர் உடன்படலாம் அல்லது உடன்படாமல் இருக்கலாம். ஆனால் வருமான இடைவெளி

கணக்கிடப்பட்ட விதமானது அடிப்படையில் மீண்டும் இது மக்கள்தொகைக்கான பதிலியாகும் (proxy).

ஒரு மாநிலத்தின் மூன்றாண்டு காலத்துக்கான தனிநபர் மொத்த மாநில உள்நாட்டு உற்பத்தியை எடுத்துக் கொண்டு ஹரியானாவின் (இந்தியாவின் மூன்றாவது பணக்கார மாநிலம்) தனிநபர் மொத்த மாநில உள்நாட்டு உற்பத்தியிலிருந்து வருமானத்திற்கான இடைவெளி கணக்கிடப்பட்டது. இந்த இடைவெளியானது 2011 ஆம் ஆண்டு மக்கள்தொகையை உபயோகித்து ஒவ்வொரு மாநிலத்துக்கும் கணக்கிடப்பட்டது என்பதைத் தவிர மற்றவை எல்லாம் நியாயமானது போலத் தோன்றுகிறது! இதன் முடிவு என்னவெனில், மக்கள்தொகை திறன் போல வருமான இடைவெளியும் 2011 ஆம் ஆண்டு மக்கள்தொகை எண்ணிக்கைக்கு பதிலியாக ஆனது. (பார்க்க அட்டவணை 11).

அட்டவணை 11; வருமான இடைவெளி - மாநிலங்களுக்கு இடையே அல்லது மாநிலங்களுக்குள்ளான பங்கு

மாநிலம்	*வருமான இடைவெளி*
ஆந்திரப் பிரதேசம்	3
அஸ்ஸாம்	4
பீஹார்	16
சத்தீஸ்கர்	3
குஜராத்	2
ஹரியானா	0
இமாச்சலப் பிரதேசம்	0
ஜார்கண்ட்	4
கர்நாடகா	1
கேரளா	1
மத்தியப் பிரதேசம்	9
மஹாராஷ்டிரா	3
ஒடிசா	5
பஞ்சாப்	2
ராஜஸ்தான்	7
தமிழ்நாடு	2

மாநிலம்	*வருமான இடைவெளி*
தெலுங்கானா	1
உத்தரப் பிரதேசம்	27
மேற்கு வங்காளம்	10

ஆதாரம்: பதினைந்தாவது நிதிக் குழு, இந்தியா

மக்கள்தொகை திறனும் வருமான இடைவெளியும் சேர்ந்து மொத்தப் புள்ளி மதிப்பு 57.5 சதவீதமாக இருப்பதால் இது குறிப்பிட்ட அளவீட்டுக்கான வரையறையோடு தொடர்பு கொண்டிருப்பதைக் காட்டிலும் மக்கள்தொகையோடு அதிகமான தொடர்பைக் கொண்டிருக்கிறது. மக்கள்தொகையுடன் ஆன இதன் தொடர்பு மிகவும் அதிகமாக உள்ளது. ஏனெனில், உண்மையான அளவீட்டுக் காரணியை இது அதிகமான எண்ணிக்கையைக் கொண்டிருப்பதால் கணக்கீட்டில் இது ஆதிக்கம் செலுத்துகிறது! இதோடு ஏற்கனவே மொத்தப் புள்ளி மதிப்பில் 15 சதவீதம் இருக்கும் மக்கள்தொகை காரணியும் இருக்கிறது. ஆக, கிடைமட்ட பகிர்வு புள்ளி மதிப்பில் 72.5 சதவிகிதம் அதிக மக்கள் தொகை கொண்ட மாநிலங்களுக்கு வெளிப்படையாக ஆதரவளிக்கிறது அல்லது அதிக மக்கள் தொகை கொண்ட மாநிலங்களுக்கு பதிலியாக உள்ளது. மோசமான விஷயம் என்னவென்றால், இவை அனைத்தும் 2011 மக்கள்தொகை தரவுகளை அடிப்படையாகக் கொண்டவை.

கிடைமட்டப் பகிர்வு என வரும்போது நிதிக் குழுக்கள் குறிப்பாக தென்னிந்திய மாநிலங்களுக்கு பல ஆண்டுகளாகவே பலத்த அடி கொடுத்து வருகின்றன. ஐந்து தென் மாநிலங்கள், அவற்றின் குறைந்த மக்கள்தொகை வளர்ச்சி விகிதம், அதிக நகரமயமாக்கல் ஆகியவற்றின் காரணமாக இருபத்தியோராம் நூற்றாண்டில் ஒவ்வொரு நிதிக் குழுக்களும் தேர்ந்தெடுத்த அளவுகோல்களின் அடிப்படையில், மிக அதிகமாக இழந்துள்ளன.

எடுத்துக்காட்டாக, பனிரெண்டாவது நிதிக் குழுப் பரிந்துரைக்கும் பதினைந்தாவது நிதிக் குழுப் பரிந்துரைக்கும் இடையே கேரளாவுக்கான ஒதுக்கீட்டு விகிதாச்சாரம் 2.67 சதவீதத்திலிருந்து 1.93 சதவீதம் என்கிற அளவுக்கு குறைந்து விட்டிருக்கிறது. (பார்க்க அட்டவணை 12). இரண்டு தசாப்தகளுக்கு இடையே இது 27.7 சதவீத சரிவு ஆகும். இதற்கு அடுத்து வருவது தமிழ்நாடு, இதே

காலகட்டத்தில் தமிழ்நாடு 23.1 சதவீத சரிவை எதிர் கொண்டது. இதற்கடுத்து மூன்றாவது நான்கு நிலையில் இருப்பது கர்நாடகாவும், ஒன்றிண்ந்த ஆந்திரப்பிரதேசமும் ஆகும். குறைவான மொத்த கருவுறுதல் விகிதம், ஒப்பீட்டளவில் நல்ல வளம் கொண்ட மாநிலங்களின் நிதி ஆதாரத்தை இப்படிக் குறைப்பதன் மூலம் இந்தியாவானது மாநிலங்களை வஞ்சிக்கிறது.

அட்டவணை 12: பனிரெண்டாவது நிதிக் குழுவுக்கும் பதினைந்தாவது நிதிக் குழுவுக்கும் இடையே கிடைமட்ட ஒதுக்கீட்டில் நேர்ந்த மாற்றம்.

மாநிலம்	*பனிரெண்டாவது நிதிக் குழுவிலிருந்து பதினைந்தாவது நிதிக் குழு வரை ஏற்பட்ட மாற்றம் (%)*
ஆந்திரப் பிரதேசம் (தெலுங்கான உட்பட ஒன்றிணைந்த மாநிலம்)	-16.4
அஸ்ஸாம்	-3.3
பீஹார்	-8.8
சத்தீஸ்கர்	28.4
குஜராத்	-2.6
ஹரியானா	1.7
இமாச்சலப் பிரதேசம்	59.0
ஜார்கண்ட்	-1.6
கர்நாடகா	-18.2
கேரளா	-27.8
மத்தியப் பிரதேசம்	17.0
மஹாராஷ்டிரா	26.4
ஒடிசா	-12.3
பஞ்சாப்	39.1
ராஜஸ்தான்	7.4
தமிழ்நாடு	-23.1
உத்தரப் பிரதேசம்	-6.9
மேற்கு வங்காளம்	6.6

ஆதாரம்: பனிரெண்டாவது மற்றும் பதினைந்தாவது நிதிக் குழு, இந்தியா

இந்தியாவின் நிதிக் கட்டமைப்பை புரிந்து கொள்வதற்கான இன்னொரு வழி, மொத்த மாநில உள்நாட்டு உற்பத்தியோடு ஒப்பிடுகையில் ஒவ்வொரு மாநிலமும் அந்தந்த மாநிலத்தின் வருடாந்திர வரவு செலவுத் திட்டத்தில் எவ்வளவு செலவு செய்கிறது என்பதாகும். (பார்க்க வரைபடம் 1). மாநில வரவு செலவுத் திட்டம் வழியாக மத்திய அரசு பரிமாற்றம் செய்யும் அனைத்தும் வரவு செலவுத் திட்ட வரையறையின்படி குறிப்பிடப்பட்டிருக்கும்.

வரைபடம் 1: மொத்த மாநில உள்நாட்டு உற்பத்தி vs பட்ஜெட் செலவு, 2018-19

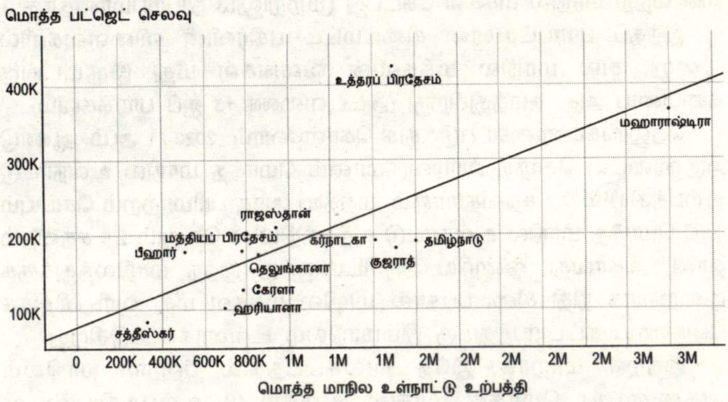

ஆதாரம்: பல மாநில அரசுகள்

மிகவும் எளிதான இந்த வரைபடமானது மொத்த மாநில உள்நாட்டு உற்பத்தி vs பட்ஜெட்டுக்கு இடையே இருக்கும் சமமற்ற நிலையை மிகவும் தெளிவாகக் காட்டுகிறது. உத்தரப் பிரதேசம் முற்றிலும் புறம்பானது, அதனுடைய மொத்த மாநில உற்பத்தி என்ன தேவையானதோ அதை விட அதிகமான நிதி வளங்களைப் பயன்படுத்துகிறது. மற்ற மாநிலங்களைக் காட்டிலும் அதிகமான நேர்மறை எச்சங்களை இந்த மாநிலம் வைத்திருக்கிறது. அதாவது, பெரும்பாலான பணக்கார மாநிலங்கள் கூட்டாட்சி அமைப்புக்குச் செலுத்தும் நிதியானது உத்தரப் பிரதேச மாநிலத்துக்குப் போகிறது. தமிழ்நாடு, குஜராத், கர்நாடகா, கேரளா ஆகிய மாநிலங்களின்

பட்ஜெட்டானது அதன் மொத்த மாநில உள்நாட்டு உற்பத்தியின் அளவுக்கு எவ்வளவு தேவையோ அதை விட மிகக் குறைவாக இருக்கிறது. இதை மேலே உள்ள வரைபடம் வெளிப்படுத்துகிறது.

உத்தரப் பிரதேசம் இதற்கு எதிர் மாறாக இருக்கிறது: அதாவது, அதனுடைய மொத்த மாநில உள்நாட்டு உற்பத்தியின் அளவுக்கு எவ்வளவு தேவையோ அதைவிட அதனுடைய பட்ஜெட் மிக அதிகமாக இருக்கிறது. மற்ற மாநிலங்கள் கொடுப்பதால் உத்தரப் பிரதேசத்தைப் பொருத்தவரையில் இது ஒரு பிரச்சனை இல்லை. தங்களுடைய மாநிலங்களில் அடிப்படை அரசு சேவைகளுக்கே முழுமையாக நிதி இல்லாதபோது ஏன் தங்களுடைய வரிப் பணத்தை உத்தரப் பிரதேசப் பட்ஜெட்டுக்குக் கொடுக்கவேண்டும் என மற்ற மாநில மக்கள் கேட்பது முற்றிலும் நியாயமானதாகும்.

இந்தப் பாரபட்சமான கிடைமட்ட பகிர்வின் விளைவுகளில் ஒன்று, சில மாநில மக்களின் வளங்கள் மீது இருமடங்கு சுமையை அது சுமத்துகிறது (அட்டவணை 13 ஐப் பார்க்கவும்).

தெலுங்கானாவை எடுத்துக் கொள்வோம். 2020-21 ஆம் ஆண்டு அதனுடைய சொந்த வரி வருமானம் மொத்த மாநில உள்நாட்டு உற்பத்தியில் 7.7 சதவீதமாகும், மத்திய அரசு பரிமாற்றம் செய்யும் நிதி மொத்த மாநில உள்நாட்டு உற்பத்தியில் வெறும் 2.5 சதவீதம் தான். அதாவது, ஒன்றிய அரசிடமிருந்து இந்த மாநிலத்துக்குக் குறைவாக நிதி கிடைப்பதால் மாநில மக்கள் மீது வரி விதிக்க வேண்டிய கட்டாயத்துக்கு இம்மாநிலம் உள்ளாக்கப்படுகிறது.

இதற்கு மாறாக, இதே காலகட்டத்தில் பீஹார் மாநிலம் அதனுடைய மொத்த மாநில உள்நாட்டு உற்பத்தியில் 31 சதவீதத்தை ஒன்றிய அரசிடமிருந்து பெற்றிருக்கிறது. இது பீகாரின் சோகத்தை ஓரளவுக்கு வெளிப்படுத்துகிறது; மாநிலத்தின் பொருளாதாரம் மிகவும் தலைகீழாக உள்ளதோடு அதன் மொத்த மாநில உள்நாட்டு உற்பத்தி மிகவும் குறைவாக இருப்பதால் மத்திய அரசு அதிக நிதியைப் பரிமாற்றம் செய்கிறது. ஆனால் மாநிலங்களிடையே வரிவிதிப்புச் சுமை எப்படி சீரற்றதாக உச்சத்தில் இருக்கிறது என்பதையும் இது சுட்டிக்காட்டுகிறது.

ஒப்பீட்டளவில் மக்கள்தொகை வளர்ச்சி குறைவாகவும், வறுமையில் இருப்பவர்களின் விகிதம் குறைவாகவும் இருப்பதால் தீபகற்ப மாநிலங்களின் சொந்த வரி வருவாய் மொத்த மாநில உள்நாட்டு உற்பத்தியில் தொடர்ந்து அதிகமாகிக் கொண்டே

அட்டவணை 13: மாநிலங்களின் சொந்த வரியும், ஒன்றிய அரசின் பரிமாற்றமும், 2020-21 பட்ஜெட் மதிப்பீடு

மாநிலம்	*வரி வருவாய் (%)*	*ஒன்றிய அரசின் மொத்தப் பரிமாற்றம் (% of GDSP)*	*ஒன்றிய அரசின் மொத்தப் பரிமாற்றம் - சொந்த வரி வருவாய் (% of GDSP)*
ஆந்திரப் பிரதேசம்	7.0	8.5	1.5
அஸ்ஸாம்	5.7	15.0	9.3
பீஹார்	5.1	31.0	25.9
சத்தீஸ்கர்	7.2	13.4	6.2
குஜராத்	5.8	2.0	-3.8
ஹரியானா	5.5	2.4	-3.1
இமாச்சலப் பிரதேசம்	6.0	14.0	8.0
ஜார்கண்ட்	5.7	10.9	5.2
கர்நாடகா	6.2	3.3	-2.9
கேரளா	6.9	3.3	-3.6
மத்தியப் பிரதேசம்	5.1	8.3	3.2
மஹாராஷ்டிரா	7.0	3.2	-3.8
ஒடிசா	5.9	10.5	4.6
பஞ்சாப்	5.6	6.8	1.2
ராஜஸ்தான்	6.8	6.8	0.0
தமிழ்நாடு	6.4	3.3	-3.1
தெலுங்கானா	7.7	2.5	-5.2
உத்தரப் பிரதேசம்	9.3	12.6	3.3
உத்தராகண்ட்	4.7	8.6	3.9
மேற்கு வங்காளம்	4.9	7.2	2.3

ஆதாரம்: பதினைந்தாவது நிதிக் குழு, இந்தியா

வருகிறது. அதாவது, இந்த மாநிலங்களில் உள்ள மக்களுக்கு மற்றவர்களை விட அதிகமாக வரி விதிக்கப்படுகிறது - முதலில் ஒன்றிய அரசு விதிக்கும் வரிகள் ஏனெனில் இந்த வரிகள் இவர்களை குறிப்பாக இலக்கு வைக்கின்றன; இரண்டாவதாக, ஒன்றிய அரசு மற்ற மாநிலங்களோடு அதிக நிதியைப் பகிர்ந்து கொள்வதால் அவர்கள் வசிக்கும் மாநிலங்களே அதிக வரி விதிக்கிறது. இவை தவிர, ஒன்றிய அரசு சில வரிகளை துணைவரிகள் (cess) என்கிற போர்வையில் வசூலித்து வருகிறது, இது இந்த மாநிலங்களில் உள்ள மக்களின் வரிச்சுமையை மோசமாக்குகிறது.

மாநிலங்களுக்கு ஒன்றிய அரசின் பரிமாற்றம் என்பது மாநிலத்தின் பட்ஜெட் மூலம் மட்டும் அல்ல. ஒன்றிய அரசு மாநில அரசுகளை தவிர்த்து விட்டு தனிப்பட்ட முறையில் அதனுடைய சமூக திட்டங்களையும், மானிய திட்டங்களையும் செயல்படுத்தி வருகிறது. இந்தத் திட்டங்களில் பெரும்பாலானவை மாநில அரசுகளின் திட்டங்களை விட பெரியவை என்பதோடு இதற்காகச் செலவிடப்படும் தொகையில் பெரும்பகுதி மத்திய, வட இந்திய மாநிலங்களில் மக்கள்தொகையும், கிராமப்புறங்கள் அதிகமாக இருக்கும் இடங்களில் செய்யப்படுவதால் ஏற்கனவே இருந்துவரும் சமனற்ற நிலையை மேலும் மோசமாக்குகிறது.

இந்தியாவின் தனித்துவமான நெருக்கடி / இக்கட்டான நிலை

உலகளவில் ஒரு நாட்டின் பல்வேறு பகுதிகளுக்கு இடையேயான நிதி ஏற்றத்தாழ்வு பொதுவான ஒன்றாகும். பெரும்பாலான பெரிய கூட்டாட்சி கட்டமைப்புகள் அதன் சில மாதிரிகளைக் கொண்டுள்ளன, அவை வரிக் கொள்கை மூலம் சரி செய்யப்படுகிறது. உதாரணமாக, அமெரிக்க ஐக்கிய நாட்டில் நாட்டின் தெற்குப் பகுதியானது தொழில்துறையில் வளர்ந்த வடக்குப் பகுதியை விட மிக நீண்ட காலமாக ஏழ்மையில் இருந்து வருகிறது இதன் விளைவாக, கூட்டாட்சி அரசாங்கம் தெற்குப் பகுதிக்கு அதிக நிதியை அனுப்புவதன் மூலம் பிராந்தியங்களுக்கிடையில் நிலைமையை சமப்படுத்துகிறது. ஜேர்மனியில், இன்னும் நாட்டின் மேற்குப் பகுதியானது, பழைய கம்யூனிஸ்ட் கிழக்குப் பகுதிகளை விட குறிப்பிடத்தக்க அளவில்

செல்வமிக்கதாக இருக்கிறது. ஜெர்மனியில் உள்ள கூட்டாட்சி அமைப்பானது நிதி ஆதாரங்களை பிராந்தியங்களுக்கு இடையில் ஓரளவு சமநிலைப்படுத்துகிறது.

ஸ்பெயின், சீனா, யுனைடெட் கிங்டம் மற்றும் மாறுபாடுகள் அதிகம் உள்ள பல நாடுகளுக்கும் இந்த இயங்கு நிலை பொருத்தமானதாகும். ஆனால் அந்த நாடுகளுக்கும் இந்தியாவுக்கும் இரண்டு முக்கியமான வேறுபாடுகள் இருக்கின்றன. முதலாவதாக, அந்த நாடுகளில் பிராந்தியங்களுக்கு இடையிலான வேறுபாடு இந்தியாவைப் போல பரந்த அளவில் இல்லை. இரண்டாவதும் மிக முக்கியமான வேறுபாடும் என்னவெனில், அந்த நாடுகளில், அதிக வளமான பகுதிகள் அதிக மக்கள்தொகை கொண்ட பகுதிகள் என்பதோடு அதிக நகரமயக்கப்பட்டதும் ஆகும். இடம்பெயர்வினால் ஏழ்மை நிலையில் இருக்கும் பகுதிகளை விட வளமான பகுதிகளில் மக்கள்தொகை வளர்ச்சியும் அதிகமாக இருக்கிறது. ஆனால் இந்தியாவில், ஏழ்மை நிலையில் இருக்கும் பகுதிகள்தான் அதிக மக்கள்தொகையைக் கொண்டதாகவும், மொத்த கருவுறுதல் விகிதம் அதிகம் இருப்பதால் மக்கள்தொகை வளர்ச்சியை அதிகம் கொண்டதாகவும் இருக்கிறது. மற்ற நாடுகளைப் போலல்லாமல், இந்தியாவில் மொத்த கருவுறுதல் விகிதம் தான் மக்கள்தொகை வளர்ச்சியை அதிகரிக்கிறதே தவிர இடம்பெயர்வு இல்லை.

அமெரிக்காவில் உள்ள நியூயார்க் அல்லது கலிபோர்னியா மாநிலத்தை எடுத்து கொள்வோம். ஒப்பீட்டளவில் அவை பெரிய, செழிப்பான இடங்களாக இருப்பதோடு அமெரிக்காவின் தெற்கு அல்லது மத்திய மேற்குப் பகுதியிலிருக்கும் கிராமப்புறப் பகுதிகளைச் சேர்ந்த மக்கள் இடம் பெயர்வதற்கு வரலாற்று ரீதியாகவே கவரக்கூடியப் பகுதிகளாக அவை இருந்து வருகின்றன. அந்த நாட்டின் வளமான கடலோர மாநிலங்கள் மக்கள்தொகை வளர்ச்சியைக் கொண்டுள்ளன, எடுத்துக்காட்டாக, அப்பலாச்சியாவில் (Appalachia) உள்ள ஏழை மாநிலங்களை விட வளர்ச்சி அதிகமாக உள்ளது; உண்மையில், அமெரிக்காவின் மத்தியப் பகுதியைச் சேர்ந்த கிராமப்பகுதிகளில் பல எதிர்மறையான மக்கள்தொகை வளர்ச்சியைக் கொண்டுள்ளன. ஆனால் மொத்த கருவுறுதல் விகிதம் இந்த மாநிலங்களில் எல்லாம் தோராயமாக ஒரே மாதிரியாகத்தான் உள்ளது. இந்த மாநிலங்களுக்கு இடையே மக்கள்தொகை வளர்ச்சியில் இருக்கும் வேறுபாட்டை சிறந்த

வாய்ப்புகளைத் தேடி ஏழ்மையான பகுதிகளிலிருந்து மக்கள் பொருளாதார மையங்களுக்கு இடம்பெயர்ந்து செல்வது முற்றிலுமாக விளக்குகிறது.

சீனாவில் கூட இது உண்மைதான், ஒரு தலைமுறைக்கும் மேலாக ஒரு குழந்தை கொள்கை என்று இருந்து வந்ததால் அதன் மாகாணங்களுக்கிடையே மொத்த கருவுறுதல் விகிதத்தில் வேறுபாடுகள் இல்லை. இந்த நாடுகளில், அதிக மக்கள்தொகை கொண்ட பகுதிகள் தங்கள் வளத்தில் ஒரு பகுதியை வளரும், மக்கள்தொகை மேலும் குறைவாகி வரும் பகுதிகளுக்கும் கொடுக்கின்றன, எனவே, இது ஒரு குறிப்பிடத்தக்க பிரச்சனையாகத் தோற்றமளிக்கவில்லை. பணக்கார மாநிலங்களால் இப்படி செய்ய முடியும், மேலும் இது அடுக்கு விளைவைக் கொண்டிருக்கவில்லை.

இந்தியாவில், பிரச்சனை என்னவென்றால், ஒப்பீட்டளவில் வளமாக இருக்கும் மாநிலங்கள் அடிப்படையில் குறைந்த மக்கள்தொகைக் கொண்டிருப்பதோடு குறைந்த மக்கள்தொகை வளர்ச்சி விகிதத்தையும் கொண்டிருக்கின்றன. சில மாநிலங்கள் எதிர்காலத்தில் மக்கள்தொகை குறைவைக் கூட சந்திக்க நேரிடலாம். இங்கு அடிப்படையில் அதிக மக்கள்தொகையும் அதிக மக்கள்தொகை வளர்ச்சி விகிதத்தையும் கொண்ட மாநிலங்களுக்கு நிதி அளிக்கப்படுகின்றன. ஒரு விதத்தில் தெலுங்கானாவை உத்தரப்பிரதேசத்தோடு சமன் செய்ய முயல்வது சாக்கடையில் கை வைப்பது போலாகும். இது உதவி செய்யத் தயாராக இருப்பவர்களிடமிருந்து அதிகமாக எதிர்ப்பார்ப்பது போன்ற ஓர் உத்தியாகும், மேலும் உதவி பெறும் மக்களை மோசமாகச் செயல்படத் தூண்டுகிறது.

குறைந்த மக்கள்தொகை கொண்ட வடகிழக்கு பகுதிகளுக்கு தீபகற்ப தெற்கில் உள்ள மாநிலங்கள் நிதி செலுத்துவதை மற்ற நாடுகளில் நடப்பதோடு ஒப்பிடலாம். ஆனால் இந்தியாவில் இந்த மாநிலங்கள் 200 மில்லியனுக்கும் அதிகமான மாநிலமான உத்தரபிரதேசத்தையும், 100 மில்லியனுக்கும் அதிகமான மாநிலமான பீகாரையும் சமன் செய்கின்றன. இந்த இரண்டு மாநிலங்களும் சேர்ந்து அனைத்து தென் மாநிலங்களையும் விட அதிகமான மக்கள்தொகையைக் கொண்டிருக்கின்றன.

இந்தியாவின் வடக்கிலும் மத்திய சமவெளிகளிலும் உள்ள மிகப் பெரிய மாநிலங்களுக்கு மானியம் வழங்குவது தென்

மாநிலங்களைப் பொறுத்தவரை, அவர்களின் சொந்த வளர்ச்சியையும் கருத்தில் கொண்டால், சாத்தியமற்றது. மேலும், இந்த தென் மாநிலங்கள் உலகத் தரத்தின்படி பணக்கார மாநிலங்கள் இல்லை என்பதையும் நாம் கருத்தில் கொள்ள வேண்டும்; இந்தியாவின் மற்ற பகுதிகளுடன் ஒப்பிடும்போது இவை சிறந்த நிலையில் உள்ளன.

வளங்களை ஒதுக்குவதற்காக மக்கள்தொகையைக் கருத்தில் கொள்வதற்குப் பதிலாக மக்கள்தொகை செயல்திறனைக் கருத்தில் கொள்வதாக நிதிக் குழு உறுதியளித்தது. ஆயினும்கூட, மேலே பார்த்தபடி, மொத்த புள்ளி மதிப்பில் முக்கால்வாசி மக்கள் தொகைக்கு வழங்கப்பட்டிருக்கிறது. முதலில், இது நம்பிக்கை துரோகம். இரண்டாவதாக, கணக்கீடுகள் செய்யப்பட்ட விதம் - குறிப்பாக 2011 மக்கள்தொகை எண்ணிக்கைக்கு எதிரான அளவீட்டின் அளவீடுகள் - உலக மக்கள்தொகையில் 20 சதவீதத்தை பாதிக்கும் முக்கியமான வள ஒதுக்கீட்டு பிரச்சினையில் நிறைவற்ற ஒன்றாகும். விளைவுகள் மிகப் பெரியதாக இல்லாவிட்டால், இந்த திறமையின்மை முறைமை வேடிக்கையாக எடுத்துக் கொள்ளப்படும்.

எல்லாவற்றிற்கும் மேலாக, தற்போதைய ஒதுக்கீடு ஜனநாயக விரோதமானது. இந்தியாவின் தென் மாநிலங்களில் உள்ள பெரும்பாலான மக்கள் கொள்கையின் அடிப்படையில் ஓரளவுக்கு சமன்பாட்டை ஒப்புக்கொள்வார்கள். அதன் மிகக்கடுமையான இயல்புதான் இதை சிக்கலாக்குகிறது. வெற்றியைத் தண்டிப்பது போல் அளவுருக்கள் தன்னிச்சையாக அமைக்கப்பட்டுள்ளன. குடிமக்கள் வரி செலுத்தி, அந்த வரிப் பணத்தை எவ்வாறு பயன்படுத்துவது என்பதைத் தீர்மானிக்க, தங்களுக்கான அரசாங்கங்களைத் தேர்ந்தெடுக்க வாக்களிக்கின்றனர். அவர்கள் தங்கள் சமூகம் இயங்கும் விதத்தை மேம்படுத்துவதற்காக சுகாதாரம், கல்வி, உள்ளூர் நிர்வாகத்தின் கொள்கைகளில் தங்களது தாக்கத்தை ஏற்படுத்த முயல்கின்றனர். இந்த தென் மாநிலங்களில் உள்ள குடிமக்கள் செலுத்தும் வரியில் பெரும்பகுதியை வடக்கு சமவெளிப் பகுதிக்கு மாற்றினாலும் கூட தாராளவாத ஜனநாயகத்தின் அடிப்படை சமூக ஒப்பந்தத்தை மீறும் அளவுக்கு உட்பட்டது.

நிதிக் குழு ஒதுக்கீடுகள், மத்திய அரசின் நிதியுதவி திட்டங்கள் மற்றும் இந்தியாவின் நிதிக் கட்டமைப்பு ஆகியவை துணை தேசிய அளவில், குறிப்பாக தென்னிந்தியாவில் ஜனநாயக உறவின் நல்லொழுக்க சுழற்சியை உடைப்பதாக இருக்கிறது. இங்கு வசூலிக்கப்படும் வரிகள் பெரும்பாலும் வேறு இடங்களுக்கு மாற்றப்படுகின்றன. சுகாதாரத் துறை, கல்வித் துறை சம்பந்தப்பட்ட திட்டங்கள் தேசிய அளவில் ஒன்றிய அரசால் வடிவமைக்கப்படுவதால் அது உள்ளூர் மக்களுக்குச் சிறப்பாகச் சேவை செய்வதில்லை. கொள்கை இலக்குகள் கூட ஏற்கனவே இலக்குகளை தாண்டிய சாதனைகளை பெரும்பாலும் பொருட்படுத்துவதில்லை.

ஒன்றியம் மாநிலங்களின் செயல்பாடுகளை அபகரிக்கும்பட்சத்தில் அது உடனடி சமூகத்துடன் மக்கள் கொண்டிருக்கும் பிணைப்பை முறையாக அழிக்கிறது. இதை நியாயப்படுத்தும் வகையில் ஒன்றியமானது, தேசிய அளவில் இந்தப் பிணைப்பை உருவாக்க முயல்வதாகக் கூறுகிறது. ஆனால் 1.3 பில்லியன் மக்கள்தொகை வசிக்கும் நாட்டில் நடைமுறையில் உலகளாவியதும் தோல்வியடையும் வாய்ப்பும் இருக்கும் நிலையில் எது புனிதமானது, எது வேலை செய்யும் என்கிற ஆபத்தில் ஈடுபடுகிறது.

3

இந்திய ஒன்றியத்தை தற்போதிருக்கும் அதன் வடிவத்தில் மீட்டெடுக்க முடியுமா?

சுகாதாரம், கல்வி, பொருளாதாரம் பற்றிய தரவுகள் வெளிப்படுத்துவது போல், இந்தியாவின் மாநிலங்கள் முற்றிலும் வேறானதும் மாறுபட்டதும் ஆகும். சுகாதாரநலனில், சிறந்த மாநிலங்களுக்கும், மோசமான மாநிலங்களுக்கிடையேயான வேறுபாடு பொருளாதார ஒத்துழைப்பு மற்றும் வளர்ச்சி அமைப்பு (Organization for Economic Co-operation and Development) நாடுகளுக்கும் சஹாரா கீழமை ஆப்ரிக்காவுக்கும் (sub-Saharan Africa) இடையே இருக்குமளவுக்கு வித்தியாசம் இருக்கிறது. கல்வியில், இது நடுத்தர வருமானம் கொண்ட நாடுகளுக்கும் குறைந்த வருமானம் கொண்ட நாடுகளுக்கும் இடையிலான அளவில் உள்ளது. பொருளாதார வாய்ப்புகளைப் பொருத்தவரை, சிறந்த மாநிலங்கள் ஏழ்மையான மாநிலங்களை விட இரண்டு முதல் மூன்று மடங்கு வரை செல்வம் மிக்கதாக இருக்கின்றன. ஒட்டுமொத்தமாக, மத்திய இந்தியாவிலிருந்தும், வட இந்தியாவிலிருந்தும் மிகவும் வேறுபட்ட இடமாக தென்னிந்தியா இருக்கிறது.

வேறுபாடுகள் நிறைந்த இந்தியாவின் மாநிலங்கள் திறன்மிக்க நிர்வாகத்திற்காக மாநில அளவில் கொள்கை உருவாக்கத்தையும்

நிதி இறையாண்மையையும் கோருகிறது. உதாரணமாக, எல்லாவற்றிற்கும் மேலாக, சுகாதார நலனில் ஆப்கானிஸ்தான், அமெரிக்கா ஆகிய இரண்டு நாடுகளுக்கும் சமமாகப் பொருந்தக்கூடிய திறன்மிக்க கொள்கை முடிவை ஓர் அமைப்பு எடுப்பது சாத்தியமற்றது. ஆனால் இந்தியாவின் ஒன்றிய அரசாங்கம் அத்தகைய சாத்தியமற்ற பங்கை ஏற்க அதிகளவில் .முயற்சி செய்கிறது.

இந்தப் பல்வேறு சமூகங்கள், மாநிலங்களின் பிரச்சனைகளுக்கான தீர்வுகள், முந்தையப் பகுதியில் குறிப்பிட்டது போல, அவற்றின் வளர்ச்சிப் பாதைகளின் அடிப்படையில், பெரும்பாலும் ஒன்றுக்கொன்று பொருத்தமற்றதாக இருக்கின்றன. எடுத்துக்காட்டாக, தென் மாநிலங்கள் கல்வியின் விளைவு/ வெளியீட்டு அளவீடுகளில் கவனம் செலுத்த வேண்டும், அதே நேரத்தில் வட மாநிலங்கள் குழந்தைகளை பள்ளியில் சேர்த்து அவர்களை பள்ளியில் தக்க வைப்பதில் கவனம் செலுத்த வேண்டும். தென் மாநிலங்கள் அதனுடைய மக்கள்தொகை அடிப்படையிலும் தற்போதைய நிலவரப்படியும் நாள்பட்ட உடல்நலப் பிரச்சினைகளிலும் முதியோர் பராமரிப்பிலும் கவனம் செலுத்த வேண்டும். வட மாநிலங்கள் பிரசவத்துக்கு முன், பிரசவத்திற்குப் பிந்தைய சுகாதார நலனில் கவனம் செலுத்த வேண்டும். இந்த வேறுபாடுகள் பொதுக் கொள்கையின் அனைத்துப் பகுதிகளிலும் ஊடுருவி, எந்த ஒரு மையப்படுத்தப்பட்ட கொள்கையையும் கட்டுப்பாடற்றதாகவும் செயல்படுத்த முடியாததாகவும் ஆக்குகிறது.

வளர்ச்சியிலும் ஆளுகை அளவீடுகளிலும் மாறுபாடுகள் அதிகரித்து வரும் இந்தச் சூழ்நிலையில், கூடுதல் சிக்கலாக மக்கள்தொகை வளர்ச்சியில் உள்ள வேறுபாடானது கடினமான பிரச்சனையைத் தீர்க்க முடியாததாக ஆக்குகிறது. மக்கள் தொகையானது இந்தோ-கங்கை சமவெளி மாநிலங்களுக்குச் சார்பாக இருப்பதோடு அவை ஏழ்மையானதாகவும், குறைந்த வளர்ச்சியுடனும் இருக்கிறது இது சில வழிகளில் இந்தியாவுக்கே தனித்துவமான ஒரு பிரச்சனையை உருவாக்கியுள்ளது. குறைந்த வளர்ச்சியடைந்த மாநிலங்கள் அதிக மக்கள்தொகை காரணமாக அதிக அரசியல் அதிகாரத்தைக் கொண்டுள்ளன, மேலும் அவை எதிர்காலத்தில் தங்களுக்கு இன்னும் கூடுதலான அரசியல்

அதிகாரத்தைப் பெற அச்சுறுத்துவதோடு நன்றாக செயல்படக் கூடிய மாநிலங்களை "பசியோடு" இருக்க வைக்கின்றன.

தென் மாநிலங்கள் ஒரு விசித்திரமான பிணைப்பில் சிக்கியுள்ளன: அவை நல்லாட்சியின் மூலம் நிலையான மக்கள்தொகையை அடைந்துவிட்டதால் நன்றாகச் செயல்படுகின்றன, இதுவே அரசியல் அதிகாரத்தையும் வள ஒதுக்கீட்டையும் இதனிடமிருந்து கொள்ளையடிக்க அச்சுறுத்துகிறது. அம்மாநில குடிமக்கள் தங்கள் மாநிலங்களிலிருந்து ஒப்பீட்டளவில் சிறந்த அரசாங்க சேவைகளை எதிர்பார்க்கும் நேரத்தில் இந்த அச்சுறுத்தல் துல்லியமாக செயல்படுவதோடு அவர்களின் மாறிவரும் தேவைகளுக்கு அவற்றை மேலும் தனிப்பயனாக்க முயல்கிறது.

தெலுங்கானாவை எடுத்துக் கொள்வோம். மாநில வரிகள் மூலம் அதன் சொந்த குடிமக்களிடமிருந்து திரட்டும் நிதிக்கும் ஒன்றிய அரசிடமிருந்து பெறும் நிதிக்கும் இடையே மாநிலத்தின் பட்ஜெட்டில் அதிக எதிர்மறை வித்தியாசம் உள்ளது என்று தரவு காட்டுகிறது. அதாவது, அதன் குடிமக்கள் அதிகமாக மாநில வரி செலுத்துகிறார்கள், ஏனெனில் ஒன்றிய அரசு பரிமாற்றம் செய்யும் பங்கானது மாநில அரசாங்கத்தை நடத்த போதுமானதாக இல்லை. இந்த அதிகரித்து வரும் வரிவிதிப்புச் சுமை தெலுங்கானா குடிமக்கள் மீது சுமத்தப்படுகிறது, அதே நேரத்தில், அந்த முடிவெடுப்பதில் செல்வாக்கு செலுத்துவதற்கான அவர்களின் ஜனநாயக சக்தி நீர்த்துப்போகும் அபாயத்தில் உள்ளது.

தென் மாநிலங்களுக்கு இது எளிதான பதில் இல்லாத கேள்வியாகும். வெற்றிகரமாக செயல்பட்டு வருவதால் பரிமாற்றங்களில் குறைவாகவும், அதிக வரி செலுத்தவும், அரசியல் அதிகாரத்தை தியாகம் செய்யவும் வேண்டியிருக்கும் தற்போதைய நிலை கண்டிப்புக்குரியதாகும். வட மாநிலங்களிலிருந்து தென் மாநிலங்கள் மொழி ரீதியாகவும் கலாச்சார ரீதியாகவும் வேறுபட்டிருப்பதால் அரசியல் ரீதியில் சிக்கலான ஒரு புதிய பரிமாணத்தைச் சேர்க்கிறது. ஒரு தேசத்தின் வரையறை - மொழி ரீதியாகவும் கலாச்சார ரீதியாகவும் வேறுபட்ட மக்கள் புவியியல் ரீதியாக இணைந்த பிராந்தியத்தில் வாழ்ந்து வருவது - பெரும்பாலான ஐரோப்பிய நாடுகளை விட இந்த மாநிலங்களுக்குப் பொருந்தும்.

இந்த நாட்டிலும் இன்னும் பல நாடுகளிலும் கடந்த காலத்தில் கருதப்பட்ட ஒரு எளிமையான, ஆபத்தான, பெரும்பாலும் சாத்தியமற்ற விருப்பம் வெளிப்படையான பிரிவினையின் அரசியல் ஆகும். இது பெரும்பாலும் இரு தரப்பு நிலைப்பாடுகளையும் கடினமாக்குவதோடு வன்முறைக்கும் இட்டுச் செல்கிறது.

இது அதிக ஆபத்துள்ள விருப்பம் என்பதோடு நல்ல ஒரு தீர்வாகவும் இருக்காது. ஒரு பெரிய அமைப்பில் உள்ள வேறுபாடு என்பது கட்டமைப்பு குறைபாடுகளின் அறிகுறியாகும். பிரிவினை சூட்சுமமாக வன்முறையில் இறங்காவிட்டாலும் கூட, ஒரே மாதிரியான நிர்வாக அமைப்புடன் கூடிய வரைபடத்தில் ஓர் எளிய மறுசீரமைப்பு அதேப் பிரச்சனையை ஒரு நாட்டுக்குப் பதிலாக இரண்டு நாடுகளுக்குள் விளைவிக்க வாய்ப்புள்ளது.

சமூகத்தை அடுக்குகளாக அமைப்பதற்கான ஜனநாயக ரீதியாக நியாயமான வழியில் வள ஒதுக்கீடு சிக்கல்களைத் தீர்ப்பதும் மக்கள்தொகை வளர்ச்சிக்கான வக்கிரமான ஊக்குவிப்புகளைத் தவிர்ப்பதும் கடினம் ஆகும். நூலின் அடுத்த பகுதியானது தற்போதுள்ள அரசாங்கத்தின் கட்டமைப்பை பகுப்பாய்வு செய்து, அனைத்து மட்டங்களிலும் உள்ள மக்களின் விருப்பத்தைத் துல்லியமாக பிரதிபலிக்கும் ஒரு நிலையான, அமைதியான, நியாயமான அமைப்பை அடையக்கூடிய சாத்தியமான வழிகளை ஆலோசிக்கும் / கருத்தில் கொள்ளும்.

பகுதி III

முழுநிறைவான ஒன்றியம்

அறிமுகம்: சிறந்த ஒன்றியத்தைக் கற்பனை செய்தல்

இந்நூலின் முந்தையப் பகுதிகளில் பார்த்தது போல இந்திய ஒன்றியமானது, ஜனநாயக ரீதியில் ஒவ்வொரு குடிமகனையும் சமமாக மதிக்கும் நியாயமான ஒழுங்கைக் கொண்டிருப்பதே இலக்காக இருக்கும்பட்சத்தில், மையப்படுத்தப்பட்ட கொள்கைகளால் நிர்வகிக்கப்பட முடியாத அளவுக்கு வேறுபட்டதாக இருக்கிறது. பரந்த அளவிலான குறிகாட்டிகள் இந்திய மாநிலங்களிடையே இருக்கும் மாறுபாட்டை வெளிப்படையாகத் தெளிவாக்குகிறது.

இருப்பினும், ஒன்றியமானது அதனுடைய விருப்பமான ஒற்றையாட்சி, மையப்படுத்தப்பட்ட அரசாங்கம் என்பது எவ்வளவு நிலையற்றதாக இருந்தாலும் அதை நோக்கியே இயங்குகிறது. இந்திய ஒன்றியம் பயணிக்கும் இந்த ஆபத்தான பாதை உள்நாட்டு கலவரத்திற்கும் வன்முறைக்கும் கூட வழிவகுக்கும்; எல்லாவற்றிற்கும் மேலாக, வரலாறு இவற்றால் நிரம்பியுள்ளது

நிலைமை ஏன் இத்தகைய நிலையற்ற, ஆபத்தான சூழ்நிலையை நோக்கிச் செல்கிறது என்பதைப் புரிந்து கொள்ள, இந்தியாவில் நடைமுறையில் உள்ள பிரதிநிதித்துவ ஜனநாயகத்தை ஆராய்வதும், அமைப்பின் பலன்களையும் அதில் இருக்கும் குறைபாடுகளை ஆராய்வதும், சாத்தியமான மாற்று வழிகளைப் பற்றி சிந்திப்பதும் பயனுள்ளதாக இருக்கும்.

வரலாற்றுக் காரணங்களுக்காக இந்தியா மாநிலங்களின் ஒன்றியமாக அமைக்கப்பட்டது. இது பழைய பிரிட்டிஷ் காலனியின் வெஸ்ட்மின்ஸ்டர் ஜனநாயக முறையை ஏற்றுக்கொண்டது. இருப்பினும், ஒவ்வொரு தொகுதியின் அளவும், நாட்டில் இருக்கும் பல மாநிலங்களின் பரந்த அளவிலான மாறுபட்ட வளர்ச்சியும்,

ஒட்டு மொத்த நாட்டின் அளவும் இந்த அமைப்பின் குறைபாடுகளை பெரிதாக்கிக் காட்டுகின்றன.

அதிகாரப் பரவலாக்கம் சிறந்த பயன்மிக்க விளைவுகளுக்கு வழிவகுக்கும் என்பது இதுவரை இதை வாசித்து வந்திருக்கும் வாசகருக்குத் தெளிவாக தெரிந்திருக்க வேண்டும். மையத்தில் இருக்கும் அமைப்பால் திணிக்கப்படுகிற `ஒரே அளவு அனைத்துக்கும் பொருந்தும்' என்கிற கொள்கைகளுக்கு இடமளிக்கப் போராடுவதை விட உள்ளூர் அரசாங்கங்கள் உள்ளூர் தேவைகளுக்கு ஏற்றவாறு சிறந்த கொள்கையை உருவாக்க முடியும்.

தனிப் பிரதிநிதிகள் எப்படித் தேர்ந்தெடுக்கப்படுகிறார்கள், அவர்கள் எப்படி ஒன்றிணைந்து ஆட்சி அமைக்கிறார்கள், ஆட்சி அமைத்த பிறகு எப்படிக் கொள்கை வகுக்கிறார்கள் ஆகிய அனைத்தும் ஜனநாயக அமைப்பின் கூறுகள் ஆகும். ஆனால் இப்போது இருக்கும் இந்திய மாதிரியில், அவை ஒவ்வொன்றும் அதிகாரப் பரவலாக்கத்திலிருந்து விலகி, ஒற்றையாட்சி அரசாங்கத்திற்கு நெருக்கமாக அமைகின்றன. இந்தக் கூறுகள் மக்களின் விருப்பப் பரிமாற்றத்தைப் பலவீனப்படுத்துகின்றன.

இந்த இறுதிப் பகுதி தற்போதைய தேர்தல் முறை குறித்தும் அது எப்படி பல வழிகளில் மோசமான விளைவுகளுக்கு வழிவகுக்கிறது என்பதையும் ஆராய்கிறது. . தற்போதைய நாடாளுமன்ற முறையின் சாத்தியமற்ற தன்மை இந்தியாவின் சாத்தியமற்றத் தோற்றத்திற்கு ஒரு காரணம் ஆகும். எல்லை நிர்ணய குழப்பம் சம்பந்தப்பட்ட கலக்கத்துக்கும் / பதற்றத்துக்கும் இது ஒரு காரணமாகும்.

மக்களின் விருப்பத்தை நியாயமாக பிரதிபலிக்க வழிவகுக்கும் ஜனநாயகத் தெரிவுகளும் மாற்று வடிவங்களும் உள்ளதா? பெரும்பான்மைக் குழப்பத்தைத் தவிர்த்து, அதிகபட்ச அதிகாரப் பரவலாக்கத்தை அடைய முடியுமா?

அனைவருக்கும் சிறந்த வாழ்க்கைத் தரத்தை வழங்கும் ஒரு தாராளவாத சமுதாயத்தைக் கட்டியெழுப்புவதற்கான நீண்டகால திட்டத்துடன் உடனடி கவலைகளை சமநிலைப்படுத்த முற்படும் குறைவான குறைபாடுள்ள (less imperfect) ஒன்றியத்தை உருவாக்க வேண்டுமென்பது நம்பிக்கை. அறிவொளிமயமான தாராளமயத்தை நோக்கி அணிவகுப்பதே குறிக்கோள், ஆனால் ஒரு நிலையான,

நியாயமான, ஏற்புத்தன்மை கொண்ட அரசாங்க அமைப்பை பழமைவாத வழிமுறைகள் மூலம் உருவாக்க வேண்டும்.

ஒரு முன்மொழியப்பட்ட மாற்றுத் தீர்வை நாம் 'ஆட்டவிதிகளுக்கு உட்பட்ட நேரடி ஜனநாயம் (gamified direct democracy)' என்று அழைக்கலாம், இது இறுதி அத்தியாயத்தில் விரிவாக விவாதிக்கப்பட்டுள்ளது. இது ஒரு `திறந்த மனதுடனான சிந்தனை/மாத்தி யோசி (blue-sky thinking)' பரிசோதனையாகும், மேலும் இது அரசியல் ரீதியாக சாத்தியமற்றதாக இருக்கலாம், ஏனெனில் தற்போதைய அமைப்பின் கீழ் கொள்கை உருவாக்கும் அதிகாரங்களை வைத்திருக்கும் அரசியல்வாதிகள் உண்மையில் அந்த அதிகாரங்களை விட்டுக் கொடுக்கும் விருப்பத்தைக் கொண்டிருக்க வேண்டும். ஆனால் முன்மொழியப்பட்ட தீர்வு, செயல்படுத்தப்பட்டால், இந்தியாவின் மிகவும் கடினமான பிரச்சனைகளில் சிலவற்றைப் புறக்கணிப்பதோடு ஒரு பரவலாக்கப்பட்ட ஒன்றியத்தை உருவாக்க முடியும்.

1

இந்தியாவின் பிரதிநிதித்துவ ஜனநாயகத்தைப் பாதிப்பது என்ன?

அளவு - ஜனநாயகத்தில் பிரச்சனை

ஜனநாயகம் கடினமானது. மக்களின் விருப்பத்தை முழுமையாக பிரதிபலிக்கும் அரசாங்கத்தை தேர்ந்தெடுப்பதற்கு நல்ல வழி இல்லை. ஒரே மாதிரியான மக்கள்தொகை கொண்ட சிறிய நாடுகளுக்குக் கூட இது ஒரு போராட்டம் தான். இந்தியா போன்ற பெரிய, பன்முகத்தன்மையும் மக்கள்தொகையும் கொண்ட ஒரு நாட்டில் நம்பகத்தன்மையின் வரம்புகளை இங்கு இருக்கும் பிரச்சனைகள் சோதிக்கின்றன. காலனித்துவத்திற்குப் பிந்தைய மாநிலங்களுக்கு அவற்றின் எல்லைகள் பெரும்பாலும் இயற்கையான அலகுகள் அல்ல என்பதால் கூடுதல் சிக்கல் உள்ளது.

ஜனநாயகங்கள் பொதுவாக ஆளுகையின் சம்மதத்தை சட்டப்பூர்வமாக்குவதற்கும் மக்களின் விருப்பத்தை பிரதிபலிப்பதற்கும் காலாந்தர தேர்தலை நடத்தி பிரதிநிதித்துவ மாதிரியின் மூலம் பிரச்சனைகளைத் தீர்க்க முயல்கின்றன. இது தோராயமாக ஏற்றுக்கொள்ளக்கூடியதிலிருந்து எதிர்நிலையாக இருப்பது, தாராளவாத ஜனநாயகக் கொள்கைகள் வரையிலான ஒரு தீர்வாகும். இது செயல்படுத்தப்படும் சூழலைப் பொறுத்து இருக்கிறது., எடுத்துக்காட்டாக, இருபத்தியோராம் நூற்றாண்டில்

அமெரிக்கா ஈரான் மீது படையெடுத்த பிறகு ஏற்பட்ட சிக்கலான அரசியல் சூழ்நிலையில், தேர்தல்களை நடத்துவது - அவை சுதந்திரமாகவும் நியாயமாகவும் இருந்தாலும் - ஏன் ஒரு தெளிவானதும் மேலும் / அல்லது நிலையானதுமான ஜனநாயகத்தை உருவாக்காது என்பதை விளக்குகிறது.

இயல்புக்கு/இயற்கைக்கு மாறான எல்லைகளையும் அதிர்ச்சிகரமான வரலாறுகளைக் கொண்ட இத்தகைய பிந்தைய காலனித்துவ நாடுகளின் மக்கள்தொகை யதார்த்தம் பெரும்பான்மைத் தேர்வை பெரும்பான்மைவாதத்திலிருந்து வேறுபடுத்த முடியாததாக ஆக்குகிறது. ஈராக் அனுபவத்தில், சமூகத்தில் பெரும்பான்மையாக ஷியாவும், மேல் வகுப்பைச் சேர்ந்த சன்னி சிறுபான்மையினரையும் தவிர பிற ஒடுக்கப்பட்ட சிறுபான்மை குழுக்களும் உள்ளன - ஒவ்வொன்றும் சக்திவாய்ந்த புவிசார் அரசியல் கூட்டணியுடனான கடந்த கால சுதந்திரமான சீரமைப்புகளின் சிக்கலான வரலாற்றைக் கொண்டிருப்பதால் அவர்களே ஒருவரையொருவர் ஆழமாக சந்தேகிக்கிறார்கள். இது முழுமையாக ஒருங்கிணைக்கப்பட்ட அமைப்பு நியாயமற்றது என்றும் அதற்கான எந்தத் தேர்தலும் பயனற்றது என்றும் வழக்கமான அர்த்தத்தில் குறிப்பிடுகிறது.

பல இன, மத, மொழி, மேம்பாட்டு பிளவுகளையும், பல பிரிவினர்களிடையே மோதல்களின் வரலாறையும் கொண்டிருப்பதோடு 1.3 பில்லியன் மக்கள்தொகையும் கொண்ட இந்தியா இதேபோன்ற தீர்க்க முடியாத சிக்கலைக் கொண்டுள்ளது. இந்தப் பிளவுகளின் அளவும் நோக்கமும், ஈராக்கில் உள்ள பிரச்சனையைப் போல் தீவிரமானதாக, அவசரமானதாக இல்லாவிட்டாலும், பலமடங்கு கடினமாக்குகிறது. இவ்வளவு பெரிய, பலதரப்பட்ட மக்களுக்கான நிர்வாக அதிகாரத்தின் கட்டமைப்பு ஒற்றையாட்சியாக இருக்க முடியாது; ஆனால் ஒற்றையாட்சி அமைப்பு இல்லாதது நியாயமாக நாட்டின் இருத்தலியல் நோக்கத்தைப் பற்றிக் கேள்வி எழுப்பும்.

ஒரு அரசாங்கத்தின் நோக்கம், தன்னைத் தேர்ந்தெடுக்கும் மக்களுக்கானக் கருவியாக இருக்க வேண்டுமே ஒழிய தனக்கானதாக இருக்கக்கூடாது என்பதுதான். ஒற்றையாட்சி அதிகாரக் கட்டமைப்புகள், முக்கியமாக குறிப்பிடத்தக்க சிறுபான்மையினர்களைக் கொண்ட பெரிய மற்றும் மாறுபாடுகள்

கொண்ட நாடுகளில், இந்த வரைவளவை/அளவீட்டைப் பூர்த்தி செய்வதில்லை.

இத்தகைய சிக்கலான சூழலில் முதல் பிரச்சனை தேர்தல் முறையின் செயல்திறனும் அது அரசாங்கத்தின் கட்டமைப்பை எவ்வாறு பாதிக்கிறது என்பது தொடர்பானதுமாகும். இங்கு பதிலளிக்க வேண்டிய அடிப்படை கேள்வி என்னவென்றால், அத்தகைய அமைப்பில் உள்ள அரசாங்கம், நோக்கத்துக்கேற்றபடி ஜனநாயகம் என்கிற யோசனை - சுயராஜ்ய மக்களுடைய - மக்களின் விருப்பத்தை பிரதிபலிக்கிறதா என்பதுதான்.

இந்தியாவில் ஜனநாயகம் நடைமுறைப்படுத்தப்படும் விதத்தை கவனியுங்கள். வெஸ்ட்மின்ஸ்டர் அமைப்பின் இந்தப் பதிப்பில், குடிமக்கள் தங்களையும் தங்களின் தொகுதியையும் பிரதிநிதித்துவப்படுத்த எம்.பி.க்களை தேர்ந்தெடுக்கின்றனர். தேர்ந்தெடுக்கப்பட்ட பிரதிநிதிகள், நாடாளுமன்றத்தில் தங்கள் கட்சியின் பெரும்பான்மை அடிப்படையில், அரசாங்கத்தை அமைக்கின்றனர். பல கட்சி அமைப்பில், இது பெரும்பாலும் எல்லாவற்றிலும் உடன்பாடு இல்லாத கட்சிகள் சேர்ந்து கூட்டணி அரசாங்கங்கள் அமைப்பதைக் குறிக்கிறது. இருந்தபோதிலும் இந்தக் கட்சிகள் எல்லாம் ஒன்றிணைந்து அவை உடன்படக்கூடியதைச் செயல்படுத்த ஓர் அரசாங்கத்தை உருவாக்குகின்றன. . இந்த செயல்பாட்டில் பல அடுக்கு பரிமாற்றங்கள் உள்ளன: மக்கள் தங்கள் பிரதிநிதிகளை தேர்வு செய்கிறார்கள்; பிரதிநிதிகள் ஓர் அரசாங்கத்தை தேர்வு செய்கிறார்கள், அது பெரும்பாலும் ஒரு வகையான கூட்டணியாக இருக்கலாம்; இறுதியாக, அரசாங்கம் நாடாளுமன்றத்தின் ஒப்புதலுடன் கொள்கையைத் தேர்ந்தெடுக்கிறது.

பெரும்பாலும், மிக முக்கியமான ஆனால் கண்ணுக்கு தெரியாத நான்காவது அடுக்கு உள்ளது: தனிப்பட்ட எம்.பி.க்கள் எல்லோரும் ஒன்றிணைந்து அந்தந்த கட்சி நிலைகளைத் தேர்வு செய்கிறார்கள்; அல்லது, இன்னொரு வகையில் பார்த்தால், தனிப்பட்ட எம்.பி.க்கள் கடைப்பிடிக்க வேண்டிய நிலைப்பாட்டை கட்சிகள் தேர்வு செய்கின்றன. இந்த ஒவ்வொரு கட்டத்திலும், மக்களின் விருப்பத்தை பிரதிபலிக்கும் போது ஒரு கட்டத்தில் இருந்து அடுத்த கட்டத்திற்கு மாறும்போது பரிமாற்ற இழப்பு ஏற்படுகிறது.

முதல் கம்பத்தைக் கடத்தல் (First Past the Post): குதிரைகளுக்கு நல்லது, ஜனநாயகத்துக்கு கேடு

பரிமாற்ற இழப்புக்கு மிக மோசமான உதாரணம் இந்திய ஜனநாயகத்தின் முதல் அடுக்கு ஆகும். இரண்டு மில்லியன் வாக்காளர்கள் வரை உள்ள தொகுதிகளை எம்.பி.க்கள் பிரதிநிதித் துவப்படுத்துகின்றனர். பல முனைப் போட்டிகளில் முதல் கம்பத்தைக் கடத்தல் (first-past-the-post, FPTP) முறையைப் பயன்படுத்தி அவர்கள் தேர்ந்தெடுக்கப்படுகிறார்கள், அங்கு வெற்றியாளர்கள் பெரும்பாலும் வாக்களிக்கப்பட்ட அனைத்து வாக்குகளின் எண்ணிக்கையில் மூன்றில் ஒரு பங்கிற்கும் குறைவாகவே பெறுவார்கள். ஒரு மில்லியனுக்கும் அதிகமான வாக்காளர்கள் இருக்கும் தொகுதியில் நான்கு முக்கிய போட்டியாளர்கள் போட்டியிடும்போது, வெற்றியாளர் 3,00,000 வாக்குகளுக்கு குறைவாகப் பெறுவது அடிக்கடி நிகழ்கிறது. பிரதிநிதிகளைத் தேர்ந்தெடுப்பது மக்களின் விருப்பத்தை வெளிப்படுத்த விரும்பத்தக்க வழியாகும் என்று நாம் கருதினாலும் கூட இது நமது பிரதிநிதிகளைத் தேர்ந்தெடுப்பதற்கான மோசமான வழியாகும். வெற்றி பெற்ற வேட்பாளருக்கு எதிராக மூன்றில் இரண்டு பங்கு வாக்காளர்கள் வாக்களித்தால் பரிமாற்றம் செயல்திறன் மிக்கதாக இருக்காது. இது நாடு தழுவிய அளவில் தொகுதிகள் முழுவதும் நடப்பதால், குறிப்பாக மக்களின் விருப்பத்தை பிரதிநிதித்துவப்படுத்துவதற்கு இது மிகவும் மோசமான ஒரு வழியாகும்.

உதாரணமாக, 2014 இல், பாரதிய ஜனதா கட்சி (BJP) சுமார் 31 சதவீத மக்கள் வாக்குகளைப் பெற்று, 543 நாடாளுமன்றத் தொகுதிகளில் 282 இடங்களில் வெற்றி பெற்று ஆட்சி அமைத்தது. அதாவது, மூன்றில் ஒரு பங்கிற்கும் குறைவான வாக்குகளைப் பெற்று நாடாளுமன்றத்தில் பாதிக்கும் மேற்பட்ட ஆசனங்களைப் பெற்றது. அதன் முக்கிய எதிர்கட்சியான காங்கிரஸ் 19 சதவீத மக்கள் வாக்குகளையும், மொத்த ஆசனங்களில் 8 சதவீத இடங்களையும் பெற்றது. வேறு வார்த்தைகளில் கூறுவதானால், FPTP ஆனது பெரும்பான்மை வாக்காளர்களின் தெரிவாக இல்லாதவர்களை தனிப்பட்டத் தொகுதிகளில் வெற்றியாளர்களாகத் தேர்ந்தெடுப்பது மட்டுமல்லாமல் இது இத்தகைய

வெற்றியாளர்களை அதிகமாகவும் தோல்வியுற்றவர்களை குறைவாகவும் நாடளுமன்றத்தில் பிரதிபலிக்கிறது.

FPTP இன் அடிப்படை குறைபாடு என்னவென்றால், இந்தியா போன்ற பல கட்சி ஜனநாயகம் கொண்ட பெரிய, பன்முகத்தன்மை கொண்ட நாட்டில் வெற்றியாளர்களுக்கும் தோல்வியாளர்களுக்கும் இடையிலான விகிதாச்சாரத்தின் பற்றாக்குறை கடுமையாக இருக்கிறது. சமீப காலம் வரை, காங்கிரஸ் கட்சி, மிகப் பெரிய கட்சி என்ற தகுதியால், அதன் உண்மையான வாக்குப் பங்கைக் காட்டிலும், நாடாளுமன்றத்தில் அதிக பிரதிநிதித்துவத்தைப் பெற்றிருந்தது.

FPTP அமைப்பில் உள்ள சிக்கல்கள் வெவ்வேறு ஜனநாயக அமைப்புகளில் வெவ்வேறு வழிகளில் வெளிப்படுத்துகின்றன. எடுத்துக்காட்டாக, அமெரிக்காவில், பெரும்பாலும் இரு கட்சிகள் கொண்ட, பரவலாக்கப்பட்ட தேர்தல் செயல்பாட்டில், அது பாகுபாடான நயவஞ்சகத்தை ஊக்குவிக்கிறது. அதாவது, தங்கள் தொகுதிகளின் எல்லைகளை வரையறுக்கும் கட்சிக்காரர்கள், தங்கள் கட்சி குறைந்த ஓட்டுகளில், குறைந்த வாக்கு வித்தியாசத்தில் அதிகபட்ச இடங்களை வெல்லும் வகையில் அவற்றை வரையறுக்கிறார்கள்.

FPTP அமைப்பின் எண்கணித உண்மை என்னவென்றால், வெற்றி பெற்ற வாக்கிற்குப் பிறகு ஒவ்வொரு கூடுதல் வாக்கும் தேர்ந்தெடுக்கப்பட்ட பிரதிநிதிகளின் எண்ணிக்கையை அதிகரிக்க முயற்சி செய்யுமே ஒழிய எந்த மதிப்பையும் சேர்க்காது. எடுத்துக்காட்டாக, இரு கட்சி அமைப்பில், ஒரு தொகுதியில் 70 சதவீத வாக்குகளைப் பெறுவது என்பது 50.01 சதவீத வாக்குகளைப் பெறுவதில் இருந்து வேறுபட்டதல்ல. அரசியல் கட்சியின் கண்ணோட்டத்தில், அந்த தொகுதிகளில் பெற்ற கூடுதல் 20 சதவீத வாக்குகள் வேறெங்காவது இடங்களைப் பெற பயன்படுத்தப்பட்டிருந்தால் அவை 'வீண்' ஆகியிருக்கும்.

உதாரணமாக, ஓர் அரசியல் கட்சி ஒரு தொகுதியில் 100 சதவீத வாக்குகளை பெற்று வெல்லும் அதே நேரத்தில் அருகில் இருக்கும் மூன்று தொகுதிகளில் (அனைத்தும் ஒரே அளவு) 49 சதவீத வாக்குகளைப் பெறும்போது குறுகிய வித்தியாசத்தில் தோற்றுவிடும். வெற்றி பெற்ற தொகுதியில் இருந்து குறைந்தபட்சம்

6 சதவீத வாக்குகளை மற்ற மூன்று தொகுதிகளுக்கும் மாற்றி வெற்றி பெறச் செய்தால் நன்றாக இருக்கும்.

எனவே, இந்த தொகுதி எல்லைகள் எங்கு வரையறுக்கப்பட வேண்டும் என்பதை தீர்மானிக்க அமெரிக்காவின் இரண்டு பெரிய கட்சிகளுக்கு உதவும் அரசியல் ஆலோசகர்கள் அந்தந்த தரப்பினருக்கு மிகவும் சாதகமான முறையை நிர்ணயிப்பதில் பெரிய அளவில் நிதியைச் செலவிடுகின்றனர். முடிந்தவரை அதிக இடங்களில் வெற்றி பெறும் அதே வேளையில், தங்கள் கட்சியின் குறைந்த வாக்குகள் 'வீணாகும்' மாதிரி எல்லைகளை நிர்ணயிக்க முயல்கின்றனர்..

ஒரு கட்சி பல இடங்களை வெல்வதற்கும், ஒரு சில தொகுதிகளில் அனைவரையும் ஒருங்கிணைத்து வாக்குகளை வீணாக்காமல் இருப்பதற்கும் போதுமான அளவு வாக்காளர்கள் பரவியிருப்பதை உறுதி செய்யும் இந்த யோசனை 'பரவலாக்கம் (cracking)' எனப்படும். இதற்கு எதிர்மறை யோசனையான `குவிப்பு (packing)' என்பது கொடுக்கப்பட்ட தொகுதியில் வெற்றியை உறுதி செய்ய போதுமான அளவு வாக்குகள் குவிக்கப்படுவதை உறுதி செய்வது ஆகும்.

எந்தக் கட்சியும் தனது வாக்காளர்கள் மிகவும் பரவலாக இருக்கும் மக்களின் வாக்குகளைப் பெற்று பெரும்பான்மை இடங்களை இழக்க விரும்புவதில்லை. சார்புடைய ஆலோசகர்கள் இந்த இரண்டு சாத்தியக்கூறுகளுக்கும் இடையே ஓர் உகந்த சமநிலையைக் கண்டறிய முயற்சி செய்கிறார்கள். பரவல், குவிப்பு உத்தியானது கட்சிக்கு அதிகமான வெற்றிகளை பெற உறுதிசெய்யும். இந்த மறுவரையறை செயல்முறை இப்போது கலையாகவும், அறிவியலாகவும் மேம்பட்டிருக்கிறது, அதனால் மக்கள் வாக்குகளைப் பெறும் எதிர்க்கட்சிகள் பெரும்பாலும் சிறுபான்மையாகவே முடிவடைகின்றன. ஏனெனில், ஒவ்வொரு பத்து வருடங்களுக்கும் மக்கள் தொகை கணக்கெடுப்பு தரவு கிடைக்கப்பெற்ற பிறகு, பதவியில் இருப்பவர்கள் ஒவ்வொரு மாநிலத்தையும் மறுசீரமைக்கிறார்கள். உண்மையில், இதன் அர்த்தம் என்னவெனில், பிரதிநிதிகள் தங்கள் வாக்காளர்களைத் தேர்ந்தெடுக்கிறார்களே தவிர வாக்காளர்கள் பிரதிநிதிகளைத் தேர்ந்தெடுப்பதில்லை!

இத்தகைய சாதகமான தேர்தல் தொகுதியமைப்பு காரணமாக, அமெரிக்காவில் உள்ள தொகுதிகளின் வடிவம் பெரும்பாலும் ஒரு

வட்டத்திலிருந்து வெகு தொலைவில் உள்ளது - ஓர் இயல்பான கச்சிதமான அலகு -. இதை நிறுத்தவதற்கு அடிக்கடி பரிந்துரைக்கப்படும் அளவீடு போல்ஸ்பை-பாப்பர் (Polsby-Popper) மதிப்பீட்டு எண்ணிக்கை ஆகும், இது ஒரு தொகுதியின் பரப்பளவை அதே சுற்றளவு கொண்ட வட்டத்தின் பரப்பளவின் விகிதமாக அளவிடுகிறது. ஒரு வட்டத்திலிருந்து தொகுதி எவ்வளவு வித்தியாசமானதாக இருக்கிறது என்பதை இது நமக்குக் கூறுகிறது; பெரிதும் வடிவமைக்கப்பட்ட எல்லைகள் மிகக் குறைந்த மதிப்பீட்டு எண்ணிக்கைக்கு வழிவகுக்கும். இந்த வடிவியல் விகிதம் (geometric ratio) பெரும்பாலும் சிறந்த அளவீடு இல்லை என்றாலும், இது ஒரு பயனுள்ள குறிகாட்டியாகும்.

அமெரிக்கர்கள் இந்தத் தெளிவற்ற சிக்கலை மிக மோசமான மற்றும் இயல்புக்கு மாறான வரம்புகளுக்கு எடுத்துச் சென்றுள்ளனர். அதாவது, நான்கு அல்லது ஐந்து வெவ்வேறு தொகுதிகளில் இருக்க வேண்டிய இடங்களை ஒரே தொகுதிக்குள் கொண்டுவருவது போன்ற செயல்பாடுகள்.

இந்தியாவில் சார்பாளர்கள் அல்லது அரசியல் செயற்பாட்டாளர்கள் எல்லைகளை மீண்டும் வரையறுக்கத் தேவையில்லை. அதைத் தேர்தல் ஆணையம் செய்கிறது. அப்போதும், சில எல்லைகள் புருவங்களை உயர்த்த செய்யும். இதற்கு தமிழ்நாட்டின் மானாமதுரை, சூலூர் சட்டமன்றத் தொகுதிகள் சிறந்த உதாரணம் ஆகும். இவை மிகவும் மோசமான போல்ஸ்பை-பாப்பர் மதிப்பீட்டு எண்ணைப் பெற்றிருக்கிறது. தேர்தல் ஆணையம் எப்படி, ஏன் தொகுதி எல்லைகளை தீர்மானிக்கிறது என்பது தெளிவாகத் தெரியவில்லை. ஆனால், தொகுதியமைப்பு இல்லாவிட்டாலும், இது ஒரு ஆழமான சிக்கலைச் சுட்டிக் காட்டுகிறது: FPTP அமைப்பு பிரதிநிதித்துவத்தில் விகிதாசாரமற்ற வெற்றியாளர்-அனைத்தையும் பெறும் அமைப்பு ஆகும்.

FPTPயைத் தட்டிக் கழிப்பது

FPTP அமைப்பு ஜனநாயகமானதோ நியாயமானதோ இல்லை. இது பிரதிநிதிகளைத் தேர்ந்தெடுப்பதில் மோசமான வேலையைச் செய்வதோடு மோசமான பரிமாற்ற மாதிரியுமாகும். இதனால் வேறு சில அணுகுமுறைகளைக் கருத்தில் கொள்வோம்.

விகிதாச்சார பிரதிநிதித்துவம் (PR) என்பது வெற்றியாளர்க்கே அனைத்தும் என்கிற முறைமையின் குறைபாடுகளிலிருந்து பாதுகாக்க பரவலாகப் பயன்படுத்தப்படும் தீர்வாகும் இலங்கை, ஜெர்மனி, டென்மார்க், இங்கிலாந்து மற்றும் பொலிவியா போன்ற பலதரப்பட்ட நாடுகள் இதைப் பயன்படுத்துகின்றன. இது செயல்படுத்தப்படும் விதம் பெரும்பாலும் வேறுபட்டிருப்பதோடு மாறுபட்ட செயல்திறனையும் கொண்டது ஆகும்.

இருப்பினும், அடிப்படை யோசனையானது, கட்சிகளுக்கு இடையேயான ஒட்டுமொத்த வாக்குகளைப் பிரதிபலிக்கும் வகையில் நாடாளுமன்றத்தில் இருக்கைகளை உருவாக்குவதற்கான முயற்சியாகும், இது வெற்றியாளர்களுக்கே அனைத்தும் என்கிற அமைப்பில் இல்லை. ஒவ்வொரு தொகுதியையும் ஒன்றுக்கு மேற்பட்ட உறுப்பினர்கள் பிரதிநிதித்துவப்படுத்துவதன் மூலம், ஒட்டுமொத்த வாக்குப் பிரிவினைப் பிரதிபலிக்கும் வகையில் மொத்த இடங்களின் எண்ணிக்கையைச் சரிசெய்வதன் மூலமும், ஒவ்வொரு உறுப்பினரின் வாக்குப் பங்கை அவர்களின் வாக்குப் புள்ளி மதிப்புக்கு ஏற்ப சரிசெய்வதன் மூலம் அல்லது வேறு பல வழிகளிலும் இதை அடைய முடியும்.

எம்.பி.க்கள் தங்கள் தொகுதியை முழுமையாகப் பிரதிநிதித்து வப்படுத்தாவிட்டால், அவர்களின் தொகுதிகளுடனான தொடர்பு பலவீனமடைகிறது என்பது விகிதாச்சாரப் பிரதிநிதித்துவத்தின் (PR) விமர்சனம் ஆகும். அது எப்போதும் உண்மை இல்லை என்றாலும் கூட உண்மையில், சில சூழ்நிலைகளில் இது தொடர்பை மேம்படுத்துகிறது என்று ஒருவர் வாதிடலாம். ஒரு தொகுதியின் எம்.பி அதே பாராளுமன்றத்தில் அதே தொகுதியைச் சேர்ந்த மற்றொரு எம்.பியுடன் ஈடுபட நிர்பந்திக்கப்படும்போது, அது ஆழமான கலந்துரையாடலைக் கூட கட்டாயப்படுத்தலாம்.

FPTP அமைப்பின் மற்றொரு சிக்கல் என்னவென்றால், அது பல முனை போட்டியில் மாறக்கூடியது. FPTP இல் இலக்கு இல்லை; வெற்றிக்கான குறைந்தபட்ச வரம்பும் நிர்ணயிக்கப்படவில்லை, மேலும் பல சாத்தியமான வேட்பாளர்கள் களத்தில் இருந்தால் மோசமான அளவில் அது குறையலாம். PR இல்லாததால், பல முனை FPTP தேர்தல்கள் பெரும்பான்மையினரின் விருப்பத்திற்கு பதிலாக சிறுபான்மையினரின் தெரிவைப் பிரதிபலிப்பாக மாறும்.

இந்தியாவில் நடைமுறைப்படுத்தப்பட்டுள்ள FPTP அமைப்புடன் தொடர்புடைய ஆனால் வித்தியாசமான, தீவிரமானப் பிரச்சனை என்னவென்றால், வாக்காளர்களின் விருப்பங்களைத் தேடும் அளவுக்கு வலுவான தேர்தல் அமைப்பில் எதைப் பெறுவது என்பதற்கு மாறாக, குடிமக்கள் மீது செயல்தந்திர வாக்களிக்கும் பொறுப்பை இது மாற்றுகிறது. . உத்தரப்பிரதேசம் போன்ற மும்முனை அல்லது நான்குமுனை போட்டிகள் உள்ள மாநிலங்களில் இது பெரும்பாலும் நிகழ்கிறது - வாக்காளர்கள் தங்களுக்கு மிகவும் விருப்பமான வேட்பாளருக்கும், கண்டிப்பாகத் தோற்கடிக்க நினைக்கும் மூன்றாவது, நான்காவது வேட்பாளருக்கு எதிராக குறைவான விருப்பமுள்ள ஆனால் பரந்த அளவில் ஏற்றுக்கொள்ளக்கூடிய இரண்டாவது வேட்பாளருக்கும் இடையே ஒருவரைத் தீர்மானிக்க வேண்டும்.

இப்படிப்பட்ட சூழ்நிலையில், உத்தரப்பிரதேசத்தில் காங்கிரஸ் கட்சிக்கு வாக்களிக்க விரும்பும் வேட்பாளர், பாஜகவை தோற்கடிக்க சமாஜ்வாடி அல்லது பகுஜன் சமாஜ் கட்சிக்கு வாக்களிக்கலாம். அல்லது, மேலே உள்ள சூழ்நிலையின் வேறு சில வரிசைமாற்றங்களைக் காணலாம். இது நம்பிக்கையற்ற சிக்கலானதாகும். வாக்காளர்கள் தங்கள் தனிப்பட்ட விருப்பத்தை வெளிப்படுத்துவதற்குப் பதிலாக, மற்றவர்கள் எப்படி வாக்களிக்கக்கூடும் என்பதைப் பற்றி சிந்திக்க முயல்கின்றனர். மக்கள் எப்படி வாக்களிப்பார்கள் என்பதை விளக்க முயற்சித்து அதன் மூலம் வருமானம் ஈட்டும் நிபுணர்களின் கருத்துக் கணிப்புகள் போல தொடர்ந்து தவறாகவே கணிக்கிறார்கள். எனவே, சாதாரண வாக்காளர்கள் வாக்களிக்கும் முன் எதையும் கணிக்க முடியும் என்று எதிர்பார்ப்பது தேர்தலை நடத்துவதன் அடிப்படை நோக்கத்தைத் தோற்கடிக்கிறது.

இந்தக் குறிப்பிட்ட சிக்கலை எளிதாக்குவதற்கான ஒரு எளிய வழி, தரவரிசை அடிப்படையிலான தேர்வு வாக்களிப்பை (ranked-choice) வழங்குவதாகும், இந்த முறையில் வாக்காளர்கள் தங்கள் விருப்பப்படி வேட்பாளர்களை வரிசைப்படுத்த அனுமதிக்கப்படுகிறார்கள். ஒவ்வொரு வாக்காளரின் இந்தத் தரவரிசையானது வேட்பாளர்களின் முழுப் பட்டியலாகவோ, பகுதிப் பட்டியலாகவோ, தேர்ந்தெடுக்கப்பட்ட ஒரு வேட்பாளர் மட்டுமாகவோ இருக்கலாம். அதாவது, பத்து வேட்பாளர்கள்

போட்டியிட்டால், ஒரு வாக்காளர் அவர்களில் மூன்று பேரைத் தேர்ந்தெடுத்து தங்களுடைய 1, 2, 3 தெரிவுகளாக வரிசைப்படுத்தலாம். அல்லது வாக்காளர் பத்து பேரையும் தேர்ந்தெடுத்து விருப்பப்படி வரிசைப்படுத்தலாம் அல்லது ஒரு வேட்பாளரை மட்டும் தேர்ந்தெடுக்கலாம். இத்தகைய ஒரு தரவரிசை-தேர்வு வாக்குச் சீட்டு செலுத்தப்பட்டவுடன், பின்வரும் நிரல் நெறிமுறையின் (algorithm) மறு செய்கையை (பல ஐரோப்பிய நாடுகளில் இது பயன்படுத்தப்படுகிறது) வாக்கு எண்ணுவதற்குப் பயன்படுத்தப்படலாம்.

1. இதுவரை எண்ணப்படாத அனைத்து முதன்மை விருப்ப வாக்குகளை எண்ணவும்.
2. சில கட்சிகள் முதல் முன்னுரிமையில் 50 சதவீதத்திற்கு மேல் வாக்குகள் பெற்றிருந்தால் (அந்தக் கட்சி வென்று விட்டது) எண்ணுவதை நிறுத்தவும்.
3. எந்தக் கட்சியும் 50 சதவீதத்தை தாண்டவில்லை என்றால், குறைந்த எண்ணிக்கையிலான முதன்மை விருப்ப வாக்குகள் பெற்றக் கட்சியை எடுத்துக் கொள்ளுங்கள். வாக்குச்சீட்டுகளில் அந்தக் கட்சிக்கு முதன்மை விருப்பம் இருக்கும்பட்சத்தில் அந்தக் கட்சிக்கான முதன்மை விருப்ப வாக்குகளை நீக்கவும். அந்த கட்சிக்கான இரண்டாவது விருப்பத் தெரிவை எடுத்துக் கொண்டு அந்த வாக்குச் சீட்டுகளில் இருக்கும் முதன்மை விருப்ப வாக்குகளை மற்றக் கட்சிகளுக்குப் பகிரவும்.
4. மற்ற வாக்காளர்களின் விருப்பப் பட்டியலிலிருந்து அந்தக் கட்சியை நீக்கவும்.
5. மேலே சொன்ன முதல் படிநிலைக்குச் சென்று புதிதாக வழங்கப்பட்டிருக்கும் இரண்டாவது விருப்ப வாக்குகளையும் சேர்த்து மீண்டும் கணக்கிடவும்.
6. வெற்றியாளரைத் தெரிவு செய்யத் தேவையான அளவுக்கு மறு செய்கைகளைப் பல முறை செய்யவும்.

இந்த வழிமுறையானது பெரும்பாலான மக்கள் ஏற்றுக் கொள்ளக்கூடிய அதே சமயம் குறைவான மக்கள் உடன்படாத வேட்பாளரைத் தேர்ந்தெடுக்கும். வாக்காளர்கள் வாக்களிக்கும்போது மற்ற வாக்காளர்களின் விருப்பத்தை மனதளவில் உருவகப்படுத்த வேண்டிய தேவையை இது நீக்கும். மேலும் வேறு எவரிடமோ

அல்லது மற்ற ஒவ்வொரு வேட்பாளரிடமோ யாருக்காவது பிரச்சனை இருந்தால், அதற்கேற்ப அவர்களது வாக்கு-விருப்ப எண்ணிக்கையைக் கட்டுப்படுத்திக் கொள்ளலாம்.

வாக்காளர்கள் தங்கள் விருப்பத்தை ஒரு வேட்பாளரோடு மட்டும் நிறுத்திக் கொண்டால் அது FPTP ஆக இயல்புநிலையில் இருக்கும். இந்த வாக்களிக்கும் முறைக்கும், வாக்குகளை எண்ணும் முறைக்கும் மாற்று வாக்களிப்பு (alternate voting - AV) அல்லது தரவரிசை-தேர்வு வாக்களிப்பு முறை என அழைக்கப்படுகிறது, இது FPTP ஐ விட சிறந்த அணுகுமுறையாகும். வெற்றியாளருக்கே அனைத்தும் என்கிற முறையில் இருக்கும் சில சிக்கல்களையும் இது தீர்க்கிறது: பல முனைப் போட்டிகளில் வெற்றி பெறுவதற்காக, சகிப்புத்தன்மை இன்மையில் உறுதியாக இருக்கும் சிறுபான்மையினரின் உணர்ச்சிகளைத் தூண்டுவது FPTP அமைப்பில் எளிதாகும். ஆனால் மாற்று வாக்களிப்பு முறையில் வேட்பாளர்கள் வெற்றிபெற பரந்த அடிப்படையிலான ஏற்றுக்கொள்ளல் தேவைப்படுவதால் வெற்றியை மிகவும் கடினமாக்குகிறது. அந்த வகையில், மாற்று வாக்களிப்பு முறை வேட்பாளர்கள் மீது சீராக்குதலைக் கட்டாயப்படுத்துகிறது.

விகிதாச்சார பிரதிநிதித்துவம் (PR), மாற்று வாக்களிப்பு (AV) ஆகியவை சேர்ந்து FPTP இன் மோசமான விளைவுகளை குறைக்கலாம். உதாரணமாக, மாற்று வாக்களிப்பு முறையில் சிறிது மாற்றம் செய்து ஒவ்வொரு தொகுதியிலும் நன்கு ஏற்றுக்கொள்ளக்கூடிய இரண்டு வேட்பாளர்களைத் தேர்ந்தெடுக்கும் வகையில் நாடாளுமன்றத்தை வடிவமைக்கலாம். தரவரிசை-தேர்வு (RC) அமைப்பில் முதல் இரண்டு வேட்பாளர்களைத் தேர்ந்தெடுப்பதன் மூலம் இதைச் செய்யலாம். இந்தப் புதிய முறையின்படி, ஒரே தொகுதியில் இருந்து தேர்ந்தெடுக்கப்பட்ட இரண்டு எம்.பி.க்களைக் கொண்டிருக்கும் (இருவரும் FPTP முறைப்படி தோற்றிருக்கலாம்). பொதுத் தேர்வில் சிறுபான்மையினர் முடிந்த அளவுக்கு ஊழல் செய்ய முடியும் என்பது ஜனநாயகத்தின் மீதான ஒரு தீவிர அச்சுறுத்தலாகும் என்பதோடு அது FPTP ஆல் நிலைநிறுத்தப்படும். AV மற்றும் PR ஆகியவை சேர்ந்து இதைத் தீர்க்க முடியும்.

தீர்வு இல்லாத பிரச்சனை

வாக்களிக்கும் முறை, தேர்தல் இயக்க அமைப்பு எதுவாக இருந்தாலும் இந்த பிரதிநிதித்துவ மாதிரி அடிப்படை உணர்விலேயே பிரச்சனையாக உள்ளது. அதாவது, இதன் அனைத்து முறைகளிலும், வாக்காளர்கள் எந்த ஒரு பிரதிநிதியை அல்லது தேர்ந்தெடுக்கப்பட்ட சிலரை பிரதிநிதித்துவப்படுத்த முடியாத அளவுக்கு பல முரண்பாடான கொள்கை நிலைப்பாடுகளைக் கொண்டிருப்பார்கள். ஒரு தொகுதியில் உள்ள அனைத்து வாக்காளர்களின் அனைத்து நிலைகளின் மொத்த வரிசைமாற்றங்களின் எண்ணிக்கையானது பிரபஞ்சத்தில் உள்ள அனைத்து அணுக்களையும் விட அதிகமாக இருக்கும். இது உண்மை. எனவே, உலகில் உள்ள எந்தத் தேர்தல் முறையும், பிரதிநிதித்துவ மாதிரியின் மூலம் மக்களின் விருப்பத்திற்கு முற்றிலும் உண்மையுள்ள பிரதிநிதித்துவத்தை நாட முடியாது - கண்டிப்பாக FPTP மூலம் இல்லை.

அனைத்து பிரச்சினைகளிலும் மக்களின் விருப்பத்தைத் துல்லியமாகப் பிரதிபலிக்கும் வகையில் பிரதிநிதித்துவ மாதிரி இயலவில்லையென்றாலும் அதன் செயல்பாட்டின் எளிமைக்கும் அரசாங்கத்தின் ஸ்திரத்தன்மைக்கும் செலுத்த வேண்டிய விலையாகக் கருதி அதை ஓரளவுக்கு ஏற்றுக் கொள்ளலாம். எல்லாவற்றிற்கும் மேலாக, இது முழுமையான முடியாட்சியை விட மக்களின் விருப்பத்தை நன்கு பிரதிபலிக்கிறது. இது கொள்கை உருவாக்கத்தில் கட்டுப்படுத்தப்பட்ட கருத்து வேறுபாடுகளை அறிமுகப்படுத்துகிறது, எந்தவொரு சட்டத்திலும் மக்கள் செல்வாக்கு செலுத்துவதற்கான வாய்ப்புக் குறைவாக இருந்தாலும் கூட அவர்களை நிர்வகிக்கும் சட்டங்களில் அவர்கள் செல்வாக்கு செலுத்த முடியும் என்ற எண்ணத்தை அளிக்கிறது.

இதில் சிக்கலான காரணி ஒன்று உள்ளது: இரண்டு மில்லியன் குடிமக்களை ஒரு தனிநபர் பிரதிநிதித்துவப்படுத்துவார் என்பதை இங்கிலாந்தில் வெஸ்ட்மின்ஸ்டர் அமைப்பு உருவான இடைக்காலத்தின் பிற்பகுதியில் மக்கள் யாரும் நினைத்துப் பார்த்திருக்க முடியாது. ஆங்கிலேய பாராளுமன்றத்திற்கான அனைத்துத் தொகுதிகளிலும் இருக்கும் தகுதியான வாக்காளர்களின் எண்ணிக்கையானது இன்றைய இந்தியாவில் ஒரு தொகுதியில் இருக்கும் வாக்காளர்கள் எண்ணிக்கையை விட குறைவாக இருந்திருக்கக்கூடும்.

தற்போதைய இந்தியச் சூழலில் எண்ணிக்கை சம்பந்தமான பிரச்சனையானது, இந்தச் சிக்கலை பல மடங்கு பெரிதான சிக்கலாக ஆக்குகிறது. இந்தோ-கங்கைச் சமவெளியில் உள்ள ஒரு பொதுவான தொகுதியில் தகுதி பெற்ற வாக்காளர்களாக சுமார் 1.5 மில்லியன் பேர் இருக்கிறார்கள். FPTPயை உபயோகிக்கும் போது ஒப்பீட்டளவில் நெருக்கமான இருமுனைப் போட்டியில் ஒவ்வொரு வாக்கின் தாக்க நிகழ்தகவு e-424 இருக்குமென தோராயமான கணக்கீடு தெரிவிக்கிறது, இது மிகவும் சிறிய நிகழ்தகவு எண்ணாகும், இதனாலேயே ஒருவர் வாக்களிப்பதில் ஏன் அக்கறை காட்ட வேண்டும் என வியக்கலாம். இங்கே நாம் சிக்கலை எளிதாக்கியிருக்கிறோம். உண்மையில், பல கொள்கை நிலைப்பாடுகள் உள்ளன, மேலும் ஒவ்வொரு வாக்காளரும் கருத்துகளையும் கொள்கை நிலைப்பாடுகளையும் கொண்டிருப்பார்கள், அவை வேட்பாளர்களுடைய கருத்துகள், நிலைப்பாடுகளுடன் முழுமையாக ஒத்துப்போவதில்லை. எனவே, ஒரு பிரதிநிதிக்கு வாக்களிப்பதன் மூலம் ஒரு கொள்கை முடிவில் தாக்கம் ஏற்படுத்துவதற்கான வாக்காளரின் நிகழ்தகவு மிகவும் குறைவாக இருக்கிறது, சொல்லப்போனால் நடைமுறையில் இது பூஜ்யம் ஆகும்.

இந்த மாதிரியான அமைப்பில் ஒரு விவேகமுள்ள குடிமகன் என்ன செய்வார்?

கென்னத் ஆரோ (Kenneth Arrow) பிரபலமான ஒரு தேற்றத்தை (theorem) அறிமுகப்படுத்தினார். அதன்படி, மக்களின் விருப்பத்தை பிரதிபலிக்கும் வகையில் வேட்பாளர்களை தேர்ந்தெடுக்கும் நியாயமான வழிமுறையை வடிவமைக்க வழி இல்லை என்று கூறினார். இது மூன்று பொருத்தமான, நியாயமான நிபந்தனைகளை வரையறுக்கிறது:

- ஒவ்வொரு வாக்காளரும் Y யை விட X ஐ விரும்பினால், குழுவானது Y ஐ விட X ஐ விரும்புகிறது.
- ஒவ்வொரு வாக்காளரின் விருப்பமும் X க்கும் Y க்கும் இடையே மாறாமல் இருந்தால், Xக்கும் Y க்கும் இடையிலான குழுவின் விருப்பமும் மாறாமல் இருக்கும் (Xக்கும் Zக்கும், Yக்கும் Zக்கும் அல்லது Zக்கும் Wக்கும் என பிற ஜோடிகளுக்கு இடையிலான வாக்காளர்களின் விருப்பத்தில் மாற்றம் இருந்தாலும் கூட)

• 'சர்வாதிகாரி' இல்லை: எப்போதும் குழுவின் விருப்பத்தை தீர்மானிக்கும் அதிகாரம் எந்த ஒரு வாக்காளருக்கும் இல்லை.

ஆரோ, 'இந்த மூன்று நிபந்தனைகளையும் எந்தத் தேர்தல் முறையாலும் திருப்திப்படுத்த முடியாது' என்கிறார். இது அரசியல் பிரதிநிதிகளைத் தேர்ந்தெடுப்பதற்கு மட்டுமல்லாமல் வாக்களிக்கும் இயக்க அமைப்பைப் பயன்படுத்தும் தனிநபர் குழுக்களின் சமூகத் தெரிவுகளுக்கும் பொருந்தும். அனைத்துத் தேர்தல் இயக்க அமைப்புகளும் குறைபாடுள்ளவை என்பதையும், ஒரு குறிப்பிட்ட வாக்குப்பதிவு முறையைத் தேர்ந்தெடுப்பதற்குக் காரணம் அது ஜனநாயகத்தைப் போலவே மிகக் குறைவான குறைபாட்டைக் கொண்டிருப்பதால்தான் என்பதையும் புரிந்துகொள்ளும்பட்சத்தில் இது ஒரு முக்கியமான தேற்றம் ஆகும்.

எனவே, ஒரு பிரதிநிதித்துவ ஜனநாயகத்தில் தேர்தல்களின் கணித யதார்த்தம் என்னவெனில், மிக மிகக் குறைந்த நிகழ்தகவு தாக்கம் கொண்ட வாக்குகளால் நாம் பிரதிநிதிகளைத் தேர்ந்தெடுக்கிறோம் என்பதுதான். பிரதிநிதியைத் தேர்ந்தெடுப்பதற்கான அந்த வாக்கு, பின்னர் கொள்கை விருப்பத்திற்கான வாக்காக மாறுகையில் நடைமுறையில் அந்த நிகழ்தகவின் தாக்கம் பூஜ்யமாக இருக்கிறது. மேலும், எந்தவொரு தேர்தல் முறையிலும் ஒரு வேட்பாளரையோ அல்லது கொள்கையையோ முற்றிலும் நியாயமான முறையில் தேர்வு செய்வதற்கான வழி இல்லை.

அத்தகையச் சூழ்நிலையில் ஒரு நியாயமான வடிவமைப்பு அளவீடு எப்படியாக இருக்க வேண்டுமெனில் வாக்காளர்களுக்கும் இறுதி நோக்கத்திற்கும் - அவர்கள் வாக்களித்த ஆளும் கொள்கைகள் - இடையே உள்ள அடுக்குகளின் எண்ணிக்கையை எந்த அளவுக்கு முடியுமோ அந்த அளவுக்குக் குறைக்க வேண்டும். உதாரணமாக, நாடாளுமன்றத்தில் எம்.பி.க்கள் நம் சார்பாக வாக்களிக்கும் போது, அவர்களை நாம் தேர்ந்தெடுக்கும்போது சந்தித்த அதேப் பிரச்சனையை அவர்களும் எதிர்கொள்கிறார்கள். அவர்கள் அடிக்கடி வாக்களிக்கிறார்கள், இருந்தாலும் பொதுவாக எளிய பெரும்பான்மை வாக்குகளின் மூலம் மசோதாக்கள் நிறைவேற்றப்படுகின்றன. ஒவ்வொரு முறையும் அவர்கள் வாக்களிக்கும் போது அவர்கள் தங்கள் வாக்காளர்களின் விருப்பத்தை தெரிவிக்கிறார்கள். ஆனால் பூரணத்துவம் இல்லாத

/ முழுமையற்ற பரப்புநர்களாகவே அவர்கள் இருக்கிறார்கள் என்பது இதற்கான அர்த்தமாகும்.

இரண்டாவதாக, அவர்களின் வாக்குகள் ஆரோவின் 'சாத்தியமற்ற தேற்ற'த்தின் வரம்புகளாலும் பாதிக்கப்படுகின்றன. ஒவ்வொரு மசோதா நிறைவேற்றப்படும் போதும் நம்பிக்கை வாக்கெடுப்பு எடுக்கப்படுவதோடு வாக்களிக்கப்பட்ட ஒவ்வொரு பட்ஜெட் ஒதுக்கீடும் ஒரு புதிய பிழை காரணியை அறிமுகப்படுத்தும் அடுக்கு ஆகும், அது அசல் தெரிவை மேலும் கொஞ்சம் சிதைக்கிறது. கோட்பாட்டளவில் / கருத்தியல் ரீதியில் இந்த இக்கட்டான நிலை இந்தியாவிற்கு மட்டுமே தனித்துவமானது இல்லை, ஆனால் நாட்டின் அளவு இதை வேறு எங்கும் காணாத அளவிற்கு பெரிதாக்குகிறது. 2 மில்லியனுக்கும் அதிகமான குடிமக்களைப் பிரதிநிதித்துவப்படுத்துவதற்கு ஒரு எம்.பி. என்பது வேறு எந்த நாட்டிலும் இல்லை அது போல, ஏற்படக்கூடிய விளைவுகளிலும் வேறெந்த நாட்டிலும் இல்லாத அளவுக்கு ஒவ்வொரு வாக்காளரும் குறைவான நிகழ்தகவை கொண்ட தாக்கத்தையே கொண்டிருக்கிறார். ஒரு சிறிய ஐரோப்பிய நாட்டின் அளவுள்ள தொகுதிக்கு ஒரு பிரதிநிதி என்பதும் நடைமுறையில் ஆளுகையின் மீது ஒவ்வொரு வாக்காளரும் பூஜ்ஜிய தாக்கத்தையே ஏற்படுத்துகிறார்கள் என்கிற இந்த இரண்டு காரணிகளும் சேர்ந்து இந்த அமைப்பை பிரநிதித்துவ ஜனநாயகம் போல் அல்லாமல் ஒருசிலரால் மட்டும் நடத்தப்படும் ஆட்சியாக உருவாக்குகிறது.

இந்தியாவில் தேர்ந்தெடுக்கப்பட்ட எம்.பி.க்களுக்கு கட்சி கொறடாவின் உத்தரவு, கட்சித் தாவல் சட்டம் என்கிற இரண்டு கூடுதல் கட்டுப்பாடுகள் உள்ளன, இவை அவர்களை தொகுதிகளின் முற்றிலும் பயனற்ற பிரதிநிதிகளாக ஆக்குகின்றன: இந்தியாவில் உள்ள எம்.பி.க்கள் நாடாளுமன்றத்தில் வாக்களிக்கும் வகையில் சட்டப்படி அவர்களுடைய கட்சிக்குக் கட்டுப்பட்டவர்கள்; இதற்குக் கட்டுப்படாமல் வாக்களிக்க அவர்கள் தெரிவுக்கு இருக்கும் ஒரே வழி, அந்தக் கட்சியைச் சேர்ந்த தேர்ந்தெடுக்கப்பட்ட உறுப்பினர்களில் மூன்றில் ஒரு பங்கு பேரோடு சேர்ந்து கட்சியைவிட்டுப் பிரிந்து போவதாகும். தேர்ந்தெடுக்கப்பட்ட எம்.பி.யிடமிருந்து கட்சித் தலைமை அதிகாரத்தை பறிப்பது என்பது வாக்காளரின் தெரிவை இழிவுபடுத்தும் மற்றொரு அடுக்காகும். அதாவது, தேர்ந்தெடுக்கப்பட்ட பிரதிநிதிக்கும் அவரது

வாக்காளர்களுக்கும் இடையில் பூரணமான இணக்கம் இருந்தாலும் கூட, ஆரோவின் தேற்ற வரம்புகள் பொருந்தாவிட்டாலும் கூட, பிரதிநிதி அவர் விருப்பப்படி வாக்களிக்க முடியாது. அவர் கட்சி சொல்வது போலத்தான் வாக்களிக்க முடியும்.

பாராளுமன்றத்திற்குள் வாக்களிக்கும் செயல்பாடு முறையானது ஒரு நியாயமற்ற ஒழுங்கமைப்பு என்பதோடு வெளியே உபயோகத்தில் இருப்பதன் வடிகட்டப்பட்ட பதிப்பாகும். பிரதிநிதிகளை தேர்ந்தெடுக்கும் அடிப்படை தேர்தல் முறையின் அனைத்து குறைபாடுகளாலும் இது பாதிக்கப்படுகிறது. நாடாளுமன்ற காலத்தில் பல நூறு முறைகள் இந்த ஒழுங்கமைப்புப் பயன்படுத்தாலும் ஒவ்வொரு முறையும் அதன் குறைபாடுகளை பெரிதாக்குகின்றன. எனவே, தேர்தல் முறையைச் சரிசெய்ய வேண்டுமானால் அதை நாடாளுமன்றத்தில் இருந்தே தொடங்க வேண்டும். இது குறைந்த எண்ணிக்கையைக் கொண்ட ஓர் உலகமாகும் என்பதால் எளிதாகக் கையாளமுடியும். பாராளுமன்றத்தில் பரிமாற்ற பிரச்சனை மிகவும் கடுமையானது, இந்தியா அதன் ஜனநாயகத்தை நடைமுறைப்படுத்துவதில் பிரச்சனை இருப்பதாக நினைக்காதவர்களுக்கு கூட இது தெளிவாகத் தெரியும்.

பாராளுமன்றத்தில் உள்ள எம்.பி.க்களுக்கு அவர்களின் மனசாட்சி என்ன சொல்கிறது அல்லது அவர்களின் தொகுதி மக்கள் என்ன சொல்கிறார்கள் என்பதன் அடிப்படையில் பிரச்சினைகளில் வாக்களிக்கும் திறன் இல்லை. கட்சித் தலைவர்கள் என்ன சொல்கிறார்களோ அதன் அடிப்படையில் அவர்கள் வாக்களிக்க வேண்டும்.

பல நாடுகளில், குறிப்பிட்ட விஷயங்களில் தங்கள் கட்சியுடன் சேர்ந்து வாக்களிக்காத கிளர்ச்சி எம்.பி.க்கள் உள்ளனர். ஆனால் தங்கள் மனசாட்சிப்படி எம்.பி.க்கள் வாக்களிக்கக்கூடிய அமைப்புகளில் கூட மிகச் சிலரே நடைமுறையில் அதைக் கடைப்பிடிக்கிறார்கள். அரசியல்வாதிகள் கட்சிப் போக்கை கடைபிடிக்காவிட்டால் அது அவர்களின் பணிவாழ்க்கைக்கே கெடுதலாகி விடும். கட்சிப் போக்கை கடைபிடிக்காத ஒரு எம்.பி., அமைச்சராகும் தகுதியை இழக்க நேரிடும் அல்லது வேறெந்த பொறுப்பும் கிடைக்காமல் போகும். அரசியல்வாதிகள், நம்மைப் போலவே, தொழில் ஊக்குவிப்புகளுக்கு பதிலளிக்கின்றனர். மேலும் அரசியல் கட்சிகள் அவர்களின் பணி உயர்வைக் கட்டுப்படுத்துகின்றன.

இப்போது எழக்கூடிய ஒரு தெளிவான கேள்வி என்னவெனில், எம்.பி.க்களைத் தேர்ந்தெடுக்க வாக்காளர்கள் உபயோகிக்கும் ரகசிய வாக்கெடுப்பைப் பயன்படுத்த அவர்களை நாம் ஏன் அனுமதிக்கக் கூடாது? என்பதுதான். இது கட்சி தலைவர்களுக்கு இருக்கும் அதிகாரத்தை அகற்ற வேலை செய்யும்; ஆனால், எம்.பி.க்களின் வாக்குகள் ரகசியமாக இருக்கும்பட்சத்தில் அவர்களை தொகுதி மக்கள் அல்லது அவர்களது கட்சிகள் பொறுப்பாக்க முடியாது என்பதும் இதன் அர்த்தமாகும். இந்த முறையில் வெளிப்படைத்தன்மை இல்லாததால், பிரதிநிதித்துவ ஜனநாயகத்தின் முக்கிய அம்சமான பொறுப்புடைமை இல்லாமல் போய்விடும்,

இப்படிப்பட்ட அமைப்பில் அரசியல் கட்சிகளும் அரசாங்கங்களும் மற்றொரு சிக்கலை எதிர்கொள்கின்றன ஏனெனில் அவர்களது அரசு தொடர்ந்து ஆட்சியில் இருக்குமா என்பது அவர்களுக்கே உறுதியாகத் தெரியாது. இதுபோன்ற நிச்சயமற்ற சூழலில் எந்த அரசும் செயல்பட முடியாது.

இரண்டாவது தெரிவு என்னவெனில் இந்த இரண்டு அணுகுமுறைகளின் கலப்பினமாகும். AV மற்றும் PR ஆகியவற்றை இணைப்பதற்கு ஒப்பானது, எம்.பி. கள் தங்கள் வாக்குகளில் ஒரு குறிப்பிட்ட சதவீதத்தை ரகசிய வாக்கெடுப்பில் போட அனுமதிக்கலாம். இது சில வாக்குகளை அவர்களுடைய கட்சித் தலைமையிடமிருந்து மறைத்துக் கொள்வதற்கு எம்.பி.களுக்குப் பாதுகாப்பாக இருக்கும் - குறிப்பாக கட்சிக் கொள்கைக்கு எதிராக போடப்பட்ட வாக்குகளை மறைக்க உதவும்.

இருப்பினும் இதிலும் பிரச்சனைகள் உள்ளன. முதலாவதாக, எம்.பி. கள் எந்தெந்த வாக்குகளை ரகசியமாக வைத்திருக்க விரும்புகிறார்கள் என்பதைத் தெரிந்து கொள்வதின் மூலம், கிளர்ச்சியாளர்கள் யார் என்பதைக் கட்சித் தலைவர் தெரிந்து கொள்ள முடியும். இரண்டாவதாக, ஒரு மசோதா தோல்வியுறும்பட்சத்தில் மீதமுள்ள வாக்குகள் வெளிப்படையானதாக இருந்தால், இரகசியமாக வாக்களிப்பவர்கள் எப்படி வாக்களித்தார்கள் என்பதைக் கண்டுபிடிப்பது எளிது.

நாடாளுமன்றத்தில் எம்.பி. கள் வாக்களிக்க எந்த ஒரு புத்திசாலித்தனமான வழிமுறையைக் கொண்டு வந்தாலும், அது பொறுப்புடைமை, ஸ்திரத்தன்மை, மக்களின் விருப்பத்தை

நேர்மையாகப் பிரதிநிதித்துவப்படுத்துதல் ஆகியவற்றுக்கு இடையேயான ஈடுகட்டலாக இருக்கும். இந்த ஈடுகட்டலில், மக்களின் விருப்பத்தை பிரதிநிதித்துவப்படுத்துவதுதான் மிக எளிதாகத் தியாகம் செய்யப்படும் காரணியாக இருக்கும். நாடாளுமன்ற உறுப்பினர்கள் மக்களால் தேர்ந்தெடுக்கப்பட்டாலும் இது ஒரு புலனாகாத யோசனை என்பதால் தள்ளுபடி செய்ய எளிதானதாக இருக்கிறது. வெஸ்ட்மின்ஸ்டர் மாடலைப் பின்பற்றும் அனைத்து நாடுகளிலும் இந்தப் பிரச்சனை இருந்தாலும், இந்தியாவில் இருக்கும் கட்சித் தாவல் எதிர்ப்புச் சட்டம் இயல்பாக இருக்கும் பிரச்சனைக்கும் மேலாக இதை மோசமாக்கியுள்ளது.

பிரதிநிதித்துவத்தை புறக்கணிப்பதும் மக்களின் விருப்பத்தை பின் யோசனைக்கு மாற்றுவதும் எதிர்பாராதது அல்ல. வெஸ்ட்மின்ஸ்டர் மாதிரியில் உள்ள பிரதிநிதித்துவ ஜனநாயகத்தின் தோற்றமானது மாக்னா கார்ட்டா (1215)வுக்கும் ஆங்கில உள்நாட்டுப் போர்களுக்கும் (1642-51) இடைப்பட்ட காலத்தில் இங்கிலாந்து பாராளுமன்றம் உருவான விதத்துக்குக் கடன்பட்டுள்ளது.

பிரபுக்கள் அல்லது நிலச்சுவான்தாரர்கள் இந்த மாதிரியில் முதல் பாராளுமன்ற உறுப்பினர்களாக இருந்தனர். இது மன்னருக்கு எதிர்மாறாக பிரபுக்களின் நலன்களைப் பிரதிபலிக்கும் ஒரு மாதிரியாகும்; இத்தகைய அமைப்பில் பிரதிநிதித்துவத்தின் எந்தப் பலனை மக்கள் பெற்றிருந்தாலும் அது பக்கவிளைவாகும்.

நவீன தாராளவாத ஜனநாயகம் இடைக்காலத்தில் இருந்ததைவிட வெகுதூரம் வந்துவிட்டன; ஆனால் பரிமாற்ற திறமையின்மையை அப்படியே வைத்திருக்கும் முந்தைய முறையின் அடையாளங்களை பாராளுமன்ற கட்டமைப்பு இன்னும் தக்க வைத்திருக்கிறது. சில சமயங்களில் தேர்ந்தெடுக்கப்பட்ட எம்.பி. களுக்காக பிரபுக்களை பரிமாறிக்கொண்டது போல் தோன்றுகிறது. இப்போது கட்சித் தலைவர்கள் நாடாளுமன்ற உறுப்பினர்களைக் கட்டுப்படுத்துவதும் கொள்கைத் தெரிவுகள் மூலம் அவர்கள் நிலபிரபுத்துவ பிரபுக்கள் போலவும், ராஜ்ஜியங்களைப் பாதுகாப்பதும் போலவும் தோற்றமளிக்கின்றனர். இதன் வடிவமைப்பே ஓரளவுக்கு அப்படித்தான்.

முடிவுகளை மையப்படுத்த முயலும் அரசியல் கட்சிகளும் கட்சித் தலைவர்களும் சில வழிகளில் அவர்கள் சார்ந்துள்ள ஒட்டுமொத்த அமைப்பைப் போலவே நடந்து கொள்கிறார்கள்:

கட்சி அளவில் அதிகாரத்தை ஒருமுகப்படுத்தி, வாக்களித்து, ஸ்திரத்தன்மையைப் பாதுகாத்து தனக்கான முடிவுகளை அடைவதற்கு ஒற்றுமையாக செயல்படுகின்றனர். அரசாங்கமும் நாடாளுமன்றமும் சரியாக அதே வழியில்தான் செயல்படுகின்றன.

தங்கள் பணிவாழ்க்கையில் முன்னேற முயலும் சட்டமன்ற உறுப்பினர்கள் உட்பட இந்த அமைப்பில் உள்ள ஒவ்வொருவரும் இந்த வழியில் செயல்படுகிறார்கள் ஆனால், இவர்கள் அதிகாரத்தைப் பெறுவதற்கும் நாடாளுமன்றத்தில் தங்கள் பதவிக் காலத்திற்குள் முடிவுகளை அடைவதற்குமான போராட்டத்தில் ஈடுபட்டுள்ளதால், அவர்கள் நீண்டகால கட்டமைப்பு ஸ்திரத்தன்மை பற்றிய விஷயத்தைப் பெரும்பாலும் புறக்கணிக்கிறார்கள். அதிகாரம் மையப்படுத்தப்பட்ட அளவிற்கு, நிலைத்தன்மையானது பெரும்பாலும் தலைகீழ் தொடர்பு கொண்டதாக இருக்கிறது. அதாவது, அதிகாரம் மையப்படுத்தப்பட்ட அமைப்பு ஒரு சிலரின் கைகளில் இருந்தால் அது நீண்ட காலத்திற்கு நிலையானதாக இருக்காது. பல மறுப்புரிமை முனைகளைக் கொண்ட அமைப்பால் முடிவுகளை எடுக்க அதிக நேரம் ஆனாலும் அது மிக நிலையான முடிவுகளை அடையும், இது இயல்பான ஒன்று என்பது அரசியல் அறிஞர்களின் கருத்தாகும்.

பலகட்சி கூட்டாட்சி அமைப்பில், எம்.பி.க்கள், நாடாளுமன்றத்தில் அவர்கள் சார்ந்த கட்சி, மாநிலங்களில் அவர்களது சொந்தக் கட்சியைச் சேர்ந்த உறுப்பினர்கள், வெவ்வேறு கட்சி உறுப்பினர்கள் போன்ற பல 'மறுப்புரிமைகள் (vetoes)' இருக்கின்றன. இந்த அமைப்பு சிறப்பாகச் செயல்படுகிறது என்றால் அதன் அர்த்தம் நாடு தழுவிய அளவில் சட்டம் இயற்றப்படுவதற்கான வாய்ப்பு குறைவு என்பதோடு மெதுவான செயல்முறையாகவும் இருக்கும். ஆனால் சட்டம் இயற்றப்பட்டுவிட்டால் அது ஸ்திரத்தன்மையுடன் இருக்கும். ஏனெனில், இதை செல்லாமல் ஆக்குவதும் கடினமான செயல்பாடாகும். இரண்டு அரிய நிகழ்வுகளை மீண்டும் பெறுவதற்கான நிகழ்தகவை விட நிலைத்தன்மையை வழங்கும் எளிய கணித யதார்த்தத்தைப் பெறுவது அதை விட அரிதாகும்.

இருப்பினும், சமீப காலத்தில் குறிப்பிடத்தக்க எதிர்ப்பையும் மீறி கேள்விக்குரிய நடைமுறை வழிமுறைகளைப் பயன்படுத்தி, இந்திய நாடாளுமன்றம் சர்ச்சைக்குரிய சட்டத்தை விரைந்து

நிறைவேற்றியுள்ளது. இது அதிகாரத்தை மையப்படுத்தி நிலையற்ற விளைவுகளுக்கு இட்டுச் செல்வது மட்டுமின்றி, குறுகிய கால சிந்தனையை அரசியல்வாதிகளிடம் . ஊக்குவிப்பதில் முடிந்துள்ளது. எம்.பி.களுக்கு தாங்கள் செய்யும் காரியம் நீண்ட காலத்துக்கு நிலைத்து நிற்கும் என்பது உறுதியாகத் தெரியவில்லை என்றால் அவர்கள் மீண்டும் தங்களைத் தேர்ந்தெடுக்கப்படுவதற்கு உதவக்கூடிய குறுகிய காலத்துக்கான விஷயங்களைச் செய்வதில் இயல்பாகவே கவனம் செலுத்துவார்கள்.

இருபத்தியோராம் நூற்றாண்டின் மிகப் பெரிய கொள்கை சவால் எதிர்காலச் சந்ததியனரை தசாப்தங்களுக்கும் பாதிக்க இருக்கும் காலநிலை மாற்றத்தை எதிர்த்துப் போராடுவதாகும். இது மிகவும் ஆபத்தான சூழ்நிலை. இன்னும் பிறக்காத தலைமுறைகள் நிறைவான வாழ்க்கை வாழ இது இன்றைக்கு தியாகங்களை வேண்டுகிறது. இந்த மாதிரியான கொள்கைப் பிரச்சனைகளை சமாளிப்பதில் தற்போதைய அமைப்பு மோசமாகத் தோல்வியடையும்.

உண்மையில், மேக்னா கார்ட்டாவால் (Magna Carta) உருவாக்கப்பட்ட ஜனநாயகத்தின் மாதிரியில், வரலாற்றுக் காரணங்களுக்காக நாம் கொள்கையை அல்லாமல் ஒரு தனிநபரைத் தேர்ந்தெடுக்கிறோம். நாம் தேர்ந்தெடுக்கும் பிரதிநிதி நம்மை முழுமையாகப் பிரதிநிதித்துவப்படுத்த முடியாது, ஏனெனில் அது கோட்பாட்டளவில் சாத்தியமற்றது. அவர்கள் முழுமையாக இல்லாவிட்டாலும் நியாயமான முறையில் நம்மைப் பிரதிநிதித்துவப்படுத்த விரும்பினாலும், அவர்கள் எப்படி வாக்களிக்கலாம் என்பதில் இந்திய நாடாளுமன்றம் கட்டுப்பாடுகளை விதிப்பதால் அது இந்த மாதிரியை சாத்தியமற்றதாக ஆக்குகிறது.

நாம் தேர்தல் வழிமுறைகளையும் உபயோகிப்பதால் அதன் விளைவு மக்களுடைய தெரிவுகளின் உண்மையான பிரதிபலிப்பு இல்லாத வேட்பாளர் தெரிவாக இருக்கிறது. இவை அனைத்தின் விளைவு என்னவென்றால், மக்களின் விருப்பத்திற்கு மோசமான ஒரு பிரதிநிதித்துவமும், அரசியல்வாதிகள் நீண்டகால நோக்கில் சிந்திப்பதற்கோ அல்லது அவர்களுடைய சொந்த பணிவாழ்க்கையை மேம்படுத்துவதற்கு அப்பால் சிந்திப்பதற்கோ ஊக்கமளிக்கப்படுவதில்லை என்பதால் அவர்கள் சொந்த நலனுக்காக அதிகாரத்தைத் தேடும் முனைப்புடன் உள்ளனர். இந்த அமைப்பு நன்கு செயல்படும் போது

திறமையான சிறு குழு ஆட்சியை (oligarchy) ஒத்திருக்கிறது அதுவே நன்கு செயல்படாத போது நிலப்பிரபுத்துவத்தை நோக்கி பின்னால் செல்கிறது.

ஜனநாயகத்தின் தற்போதைய மாதிரியை மேம்படுத்த காலப்போக்கில் பல பரிந்துரைகள் செய்யப்பட்டுள்ளன. சமீப காலத்தில் மீண்டும் கண்டுபிடிக்கப்பட்ட ஒரு புராதன யோசனை வரிசைப்படுத்துதல் ஆகும். அதாவது, ஒரு தொகுதியை பிரதிநிதித்துவப்படுத்த எம்.பி-யைத் தேர்ந்தெடுப்பதற்குப் பதிலாக லாட்டரி மூலம் ஒரு குடிமகனை உத்தேசமாக / தோராயமாக (randomly) தேர்வு செய்வதாகும்.

இது நமது தேர்தல் முறையின் அமைப்பு ரீதியான சார்புகளை ஓரளவிற்கு தவிர்ப்பதோடு அதிகார தளமாக இருக்கும் அரசியல் கட்சியின் உள்கட்டமைப்பை சிதைக்கிறது. எந்தக் கட்சியிலும் இல்லாத தனிப்பட்ட எம்.பி.க்கள், கட்சி மாறுதல் விதிகளையோ அல்லது கட்சிக் கொறடாவின் கட்டளைகளையோ பின்பற்ற வேண்டியதில்லை. அவர்கள் உத்தேசமாக/தோராயமாகத் தேர்ந்தெடுக்கப்படுவதால், அவர்களின் தேர்தலுக்கு தன்னல அக்கறை கொண்டவர்கள் நிதி அளித்து முட்டுக் கொடுக்க முடியாது. மேலடுக்கைச் சேர்ந்தவர்கள் அனைத்து அரசியல் கட்சிகளைக் கைப்பற்றுவதையும் நிராகரிக்கிறது.

இருப்பினும் குலுக்கல் முறை, பிரதிநிதித்துவ வடிவில் தேர்தல் ஜனநாயகத்தை அறிமுகப்படுத்திய பிரதிநிதித்துவ வடிவத் தேர்தல், ஜனநாயகத்தின் குறைபாடுகளை மட்டுமே தீர்க்கிறது. பிரதிநிதித்துவத்தின் அடிப்படைப் பிரச்சனையான மக்களின் விருப்பத்தைக் கடத்த இயலாத திறனற்ற முறையை இது தீர்க்கவில்லை. மோசமான விஷயம் என்னவென்றால், அது திறமையற்றதாக இருந்தாலும் கூட மக்களின் விருப்பத்தை கடத்த/எடுத்துச் செல்ல முயற்சி செய்வதில்லை இது எந்தவொரு அமைப்பும் சமூக மாற்றத்தை ஏற்படுத்துவதை சாத்தியமற்றதாக்குகிறது. கொள்கை உருவாக்கத்தில் ஏற்கனவே பற்றாக்குறையாக இருக்கும் நிபுணத்துவத்தையும் இது தகர்க்கிறது. குலுக்கல் முறை ஜனநாயகக் கொள்கைகளையும், திறமையற்ற பரிமாற்றத்தையும் நிராகரிக்கிறது. இதை மற்ற முறைகளுடன் இணைத்தால் நாம் தேடும் முடிவுகளை அடைய முடியுமா?

2

ஏதெனியன் மாதிரி

இதுவரை இந்தியாவின் பிரச்சனை

பிரதிநிதித்துவ ஜனநாயகத்தின் மேக்னா கார்ட்டா பதிப்பு இந்தியாவில் உள்ளது, ஆனால் அது மக்களின் விருப்பத்தை மோசமாக கடத்துகிறது/அனுப்புகிறது. இந்த ஜனநாயக மாதிரியானது மாநிலங்களின் உரிமை இழப்பில் அதிகாரத்தை பெற முனையும் சக்திவாய்ந்த ஒன்றிய அரசுக்கு ஆதரவாக இருக்கும் கூட்டாட்சி கட்டமைப்பில் அமைந்துள்ளது.

பன்முகத்தன்மையும், வளர்ச்சியின் பல்வேறு நிலைகளிலும் இருக்கும் பல மாநிலங்களைக் கொண்ட நாட்டில் ஆளுகைக்கான ஒருமித்த அணுகுமுறையானது நாடு தழுவியக் கொள்கையை பெரும்பாலான மாநிலங்களுக்கும் அதனால் மக்களுக்கும் உகந்ததாக ஆக்கவில்லை. இந்த மையப்படுத்தப்பட்ட அணுகுமுறை, அதன் பாரபட்சமான கட்டமைப்பின் காரணமாக, வள ஒதுக்கீட்டில் ஏற்கனவே மாநிலங்களை பூஜ்ஜிய-கூட்டுத் தொகை ஆட்டத்துக்கு கட்டாயப்படுத்தியுள்ளது.

இத்தகைய சிக்கலான சூழலில் வருவாயையும் திரட்டப்பட்ட பிற வளங்களையும் பகிர்வது வக்கிரமான விளைவுகளுடனும் மக்கள்தொகை வளர்ச்சியை உற்சாகப்படுத்துவது போன்ற ஊக்குவிப்புகளுடனும் முடிவடைகிறது. தற்போதைய கட்டமைப்பின் வரையறைகளுக்குள் இந்த சிக்கல்களைத் திருப்திகரமாகத் தீர்க்க முடியாது. மேலும், இந்த அமைப்பு

தனிப்பட்ட தலைவர்கள், கட்சித் தலைவர்களின் கைகளில் அசாதாரண அதிகாரங்களைக் குவிப்பதன் மூலம் தேர்ந்தெடுக்கப்பட்ட எம்.பி.களை அதிகாரமற்றவர்களாக ஆக்கும் கொடுங்கோன்மையைச் செய்கிறது.

எனவே, பதவிக்குத் தேர்ந்தெடுக்கப்பட்டவர்களுக்கு மட்டுமே தற்போதைய நிலை ஒன்றிய அரசில் அவர்கள் தங்களுக்கு அதிக அதிகாரத்தைப் பெற்று, தங்கள் பதவிகளை உறுதிப்படுத்திக் கொள்ளும் அதே நேரத்தில் மற்ற அனைவருக்குமான முடிவுகள் மோசமாக இருக்கின்றன.

இத்தகைய அரசாங்கம் ஜனநாயகத்தின் முக்கிய நன்மையை - சமூகம் உருவாகும் போது காலப்போக்கில் சிறந்தத் தீர்வுகளை நோக்கி அமைதியான முறையில் முன்னேற முனையும் மெதுவாக பயணிக்கும் சமநிலையை உருவாக்குவது - சிறு குழு ஆட்சி அல்லது கொடுங்கோலருக்கிடையே தெரிவு செய்யக்கூடிய சிலரின் பலிபீடத்தில் தியாகம் செய்கிறது.

உலகெங்கிலும் உள்ள பெரும்பாலான ஜனநாயக நாடுகள் மேக்னா கார்ட்டா மாதிரி என்று நாம் அழைப்பதில் இருக்கும் சில அம்சங்களை பயன்படுத்துகின்றன, ஒரு குறிப்பிட்டப் பகுதியிலிருந்து பிரதிநிதிகள் தேர்ந்தெடுக்கப்படுகிறார்கள், பின்னர் சட்டங்களை உருவாக்க பாராளுமன்றத்தில் அவர்கள் அந்த புவியியல் சார்பாக வாக்களிக்கிறார்கள். இது மக்கள் தொகை சிறியதாகவும் ஒப்பீட்டளவில் ஒரே மாதிரியாகவும் இருக்கும் சந்தர்ப்பங்களில் நியாயமான முறையில் செயல்படுகிறது. முந்தைய அத்தியாயங்களில் விவாதிக்கப்பட்ட அனைத்து காரணங்களுக்காகவும் இந்தியா போன்ற பெரிய, மாறுபட்ட கூட்டமைப்புகள் கொண்ட நாட்டுக்கு இது பொருத்தமற்றதாகும்.

நாம் சிந்திக்கும் போது, இந்த ஜனநாயக மாதிரிக்கு இயல்பான மாறுபாடாக இருப்பது ஏதெனியன் மாதிரி ஜனநாயகம் ஆகும். இதில், பிரதிநிதிகளை ஒரு கருவியாகப் பயன்படுத்தி நமது விருப்பங்களை கடத்துவதற்கு / அனுப்புவதற்குப் பதிலாக, மக்களே நேரடியாக முடிவுகளை எடுக்கலாம்.

நேரடி ஜனநாயகம்

ஏதெனியன் மாதிரி என்பது பண்டைய உலகில் ஏதென்ஸை ஒரு நிலையான, வளமான நகர மாநிலமாக மாற்றிய அரசாங்க அமைப்பாகும். பொது ஆண்டுக்கு முன் (BCE) ஐந்தாம் நூற்றாண்டிலிருந்து பொது ஆண்டுக்கு முன் (BCE) மூன்றாம் நூற்றாண்டு வரை, நாம் இப்போது அழைக்கும் நேரடி ஜனநாயகமாக ஏதென்ஸ் இருந்தது. இத்தகைய அமைப்பை நடைமுறைப்படுத்திய ஒரே நகர அரசு இதுவல்ல என்றாலும் நிச்சயமாக மிகப்பெரியது என்பதோடு மத்தியதரைக் கடல் முழுவதும் சுயமாக ஆளும் நகர மாநிலங்களுக்கு ஒரு முன்மாதிரியாக இருந்தது.

பண்டைய ஏதென்ஸ் அதன் சமகாலத்தவர்களை மட்டும் ஊக்குவிக்கவில்லை. பதினெட்டாம் நூற்றாண்டின் பிற்பகுதியில் நடந்த அமெரிக்க மற்றும் பிரெஞ்சு புரட்சிகள், இவை இரண்டும் நவீன தாராளவாத ஒழுங்கிற்குக் கணிசமான பங்களிப்பை வழங்கின, இதில் ஈடுபட்டிருந்த பிரதான நாயகர்கள் தங்களுக்கு ஏதெனியன் மாதிரிதான் உத்வேகமாக இருந்தது எனவும் கூறியிருக்கிறார்கள். ஜனநாயகத்தின் இந்த மாதிரிக்கு சிறந்த வரையறையைக் கொடுத்ததாகக் கூறப்படும் பெரிக்கிள்ஸ் (Pericles) அதை ஏதெனியனின் இறுதிச் சடங்கின் போது பேசியதாகக் கருதப்படுகிறது:

> அரசாங்கம் ஒரு சிலரின் கைகளில் இல்லாமல் பெரும்பான்மையினரின் கைகளில் இருப்பதால் இதற்கு ஜனநாயகம் என்று பெயர். தனிப்பட்ட வாதங்களில் சட்டத்தின் முன் அனைவரும் சமம்; பொது விவகாரங்களில் மரியாதை என்று வரும்போது, ஒரு மனிதன் ஏதோவொன்றிற்காக அவனது சொந்த நற்பெயருக்கு ஏற்ப முன்னுரிமை அளிக்கப்படுகிறான், ஒட்டுமொத்தமாக அல்ல, அடுத்தடுத்து ஆனால் சிறப்புக்காக, வறுமையில் கூட, ஒருவன் அரசுக்கு நல்ல சேவை செய்ய வேண்டும் என்கிற எண்ணம் அவனுக்குள் இருக்கும் வரை எந்த ஒரு மனிதனும் நற்பெயரின் தெளிவின்மையால் தடுக்கப்படுவதில்லை, சுதந்திரம் என்பது நமது பொது வாழ்வின் அம்சம்; நமது அன்றாட தனிப்பட்ட பணிகளில் ஒருவரையொருவர் சந்தேகித்தால், நமக்கு அருகில் இருப்பவர் தன்னை மகிழ்விக்கும் வகையில் நடந்து கொண்டால் நாம் முகம் சுழிப்பதில்லை அல்லது

மறுப்பை வெளிப்படுத்தும் வகையில் முகம் சுழிப்பதால் யாருக்கும் என்னதான் பாதிப்பு இல்லையென்றாலும் ஏற்றுக் கொள்ளக்கூடியது இல்லை1

அன்றைய உலகில் அறியப்பட்ட மிகப்பெரிய நகரமாக இருந்த ஏதென்ஸில் பொது முக்கியத்துவம் வாய்ந்த அனைத்து விஷயங்களும் சட்டமன்றத்தில் குடிமக்களிடையே விவாதித்து முடிவு செய்யப்பட்டது. ஒரு வாக்களிக்கும் வழிமுறையை விட, குடிமக்கள் - சுதந்திரமான ஆண்கள் (பெண்கள் அல்லது அடிமைகள் அல்ல) மட்டும் தர்க்கரீதியான வாதத்தின் மூலம் தங்கள் கருத்துக்களைப் பகிர்ந்து ஒருவரையொருவர் ஏற்றுக் கொள்ள வைத்து ஒருமித்த கருத்தை அடைய முயலும் ஒரு முறையாகும். அவர்கள் பொதுக் கொள்கை, பட்ஜெட், போரும் அமைதியும் குறித்து முடிவு எடுத்தார்கள்; அவர்கள் நீதி மன்றங்களாகவும் செயல்பட்டனர். பிரதிநிதித்துவ மாதிரிகளில் ஒரு எரிச்சலூட்டும் பிரச்சனையாக இருந்து வரும் மக்கள் விருப்பத்தின் பரிமாற்ற செயல்திறன் இந்த முறையில் இருந்திருக்காது என்பதை ஒருவர் கற்பனை செய்து கொள்ளலாம்.

பிளாட்டோவின் தத்துவங்களும் அரசும்

ஏதெனியன் மாதிரி ஜனநாயகமானது பண்டைய காலத்தின் பிற்பகுதியில் இழிவானதாக முடிந்தது. எல்லாவற்றிற்கும் மேலாக, ஏதென்ஸ் நகரம் மிகவும் பிரபலமான அதன் குடிமகன் சாக்ரடீஸைக் குற்றவாளியாக்கியதோடு அவருக்கு விஷம் கொடுத்து மரண தண்டனை விதித்தது. அவர் செய்த குற்றம் இளைஞர்கள் மத்தியில் அறிவியல் மனப்பான்மை என்று இன்று அழைக்கப்படுவதை ஊக்கப்படுத்தியது ஆகும்.

சாக்ரடீஸின் மாணவர் பிளாட்டோவின் அரசாங்கம் பற்றிய சொற்பொழிவான குடியரசு (The Republic), இன்னும் இந்த விஷயத்தின் மூலக் கட்டுரையாகக் கருதப்படுகிறது. இவர் ஜனநாயகத்தின் ரசிகர் அல்ல. ஜனநாயகம் என்பது கொடுங்கோன்மையிலிருந்து ஒரு படி மேலான சிதைவின் அடையாளமாக குடியரசு கருதுகிறது. இது பிரபலமான பிரபுத்துவத்தை அரசாங்கத்தின் சிறந்த வடிவமாக கருதுவதோடு பொருள்களுக்கு மேல் ஞானத்தையும் தர்க்கத்தையும் விரும்பும் தத்துவஞானி ராஜாவை கற்பனை செய்கிறது, அத்தகைய

ஆட்சியாளர் அதிகம் படித்த, தனக்கென்று அதிகாரத்தை அல்லது செல்வத்தைத் தேடாத பிரபுத்துவ ஆளும் வர்க்கத்தைச் சேர்ந்தவராக இருப்பார். இந்தக் கற்பனாவாதா மேற்குடியாளர் (பிரபு) பிளாட்டோனிக் லட்சியப்படி மெய்ஞான நன்மையை நாடுவார் என்றும் மற்ற வடிவங்களில் இருக்கும் நன்மையெல்லாம் - மகிழ்ச்சி உள்பட - வெறும் நிழல்கள் என்றும் கூறுகிறது.

அவர் சொந்தமாக சொத்து வைத்திருப்பதில்லை அல்லது தனது சொந்த செல்வத்தையோ அல்லது அவரைச் சார்ந்தவர்களின் செல்வத்தையோ மேம்படுத்த முற்படுவதில்லை. அதற்குப் பதிலாக, சாதாரண குடிமக்கள் சொத்துக்களை வைத்திருக்க அனுமதிக்கப்படுகிறார்கள், அவர்கள் உருவாக்கும் பொருள் செல்வத்தால் நன்மை பயக்கும் பிரபுக்களை ஆதரிக்கிறார்கள். இத்திட்டம் சமுதாயத்தை மூன்று தனித்தனி வர்க்கங்களைக் கொண்டதாகக் கற்பனை செய்கிறது: பிரபுத்துவ ஆளும் வர்க்கம், இராணுவ வர்க்கம் மற்றும் பொது மக்கள். உயர்குடி வகுப்பில் சேருவதற்கான தகுதி அளவீடு கல்வியும், பிளாட்டோனிய இலட்சியத்தின் கருத்துருவமும் ஆகும், இந்தியத் துணைக்கண்டத்தைச் சேர்ந்த வாசகருக்கு இது சந்தேகத்திற்கிடமான வகையில் சாதி படிநிலையை நினைவூட்டக்கூடும்.

அரசாங்கத்தின் பிளாட்டோனிக் கண்ணோட்டத்தில் பிரபுத்துவத்தை - தலைமைப் பொறுப்பில் தத்துவஞானி அரசன் - செல்வந்தராட்சி, சிறு குழு ஆட்சி, ஜனநாயகம் மற்றும் கொடுங்கோன்மைக்கு மேலே தரவரிசைப்படுத்துகிறது, இந்த தரவரிசையானது பிரபுத்துவத்தின் இலட்சியத்திலிருந்து சிதைவின் செயல்திட்டமாக உள்ளது. அறிவார்ந்த பிரபுக்களின் பிள்ளைகள், பிளாட்டோனிய இலட்சியத்திலிருந்து சிறிது சிறிதாக மாறி செல்வத்தை உருவாக்குவதை ஆட்சியின் ஒரு பகுதியாக மாற்ற அனுமதிப்பார்கள் என்று நாம் எச்சரிக்கப்படுகிறோம். பிரபுத்துவ ஆன்மாவின் இந்தச் சிதைவு, பிரபுக்களின் சிதைவு அல்ல தத்துவச் சிதைவு இல்லையென்றாலும் ஆளும் கட்டமைப்பின் சிதைவு ஆகும். தத்துவச் சிதைவு இல்லாவிட்டாலும் கூட. குடியரசு அத்தகைய அமைப்பை 'செல்வந்தர்கள் ஆட்சி (timocracy)' என்று அழைக்கிறது. ஆட்சியாளர் அறிவார்ந்த இலட்சியத்துக்கு ஆதரவாக இல்லை என்பதைத் தவிர செல்வந்தர்கள் ஆட்சியில் ஆளுகை விளைவுகளைப் பொருத்தவரையில் பிரச்சனை எதுவுமில்லை.

பிளாட்டோவின் கூற்றுப்படி, சிறு குழு ஆட்சியின் சிதைவைத் தவிர்க்க முடியாது என்பதே உண்மையான பிரச்சனை ஆகும்.

செல்வந்தர்கள் ஆட்சியின் வெளிப்படையான சிதைவு என்னவெனில் ஆளும் வர்க்கம் தனக்கென செல்வத்தைத் தேட ஆரம்பிக்க அது ஆட்சியின் கட்டமைப்பிலும் ஆளுகையின் தத்துவத்திலும் சீரழிவை ஏற்படுத்தியதால் அதையே பிளாட்டோ சிறு குழு ஆட்சி என்று அழைக்கிறார். அதாவது, அதிகாரத்தில் இருப்பவர்கள் பொதுக் கொள்கையின் மூலம் தங்களது தனிப்பட்ட செல்வத்தை அதிகரிக்க முயல்கின்றனர். பிளாட்டோனிக்கின் இன்னொரு முக்கியமான இலட்சியமான சீராக்குதலைக் (moderation) கூட - இதை சிறு குழுக்கள் தங்களது சுயநலத்துக்காக வைத்திருந்தாலும் - அனுமதிக்காமல் சிறு குழு ஆட்சி மேலும் சிதைவுற்றது. இப்படியாகத்தான் நாம் ஜனநாயகம் என்கிற முடிவுக்கு வந்தோம் என்று தி ரிபப்ளிக் கூறுகிறது.

உலகக் கண்ணோட்டத்தில் ஜனநாயக மனிதர் என்பவர் கட்டுப்படுத்தக் கூடியதிலிருந்து அவசியமானதை வேறுபடுத்திப் பார்க்க முடியாத ஒருவராகும். அவர் பிளாட்டோனிக் கொள்கைகளான பகுத்தறிவுக்கும் ஞானத்துக்கும் மேல் தனக்கான சுதந்திரத்தை நாடுகிறார்; இந்த மனிதர்கள் சிந்திக்க முடியாத அளவுக்கு பெருந்திரளான மக்களுடன் ஒன்றிணைவதோடு அவர்களை கட்டுப்பாட்டை எடுக்க அனுமதிக்கப்பட்டால் அது பெரும்பான்மை அராஜகத்திற்கு வழிவகுக்கும். அதன் பின் ஒரு கொடுங்கோலர் மீட்பர் என்கிற வடிவத்தில் தாங்களே ஏற்படுத்திய அராஜகத்திலிருந்து மக்களைக் காப்பாற்றுவதாகத் தோன்றுவார். இறுதியாக, அவர்களுடைய சுதந்திரத்தையும் செல்வத்தையும் கொடுங்கோலருக்கு ஒப்படைப்பதைத் தவிர சுதந்திரத்தையும் பொருள் செல்வத்தையும் மதிக்கும் சாதாரண குடிமக்கள் வாழும் சமூகத்தில் தர்க்கரீதியாக இது அடுத்த கட்டமாக இருக்கும் என்று பிளாட்டோ கற்பனை செய்கிறார்.

குறிப்பாகப் பொதுமக்கள் ஒரு முழுமையான அரசாங்கத்தை அடைவதற்கு தாங்கள் ஒரு பிரபுத்துவத்திற்கு அடிபணியண்டும் என்ற கருத்து பிரெஞ்சு-புரட்சிக்குப் பிந்தைய உலகில் விரும்பத்தகாத ஒன்றாகி விட்டது. குடிமக்களின் சமத்துவம் இப்போது ஓர் இலக்காக உள்ளது. மக்கள் தங்கள் தனிப்பட்ட ஆசைகளை ஒரு நாகரீக நன்மைக்கு மேல் அடைய முற்படுவார்கள்

என்று இதை அர்த்தப்படுத்திக் கொள்ளலாம். எது எப்படியிருந்தாலும், நாகரீக நன்மை எது என்பதைத் தீர்மானிக்கும் உரிமையை நாம் யாருக்கும் அல்லது எந்த ஒரு வகுப்பினருக்கும் வழங்கக்கூடாது.

எவ்வாறாயினும், நமது நவீன அணுகுமுறையின் தனித்துவம் பிளாட்டோனிக் பயத்தை - சீராக்குதல் இழப்பை - உண்மையாக்குகிறது. அதாவது, தனிப்பட்ட பங்கேற்பாளர்கள் பொதுக் கொள்கை மூலம் தங்கள் தனிப்பட்ட ஆசைகளை அடைய முயல்வார்கள்; அல்லது, அவர்களின் சாமான்ய பார்வையில் பொது நலத்துக்கு நல்ல என நினைத்து பொதுக் கொள்கையில் செல்வாக்கு செலுத்த முயல்வார்கள். இது, அதிநவீன தத்துவஞானி அரசரின் பார்வையைப் போல் சிறந்ததாக இருக்காது. தங்களின் சிறந்த நலன்களைத் தேடும் தனிநபர்களின் இந்த யோசனை பிளாட்டோனிக் இலட்சியத்திற்கு முரணானது, ஏனென்றால் பிளாட்டோனிக் இலட்சியத்தை அடைவதற்காக தனிநபர்கள் ஒருங்கிணைக்கப்பட்ட வழிகளில் செயல்படும் வெகுஜனங்களையோ அல்லது ஆர்ப்பாட்டங்களையோ நம்புவதில்லை.

இருப்பினும், நவீன சூழலில், சமூகத்தை இயக்குவதற்கான சாமான்ய பார்வையும் அதனுடைய ஒருங்கிணைப்பும் மற்ற அமைப்புகளை விட நியாயமானதாக இருப்பதோடு நடைமுறையில் சிறந்த முடிவுகளை அளிக்கிறது. அரசர், தத்துவஞானி அல்லது வேறு யாராவது, அல்லது பிரபுத்துவ மேலடுக்கைச் சேர்ந்தவர்களின் கருத்தை நாம் விரும்புவதில்லை என்பதே இதற்குக் காரணம். சமூகத்தில் அனைத்து தனிநபர்களும் சமமாக உருவாக்கப்பட்டவர்கள் அல்லது குறைந்தபட்சம் சம உரிமைகள் கொண்டவர்கள் என நாம் கற்பனை செய்கிறோம்.

மேலும், அறிவியல் சம்பந்தப்படாத விஷயங்களில் கூட்டத்தின் ஞானம் நீண்டகாலத்தில் சிறந்த விளைவுகளை உருவாக்குகிறது என்பதை நாம் புரிந்து கொண்டோம். இது எதிர்மறையானது ஆனால் கூட்டு சேகரமானது (crowd sourcing) நிபுணர்களை - அது தத்துவஞானி அரசர் அல்லது அதிக ஊதியம் வாங்கும் நிதி ஆலோசகர் என யாராக இருந்தாலும் - ஒவ்வொரு முறையும் வெல்கிறது. இந்த கூட்டு சேகரம் இயல்பானது என்கிற அனுமானத்தில் நாம் சமூகத்தை உருவாக்கியிருக்கிறோம். எடுத்துக்காட்டாக, நவீன நிதி அமைப்பு முழுமையும் ஏறக்குறைய இந்த மாதிரியாகத்தான் இயங்கிக் கொண்டிருக்கிறது.

கூட்டத்தின் ஞானம் சரியான பலனைத் தரவில்லையென்றாலும், தத்துவஞானி ராஜா இல்லாத ஓர் அமைப்பை நாம் ஏற்றுக் கொள்ளலாம். பூரணத்துவமற்ற முடிவுகளைப் புறக்கணிப்பதற்கானத் தீர்வுகள் எளிதானதாகவோ அல்லது நேர்த்தியாகவோ இல்லாவிட்டாலும், அவற்றைப் பெறத் தகுந்த ஒரு பிரச்சனையாக இப்போது நாம் நினைக்கிறோம். மேலும், பிளாட்டோவைப் போலல்லாமல், மெய்ஞானத் தூய்மையை நாம் நமது குறிக்கோளாக வைத்திருக்கவில்லை. அதற்கு பதிலாக, நமது அரசுகள் மக்களாக நாம் யார் என்பதை நியாயமாக பிரதிபலிக்க வேண்டுமென விரும்புகிறோம். அந்தப் பிரதிபலிப்பு இலட்சியத்தை விட குறைவாக இருந்தால், நம்மை மாற்றிக் கொள்வது நம் கையில் தான் உள்ளது.

நிச்சயமாக, இதற்கான எச்சரிக்கை என்னவென்றால், பிரதிபலிப்பை மேம்படுத்துவதற்காக நாம் முயற்சி செய்து நம்மை மேம்படுத்திக் கொள்ளும்போது ஒட்டுமொத்த அமைப்பும் நிலையானதாக இருக்கும்.

பிளாட்டோ நம்மை எச்சரித்தபடி, சமுதாயத்தை இயல்பாக மேம்படுத்துவதற்கு எடுக்கும் நேரத்தில், சமூகம் அராஜகத்திலும் கொடுங்கோன்மையிலும் இறங்காமல் இருப்பதை உறுதிசெய்து கொள்ள வேண்டும். இதைச் செய்வதில், நாம் உண்மையில் ஒரு பிளாட்டோனிக் இலட்சியத்தைத் தேடுகிறோம்: சமூக அமைப்புகளின் வடிவமைப்பின் மையமாக சீராக்குதல் இருக்கும்.

ஜனநாயக சமூகங்களில் பெரும்பாலும் கடுமையான சர்ச்சைக்குரிய பிரச்சனைகளில் ஒன்று: நியாயமற்ற அல்லது நேர்மைக்கேடான புதிய அல்லது ஏற்கனவே உள்ள சட்டங்களை என்ன செய்வது? என்பதாகும். உதாரணமாக, இனவெறி, பாலியல், சாதி அல்லது பிற குறுகியநோக்குடைய சட்டங்கள் இருந்தால் என்ன நடக்கும்? அல்லது, இயற்றப்பட்ட புதிய சட்டங்கள் தாராளவாதத்துக்கு எதிரானதாக இருந்தால்? அந்தச் சட்டங்கள் நியாயமற்றவை என்று ஒரு குழு சொல்வதால் நாம் அவர்களை தூக்கி எறிகிறோமா? எது நியாயமற்றது என்பதை யார் தீர்மானிப்பது?. இந்த அதிகாரத்தை தாராளவாதம் குறித்து நன்கு அறிந்த மேலடுக்கைச் சேர்ந்தவரிடம் கொடுப்பது அல்லது வெறும் கேள்வியைக் கட்டமைக்கும் அதிகாரம் கூட நமக்கு நன்கு தெரிந்த கலாச்சார போர் அரசியல் என்கிற பின்னடைவை ஏற்படுத்தும்.

இத்தகைய சண்டையில் தாராளவாத மேலடுக்கிற்கு எதிராகத் தங்கள் சமத்துவத்தை நிலைநாட்ட சாதாரண மக்கள் பெரும்பாலும் பிற்போக்கு நிலைகளை எடுக்கின்றனர். அவர்கள் போராடும் பதவிகளைக் கூட தீவிரமாகப் பொருட்படுத்தாமல் இருக்கலாம், ஆனால் அவர்கள் அதை ஒரு கூட்டமாக வெல்ல வேண்டமென்பதற்காக அதில் இருக்கிறார்கள்.. சமூகத்தில் இத்தகைய பிளவுகளை ஏற்படுத்த அரசியல்வாதிகளுக்கு ஊக்கமளிக்கும் பிரதிநிதித்துவ ஜனநாயகத்தில் இந்த வகையான ஒத்துழையாமை தீயதாக அமையும். இதற்கும் மேலாக அடிப்படைப் பிரச்சனையான மோசமான பரிமாற்றத் திறன், பிரதிநிதித்துவ மாதிரிகள், தனிநபர்களுக்கான ஊக்கத்தொகைக் கட்டமைப்பு ஆகியவை சமூகத்தை நம்பும் மக்களின் திறனை விஷமாக்குகிறது.

சமூகத்தில் குறைவான ஊக்கத்தொகை, மோசமான நம்பிக்கை போன்ற பிரச்சனைகள் இல்லையென்றாலும் முக்கியப் பிரச்சனை இன்னும் உள்ளது. அதாவது, ஒரு குறிப்பிட்ட கட்டத்தில் மக்கள்தொகையின் அறநெறி அந்த கட்டத்தில் தார்மீக தத்துவத்தின் சிறந்த புரிதலுடன் இல்லாமல் இருக்கலாம். அனைத்து ஜனநாயக அமைப்புகளும் இந்தப் புதிரை எதிர்கொண்டு தீர்வு காண முயற்சி செய்யவேண்டும்.

ஏதெனியர்கள் ஒவ்வொரு பிரச்சினையையும் மக்கள் வாக்கெடுப்பு மூலம் அணுகினர். தத்துவஞானி அரசரின் அறிவார்ந்த தீர்ப்பின் பக்கத்தில் பிழை இருக்க வேண்டும் என்று பிளேட்டோ விரும்பினார். நவீன பிரதிநிதித்துவ ஜனநாயகங்களானது தொழில்முறை அரசியல்வாதிகளாக இருப்பவர்களை தேர்ந்தெடுக்கப்பட்ட பிரதிநிதிகள் ஆவதற்கு வழிவகுக்கின்றன. பெரும்பாலும், இந்த அரசியல்வாதிகள், தேர்தல்களின் போது ஜனரஞ்சக அழுத்தங்களின் யதார்த்தத்தை எதிர்கொள்ள வேண்டியிருக்கும் போது, தங்களை தத்துவஞானி அரசர்களாகக் கற்பனை செய்து கொள்கிறார்கள். இரு வெவ்வேறு விஷயங்களின் நன்மைகளை அனுபவிக்க வடிவமைக்கப்பட்டாலும் பெரும்பாலும் அது மோசமானதாக முடிவடைகிறது.

இந்த விருப்பங்களுக்கிடையில் உள்ள பல்வேறு வரிசைமாற்றங்கள் ஈடுகட்டலில் சுவாரஸ்யமானப் பயிற்சியை வழங்குகின்றன. ஆனால் எந்த அமைப்பாக இருந்தாலும், நன்கு

செயல்படும் ஜனநாயகத்தின் அடிப்படை உண்மை என்னவென்றால், அதன் மக்களின் உணர்வுகளுக்கு முற்றிலும் புறம்பாக சட்டங்கள் இருக்க முடியாது. ஆழ்ந்த மதவெறி கொண்ட சமூகத்தில் ஒரு தத்துவஞானி அரசர் அல்லது அறிவார்ந்த தாராளவாதியான பிரதிநிதி இருப்பது தீர்வாகாது. நாம் விரும்புவது என்னவெனில் மிக மோசமான மதவெறியைத் தடுக்கும் அதே வேளையில் மக்களின் விருப்பத்தை நியாயமான முறையில் பிரதிபலிக்கும் ஒரு அமைப்பைத்தான்.

மெய்ஞான நன்மையைக் காட்டிலும் மக்கள் தங்கள் சொந்த சுதந்திரத்தை மதிப்பிடுவதை ஜனநாயகம் சட்டப்பூர்வமாக்கும் என்பது மட்டுமல்ல பிளாட்டோவின் கவலை. அத்தகைய மக்கள் கொடுங்கோன்மைக்குள் சிக்கிக்கொள்ளும் அபாயம் உள்ளது என்பதுதான் அவரது கவலையாக இருந்தது. அவரது காலத்தில், இந்த ஆபத்து ஒரு படி அகற்றப்பட்டது; அதாவது, கொடுங்கோலன் தற்போதுள்ள நேரடி ஜனநாயகத்தை ஒரு முழு ஆளுகை/நிர்வாக அமைப்பாக மாற்றுவார்.

பிரதிநிதித்துவ மாதிரியைப் பின்பற்றும் நவீன தேர்தல் ஜனநாயகங்களில், கொடுங்கோன்மை மிகவும் குறைவான வெளிப்படைத்தன்மையைக் கொண்டிருப்பதால் அது மிகவும் நயவஞ்சகமானது. நிர்வாகத்தின் கைகளில் படிப்படியாக அதிகாரத்தைப் பெற பிரதிநிதித்துவ மாதிரிகள் அனுமதிக்கின்றன. இதில் மோசமான விஷயம் என்னவென்றால், அரசியல் பிரச்சாரங்கள், தகவல்தொடர்புகளில் சில கதையாடல்களை (narrative) உருவாக்குவதன் மூலம் அந்த அதிகாரத்தை அவர்கள் சட்டப்பூர்வமாக்குகிறார்கள்.

பிரதிநிதித்துவ மாதிரியின் பிரச்சனை என்னவென்றால், அது அரசியலை ஆளுமை வழிபாட்டு முறையாகக் குறைக்கும் போக்கைக் கொண்டுள்ளது. இதற்கு உலகத்திலேயே அமெரிக்காவின் அசாதாரணமான ஜனாதிபதி தேர்தல் பிரச்சாரங்களைக் குறிப்பிடலாம். ஆனால் ஒப்பீட்டளவில் பெரிய நாடுகளில் உள்ள ஜனநாயக அமைப்பிலும், ஏன் வெஸ்ட்மின்ஸ்டர் முறையைப் பயன்படுத்தும் நாடுகளில் கூட வாக்காளர்கள் நிர்வாக ஆட்சித் துறையை (executive) நேரடியாகத் தேர்ந்தெடுக்காததோடு, கொள்கைத் தெரிவுக்கு எதிராக வேட்பாளர்களிடையே பிரபலமான போட்டியாக இது குறைக்கப்படுவது வழக்கமாக இருக்கிறது.

ஒருவரின் விருப்பமான நம்பிக்கை வெற்றிபெறும் போது ஓர் அம்சத்திற்காக கூட முறையான பிழை கடந்து செல்கிறது.

ஆளுமை அரசியலின் வெளிப்படையான குறைபாடு என்னவென்றால், எந்த மனிதனும் குறையற்றவன் அல்ல. ஜனநாயகங்கள் அதை ஒப்புக்கொள்வதோடு அமைப்பு ரீதியிலான சரிபார்ப்பையும் சமநிலையையும் ஒரு தீர்வாக வழங்குகின்றன. இருப்பினும், ஒரு ஈர்ப்புடைய ஜனரஞ்சகவாதியின் பலத்தின் கீழ் அந்த அமைப்புகள் தோல்வியடையும் என்பதை பல நாடுகளில் நடைபெற்ற சமீபத்திய நிகழ்வுகள் நிரூபித்து வருகின்றன. அத்தகைய தலைவரைக் கொண்டிருப்பது ஜனநாயகத்தின் வளர்ச்சிக்கு எதிரானது, அதில் குடியரசாக உருவகப்படுத்த ஒரு ராஜாவையோ அல்லது 'பெரிய மனிதரை'யோ நாம் விரும்பவில்லை. அரசியலிலும் வரலாற்றிலும் ஒரு தத்துவஞானி அரசரைப் போல பெரிய மனிதர் கோட்பாடு என்பதையும் நவீன உணர்வுக்குள் ஏற்றுக்கொள்ள முடியாது. பிரதிநிதித்துவ மாதிரி ஜனநாயகம் அதை எப்படியோ சரியாக செய்கிறது ஏனெனில் நமக்கு அவ்வப்போது தேர்தல்கள் இருக்கின்றன.

'பெரிய மனிதரின் கோட்பாடு' புகுத்தப்பட்ட அரசியல் பார்வையானது சிக்கலான காலங்களில் ஒரு ஈர்ப்புமிக்க ஜனரஞ்சகவாதியால் கைப்பற்றப்படுவதற்கு முழு அமைப்பையும் பக்குவப்படுத்துவது மட்டுமல்லாமல், அது பெரும்பாலும் தீய சுழற்சிக்கு வழி வகுக்கும். அதாவது, கொள்கையின் இழப்பில் பெரிய மனிதர்களுக்கு அதிக தேவை இருக்கும் சூழலை இது உருவாக்குகிறது. தங்கள் தனிப்பட்ட நல்லொழுக்கத்தை ஒரு தீர்வாக வழங்கும் அரசியல்வாதிகள் மற்ற அரசியல்வாதிகளை வெறித்தனமாக வரையறுத்து, அரசியல் சூழலைக் கெடுக்கிறார்கள். அரசியல் வர்க்கத்தின் பாதுகாப்பின்மை அதிகரிப்பது என்பது சிவில் உரிமைகள், கொள்கை விளைவுகளின் இழப்பில் அவர்களுக்கு அதிக அதிகாரத்தைத் தேடுவதற்கு ஊக்குவிக்கிறது. ஊழலுக்கு எதிரான பிரச்சாரங்கள் இதற்கு ஒரு சிறந்த உதாரணம் ஆகும். அதிகாரத்தில் இருப்பவர்களிடையே ஊழல் என்பது ஒரு அடிப்படை மனித குறைபாடாகும். இதற்கு இரையாகும் எவரும் ஜனரஞ்சக போரில் இழப்பைச் சந்திக்க நேரிடும். பணியாளர்கள் மாற்றம் என்பது ஊழலுக்கு ஒருபோதும் தீர்வாகாது ஆனால் இன்னும் அதுதான் கவர்ச்சிகரமான சலுகையாக இருக்கிறது.

அதிக செயல்திறனுடன் செயல்பட்டாலும், அரசியல் கட்சிகள் சிக்கலை ஏற்படுத்தும். இத்தகைய சூழலில் அவை பெரும்பாலும் தனிப்பட்ட பேராசைக்கான ஊடகங்களாக மாற்றப்படுகின்றன. ஆண்ட்ரூ வயட் (Andrew Wyatt), *தென்னிந்தியாவில் கட்சி அமைப்பு மாற்றம்: அரசியல் தொழில்முனைவோர், வடிவங்கள், செயல்முறைகள் (Party System Change in South India: Political Entrepreneurs, Patterns and Processes)* என்கிற தனது புத்தகத்தில், இந்த அரசியல்வாதிகளை தொழில்முனைவோர் என்று அழைப்பதோடு அவர்கள் வணிக நிறுவனங்களை ஒத்த அரசியல் கட்சிகளின் உருவாக்கத்துக்கு விரிவாகத் திட்டமிடுவதை விளக்குகிறார். உதாரணமாக, இந்தக் கட்சிகள் பெரும்பாலும் சித்தாந்த ரீதியில் தொண்டர்களைக் கொண்டிருப்பதில்லை. காலியாக இருக்கும் இடங்களை நிரப்புவதற்குத் தேவையான தலைவர்கள் அல்லது தொண்டர்களின் எண்ணிக்கையும் (bench strength) இவர்களிடம் இருக்காது என்பதோடு இவர்களுக்காக முடிவெடுப்பவர்கள் பெரும்பாலும் அவர்களுக்கு நெருக்கமான கூட்டாளிகளாக இருப்பார்கள்.

ஏதெனியன் மாதிரியிலும், நவீன பிரதிநிதித்துவ மாதிரியிலும் இருக்கும் வெளிப்படையான கண்ணிப் பொறிகளைத் தவிர்த்து அவற்றின் அடிப்படைக் கொள்கைகளைத் தக்க வைத்துக் கொள்கிற மாதிரியான ஒரு தீர்வை நாம் கற்பனை செய்ய முடியுமா? இதைப் பற்றி அடுத்த அத்தியாயத்தில் ஆராயலாம்.

3
மாற்று வழி

ஆட்டவிதிகளுக்கு உட்படுத்தப்படும் நேரடி மக்களாட்சி

தற்போதைய ஜனநாயகத்திலிருக்கும் மோசமான பரிமாற்ற செயல்திறன் உட்பட்ட பிரச்சனைகளுக்கு ஒரு தெளிவான, எளிமையான தீர்வு ஏதெனியன் மாதிரிக்கு நெருக்கமாக இருக்க வேண்டும். ஆனால் அந்தத் தீர்வு அது தீர்க்க முயலும் பிரச்சனையை விட மோசமாக இருக்கக்கூடும். எனவே, இப்போதையக் கேள்வி என்னவென்றால், மக்களின் விருப்பத்தை சிறப்பாகக் கொண்டு செல்லும் அதே வேளையில் தற்போதைய பாதுகாப்பு அம்சங்களை - அமைப்பு ரீதியிலான சரிபார்ப்பையும் சமநிலையையும் - தக்கவைத்துக்கொள்வது அல்லது அவற்றை மேம்படுத்தும் ஓர் அமைப்பை எவ்வாறு வடிவமைப்பது? என்பதுதான்.

ஏதெனியன் மாதிரியின் யோசனை நவீன உலகில் முற்றிலும் கேள்விப்படாதது அல்ல. உதாரணமாக, பல நாடுகள் அரசாங்கத்தின் வெவ்வேறு நிலைகளில் வாக்குச் சீட்டு முன்னெடுப்புகளைப் பயன்படுத்துகின்றன. இவை ஒவ்வொரு நாட்டிலும் செயல்படுத்தப்படும் விதத்தைப் பொருத்து வெவ்வேறு அளவிலான ஆற்றலையும், செல்வாக்கையும் கொண்டிருக்கின்றன.

எடுத்துக்காட்டாக, குடிமக்கள் குறிப்பிட்டக் கேள்விகளுக்கு வாக்களிக்க அனுமதிக்கும் வாக்குச்சீட்டு முன்னெடுப்புகள் அமெரிக்காவின் பல மாநிலங்களில் உள்ளன. இன்னொரு பக்கம், இத்தாலி மற்றும் சுவிட்சர்லாந்து போன்ற நாடுகள் தேசிய அளவில் கருத்தெடுப்பு (referendum) நடத்துவதில் அதி முக்கியப்

பங்கைக் கொண்டுள்ளன. இத்தாலியின் அரசியலமைப்பு, நேரடி ஜனநாயகத்தின் உதவியோடு ஏற்கனவே உள்ள சட்டங்களை நிராகரிக்க அதன் குடிமக்களை அனுமதிக்கும் வகையில் அவர்களது வாக்குரிமையைப் பயன்படுத்துகிறது; அரசியலமைப்பில் செய்யப்பட்ட எந்தத் திருத்தத்திற்கும் மக்கள் கருத்தெடுப்பு கோரலாம் அதன்பின் சட்டமியற்றும் அமைப்புகள் அந்தக் கட்டுப்பாடற்ற ஆலோசனையை நிறைவேற்றலாம்.

இருப்பினும், இந்த அமைப்புகளில் உள்ள அரசாங்கத்தின் சட்டப்பிரிவுகள், கருத்தெடுப்பு அழுத்தங்களை பெரிய அளவில் புறக்கணிக்க போதுமான அதிகாரத்தைப் பெற்று இருக்கின்றன அவை இல்லாவிட்டாலும், கருத்தெடுப்புகள் ஒரு தெரிவாக இருக்கும் இந்த எல்லா அமைப்புகளிலும், அதன் வடிவமைப்பு மூலம், அதில் இருக்கும் தேர்ந்தெடுக்கப்பட்ட பிரதிநிதிகள் சட்டமன்றத்தின் மூலம் அதிக அதிகாரம் கொண்டவர்களாக இருக்கிறார்கள்.

ஏதெனியன் மாதிரியின் நவீன பதிப்பை நோக்கிய ஓர் உண்மையான நகர்வானது கருத்தெடுப்பு செயல்முறையாக இருப்பதோடு தேர்ந்தெடுக்கப்பட்ட சட்டமன்றத்தால் உட்படுத்த முடியாததாக இருக்க வேண்டும். இது பிரதிநிதித்துவ மாதிரியிலிருந்து சுயாதீனமாக நேரடி ஜனநாயக அதிகாரங்களை மக்களுக்கு வழங்குவதாக இருக்க வேண்டும். எடுத்துக்காட்டாக, சட்டங்களை இயற்றும் அதிகாரம் கொண்ட தேர்ந்தெடுக்கப்பட்ட பிரதிநிதிகளிடமிருந்து அதை கலைத்துவிட்டு நேரடியான கருத்தெடுப்பு செயல்முறையை அனுமதிக்க வேண்டும்.

இது கடத்தும் (கொண்டு செல்லும்) செயல்திறனை மேம்படுத்துவதற்கான தெளிவான நன்மையைக் கொண்டுள்ளது. அதாவது, தேர்ந்தெடுக்கப்பட்ட பிரதிநிதிகளுக்குப் பதிலாக மக்களை நிர்வகிக்கும் சட்டங்களின் மீது அவர்களே நேரடியாக வாக்களித்தபின் அதை சட்டமாக்குவதற்கு அவர்கள் சார்பாக பிரதிநிதிகள் வாக்களிப்பார்கள். இந்தத் தெரிவு மக்களின் விருப்பத்தைக் கொண்டு செல்வதில்/கடத்துவதில் சிறந்தது மட்டுமல்ல, இது மக்களின் விருப்பத்திற்கு இடையூறாக வரும் கட்சி கட்டமைப்புகளையும் பிற சிதைவுகளையும் நீக்குகின்றன. இத்தகைய அமைப்பில் உள்ள சிக்கல்களும் வெளிப்படையானவை: பெரும்பான்மைக் கொடுங்கோன்மைக்குள் அது சறுக்குவதற்கான

அச்சுறுத்தல், பாராளுமன்றம் போன்ற ஆட்சி அமைப்புகளில் இருக்கும் சட்டமியற்றும் நிபுணத்துவ இழப்பு, கூட்டு நாடாளுமன்றக் குழுக்கள் செய்யக்கூடிய மேற்பார்வையின்மை, இறுதியாக, நாம் அரசியல் தலைமைத்துவம் என்று அழைக்கும் ஒரு அருவமான அம்சத்தின் இழப்பு.

நேரடி ஜனநாயகத்தின் மீதான பொதுவான விமர்சனம் - அது பெரும்பான்மையான கொடுங்கோன்மையிலிருந்து ஒரு படி கீழே என்பதாகும். இது உண்மையென்றாலும் மிகைப்படுத்தப்பட்டதாகும். இருபதாம் நூற்றாண்டின் உலக வரலாறு மக்கள் ஆதரவைப் பெற்ற இனப்படுகொலைகளால் நிரம்பி வழிகிறது. எந்தவொரு சமூகத்திலும் பெரும்பான்மையினரின் தீவிர வன்முறையை சட்டப்பூர்வமாக்க அனுமதிக்கும் எந்தவொரு அமைப்பின் மீதும் எச்சரிக்கையாக இருப்பது என்பது நியாயமான பயத்தில் இருந்து வருவதாகும்.

தேர்ந்தெடுக்கப்பட்ட சட்டமன்றங்களால் இயற்றப்படும் சட்டங்களைக் காட்டிலும், இத்தகைய அமைப்புமுறையின் மூலம் இயற்றப்படும் சட்டங்கள் குறிப்பிடத்தக்க அளவு சிறுபான்மையினருக்கு எதிரானதாகவோ அல்லது பழமைவாதத்தை நோக்கிக் கணிசமான அளவுக்கு பாரபட்சமாகவோ இல்லை என்பதே கருத்தெடுப்புகளை உபயோகித்து வரும் சமூகங்களின் சான்றாக இருக்கிறது. ஆனால் நெருக்கடியான தருணங்களில் மக்கள் அச்சத்தில் இருக்கும்போது இது ஆறுதலளிக்கும் யோசனையாக இருக்காது. எந்தவொரு மாற்றத்தையும் கருத்தில் கொள்வதற்கு முன் இத்தகைய அச்சத்தை நிவர்த்தி செய்வதற்கான முறையான தீர்வு ஒரு முன் நிபந்தனையாக இருக்க வேண்டும்.

சிறுபான்மையினரைக் காயப்படுத்தக்கூடிய பெரும்பான்மையான கொடுங்கோன்மை என்கிற விமர்சனம் நேரடி ஜனநாயகத்தின் மீது இருந்தாலும் அதோடு மற்றொரு விமர்சனமான 'ஜனரஞ்சகத்திற்கான நிபுணத்துவத்தை இது நிராகாரிக்கிறது' என்பதும் சேர்ந்திருக்கிறது. ஜனரஞ்சக இயக்கங்களின் வரலாற்றைப் பார்க்கும்போது இது நியாயமான ஆட்சேபணையாகும். ஜனரஞ்சகக் குழுவானது நிபுணத்துவத்தை நிராகரிப்பது மட்டுமல்லாமல், வல்லுநர்கள் மீது பழி சுமத்தி அவர்களை சிறுபான்மையினர் நிலைக்குத் தள்ளவும் முயல்கிறது. பாசிச, கொடுங்கோல் இயக்கங்கள் பெரும்பாலும் இத்தகைய ஜனரஞ்சகத்தால் அவசியமான நிபந்தனையாக

வகைப்படுத்தப்படுகின்றன. தற்போதுள்ள பிரதிநிதித்துவ ஜனநாயகத்தை நேரடி ஜனநாயகமாக மாற்ற முயற்சிக்கும் ஓர் அமைப்பு நிபுணத்துவத்தையும், நிபுணத்துவத்தின் மதிப்பீடுகளையும் அவை எவ்வளவு தூண்டப்பட்டாலும் இந்தத் தருணத்தின் உணர்வுகளிலிருந்து தனிமைப்படுத்த முற்பட வேண்டும்,

உண்மையான நிபுணத்துவம், நியாயமான மக்கள் விருப்பம் ஆகிய இரண்டு அம்சங்களையும் இணைத்து கொள்கை உருவாக்கத்துக்கான உள்ளீட்டின் தனி தடங்களாக (சேனல்களாக) அவற்றைத் தக்கவைத்துக்கொள்வது எந்தவொரு சமூகத்திற்கும் சவாலாக இருக்கும். தற்போதுள்ள ஒழுங்கை மாற்ற விரும்பும் எந்தவொரு அமைப்பிற்கும் முறையாக அதை அடைவது ஓர் இலக்காக இருக்க வேண்டும்.

1980 களில், பிரேசிலில் உள்ள பல உள்ளூர் அரசாங்கங்கள் பங்கேற்பு பட்ஜெட் தயாரிப்பை ஏற்கத் தொடங்கின. அதாவது, அவை நகராட்சி பட்ஜெட்டில் குடிமக்கள் நேரடியாக கருத்துகளைக் கூற அனுமதித்தன. இது பிரபலமடைந்து இப்போது ஆசியா, ஆப்பிரிக்கா மற்றும் ஐரோப்பாவின் பல நகரங்களில் ஏற்றுக் கொள்ளப்பட்டிருக்கிறது. இருப்பினும், நேரடி ஜனநாயகத்தின் இந்த வடிவம் அதன் நோக்கத்தில் மிகவும் வரையறுக்கப்பட்டதாகவே உள்ளது, மேலும் இதை ஏற்றுக்கொண்ட நகரங்கள் இன்னும் பிரதிநிதிகளை குறிப்பிடத்தக்க அளவுக்கு சார்ந்தே இருக்கின்றன.

இந்த மாதிரியிலும், வரிசைப்படுத்துதல் மாதிரியிலுமான (இதற்கு முன்னால் குறிப்பிடப்பட்டிருக்கிறது) மேம்பாடுதான் கிழக்கு பெல்ஜியத்தின் மாதிரி Ostbelgien Model ஆகும். 2019 ஆம் ஆண்டு முதல் ஏற்றுக் கொள்ளப்பட்ட இந்த மாதிரி, வாக்களிக்க ஏதாவது ஒன்றை முன்மொழியும் அதிகாரத்தை உண்மையான வாக்கெடுப்பிலிருந்து பிரித்து விடுகிறது. சட்டத்தின் ஒரு பகுதியை வாக்கெடுப்புக்குக் கொண்டுவருவதற்கான அதிகாரம் வரிசைப்படுத்தப்பட்ட ஒரு அமைப்பால் நடத்தப்படுகிறது, அதே சமயம் இந்த முன்மொழிவின் மீதான உண்மையான வாக்குகள் தேர்ந்தெடுக்கப்பட்ட பாராளுமன்றத்தால் போடப்படுகிறது.

இது சட்டமியற்றும் செயல்முறையை அரசியல் கட்சிகள் ஒன்றுக்கொன்று கடுமையான கருத்து வேறுபாட்டில் இருக்கும் ஒரு கூர்மையான முனைவாக்கல் (polarization) சூழ்நிலையிலிருந்து காப்பாற்றும் நோக்கத்தை அடைகிறது; கட்சித் தலைவர்களால்

கட்டுப்படுத்தப்படும் சட்டமன்ற நாட்காட்டி/நடவடிக்கை, பெரும்பாலும் அன்றைய அரசியலுக்கு பலியாகிறது. Ostbelgien மாதிரி சில வழிகளில் மாற்றத்தை ஏற்படுத்தும் அதிகாரத்திலிருந்து மாற்றத்தைத் தேடும் அதிகாரத்தைத் தனிமைப்படுத்துவதன் மூலம் அது ஒரு வகையான அமைதியை ஏற்படுத்துகிறது.). குறுகிய காலத்தில் வழங்குவதற்கான அழுத்தங்களைக் கொண்ட தேர்ந்தெடுக்கப்பட்ட அரசியல்வாதிகள் புறக்கணிக்கும் நீண்ட காலக் கொள்கை உருவாக்கத்தில் பிரதிபலிக்கும் விளைவையும் ஏற்படுத்த முடியும். இருப்பினும், சட்டமன்ற உறுப்பினர்கள் அரசியல் கட்சிகளைச் சேர்ந்தவர்களாகவும் அவர்களின் பரிமாற்ற/கடத்தும் திறன் இந்த அமைப்பின் கீழ் இன்னும் மோசமாகவும் உள்ளது

Ostbelgien மாதிரியானது, மறுப்புரிமையின் பயனுள்ள அடுக்கைச் சேர்க்கிறது, ஆனால் பரிமாற்றத் திறனின்மையின் அடிப்படைச் சிக்கலைத் தீர்க்கவில்லை. இருந்தாலும், ஒரு முன்னேற்றத்தை நாம் எளிதாகக் கற்பனை செய்யலாம். சட்டமியற்றும் கால அட்டவணையைத் தீர்மானிக்கும் அதிகாரம் கொண்ட சுதந்திரமான அமைப்பை நாம் தக்க வைத்துக் கொள்ளலாம். அதன் உறுப்பினர்களை வரிசைப்படுத்துவதன் மூலம் தேர்வு செய்யலாம்; இது செயல்முறை மீது அதிகாரம் கொண்ட சிறிய குழுவைத் தேர்ந்தெடுப்பதற்கு நன்றாக வேலை செய்யும் ஒரு முறையாகும், ஆனால் விளைவு அல்ல. சட்டத்தை உருவாக்கத் தேவையான நிபுணத்துவத்திற்காக தெரிவு செய்யப்பட்ட மற்றொரு அமைப்பு அல்லது குழுவை நாம் சேர்க்கலாம். இந்த கூடுதலான அமைப்பையும் வரிசைப்படுத்தல் மாதிரி மூலம் தேர்வு செய்து நிபுணர் குழு என்கிற நோக்கத்தை பராமரிப்பதற்கான சில நிபந்தனைகளையும் விதிக்கலாம்.

இருப்பினும், அசல் Ostbelgien மாதிரியில் தேர்ந்தெடுக்கப்பட்ட சட்டமன்ற உறுப்பினர்களின் உண்மையான வாக்கை பின்னர் நேரடி வாக்காக்க முடியும். அது மக்கள் அளிக்கும் வாக்கே தவிர அவர்களின் பிரதிநிதிகள் அளிக்கும் வாக்கு இல்லை. இவ்வாறு, வாக்கிற்காக எதையாவது தேர்ந்தெடுக்கும் அதிகாரம் வரிசைப்படுத்தப்பட்ட மாதிரியால் தெரிவு செய்யப்பட்ட சிறிய குழுவிடம் உள்ளது; குறிப்பிட்ட சட்டத்தை உருவாக்கும் அதிகாரம், வரிசைப்படுத்துவதன் மூலம் தேர்ந்தெடுக்கப்பட்ட மற்றொரு நிபுணர் குழுவிடம் உள்ளது; அந்த முன்மொழிவுக்கு ஆம் அல்லது இல்லை என்று சொல்லும் அதிகாரம் மக்களிடம் உள்ளது.

வாக்களிக்க எதையாவது கொண்டு வருவதற்கான அதிகாரமும் சட்டத்தை உருவாக்கும் அதிகாரமும் முக்கியமான நிலைகள் என்றாலும், ஜனநாயகத்தில் மிகவும் அழுத்தமானக் கேள்வி பெரும்பாலும் ஒரு சட்ட முன்மொழிவாக எதைக் கொண்டு வர வேண்டும் என்பதுதான். கருத்தெடுப்பு அனுமதிக்கப்படும் பல அமைப்புகளில் இருப்பதைப் போலவே, அந்த அதிகாரம் மக்களிடம் உள்ளது என்று ஒருவர் கற்பனை செய்து கொள்ளலாம். நேரடி ஜனநாயகத்தின் கீழ் மேம்படுத்தப்பட்ட பரிமாற்றத் திறனுடன் இது தொடர்புடையது. இருப்பினும், அதை நடைமுறைப்படுத்துவது, அரசாங்கத்தின் வழக்கமான விவகாரங்களில் ஒன்றாக இருக்கும் அரசாங்கத்தை நடத்துவதற்கான வரவு செலவுத் திட்டம், ஏற்கனவே உள்ள சட்டங்களுக்கு இணங்கக்கூடிய பிற அடிப்படை நிர்வாக நடவடிக்கைகள் போன்றவை அரசாங்கத்தின் நிர்வாகக் கிளையின் தனி கவுன்சிலால் கொண்டு வரப்படுகின்றன.

இருப்பினும், வழக்கமான அரசாங்க வேலை இல்லாத எந்தவொரு புதிய சட்டமும் வாக்காளர்களால் மட்டுமே அறிமுகப்படுத்தப்பட முடியும். மேலும் அனைத்து முன்மொழிவுகளும் - அரசாங்கத்தின் வழக்கமான வேலை அல்லது சமூகம் இயங்கும் விதத்தில் அடிப்படை மாற்றத்திற்காகவோ - மக்களால் வாக்களிக்கப்படும். இருந்தாலும், வித்தியாசம் என்னவென்றால், முதலில் குறிப்பிடப்பட்டது நிறைவேற்றப்பட வேண்டுமென்றால் ஒரு குறிப்பிட்ட வாக்குப்பதிவு வரம்பைக் கடக்கத் தேவையில்லை; பிந்தையதுக்கு வரம்பைக் கடக்க வேண்டும்.

மேலே உள்ள அமைப்பு மூன்று அம்சங்களை வழங்குகிறது. இது மக்களின் விருப்பத்தை சிறப்பாக கடத்துகிறது; அன்றைய அரசியல் உணர்வுகளுக்குக் கட்டுப்படாத ஓர் அமைப்புக்கு வாக்களிக்க அதற்கு ஏதாவது ஒன்றைக் கொண்டுவரும் ஆற்றலைக் கொடுப்பதன் மூலம் ஆழ்ந்த ஆய்வுக்கும் மற்றும் சீராக்கலுக்கும் அனுமதிக்கிறது; மேலும் இது வரைவுக் குழுவின் வடிவத்தில் நிபுணத்துவத்தை உள்ளடக்குகிறது.

எவ்வாறாயினும், எந்தவொரு நேரடி-ஜனநாயக முன்மொழிவுகளையும் பாதித்துள்ள நிரந்தரக் கேள்வி - பெரும்பான்மை வெற்றிவாதம் - மக்களை, குறிப்பாக சிறுபான்மையினரையும் வரலாற்று ரீதியாக ஓரங்கட்டப்பட்டவர்களையும் ஆறுதல் செய்வதற்கு குறிப்பிட்ட முறையான தீர்வுகள் தேவை. அவர்கள் பயப்படுவது போல இந்த

அமைப்பு அவர்கள் மீது தாக்கம் ஏற்படுத்திவிடக் கூடாது. வரிசைப்படுத்தல் மாதிரி மூலம் தேர்ந்தெடுக்கப்பட்ட ஓர் அமைப்புக்கு சட்டமன்ற கால அட்டவணையை தீர்மானிக்கும் அதிகாரத்தை வழங்குவது, இந்த நேர அரசியலில் இருந்து இத்தகைய நேரடி ஜனநாயகத்தை தனிமைப்படுத்துவதற்கான ஒரு வழியாகும்.

ஆனால் அவ்வாறு தேர்ந்தெடுக்கப்பட்டவர்கள் அவர்களைச் சுற்றியுள்ள வாழ்க்கையால் திசைதிருப்பப்பட மாட்டார்கள் என்று நம்புவதற்கு எந்தக் காரணமும் இல்லை. எல்லாவற்றிற்கும் மேலாக, வரிசைப்படுத்தல் அது எப்படி செயல்படவேண்டுமோ அப்படி செயல்பட்டாலும், எந்தவொரு பிரச்சினையிலும் சில சீரற்ற செயல்முறைகளால் தேர்ந்தெடுக்கப்பட்ட அமைப்பில் மக்கள்தொகையில் இருக்கும் சராசரி உணர்வைப் பிரதிபலிக்கும். மேலும், மிக முக்கியமாக, அந்த அமைப்பின் நோக்கம் பாதுகாப்புக் களனாகச் செயல்பட்டு சீரான/நிதானமானத் தன்மையைக் கொண்டுவருவதாகும்; இது சமூகத்தில் சாத்தியமான குற்றத்திற்கு தீர்வாகாது.

எங்களின் குறிக்கோள்: குடிமக்களால் திருப்திகரமானதாகக் கருதப்படும், சிறப்பாகச் செயல்படும் ஒரு ஜனநாயக அமைப்பை நாம் விரும்புகிறோம். இது நிபுணத்துவத்தில் சமரசம் செய்யாமலும் குறுகிய கால வாதத்திற்கு இரையாகாமலும் மக்களின் விருப்பத்தை கடத்துவது மட்டுமல்லாமல், பெரும்பான்மையானவாதம் அரசாங்கத்தைக் கைப்பற்றுவதை சாத்தியமற்றதாகவும் ஆக்க வேண்டும்.

இந்தக் கட்டுப்பாடுகளை பூர்த்தி செய்யும் வடிவமைப்பு அளவுகோல்கள், வரலாற்றில் மக்களின் நீண்ட கால சிறந்த நோக்கங்களை கருதினாலும் அவை விரைவாக நகர்வதைத் தடுக்கின்றன. சமூகத்தின் கூட்டு மனசாட்சியில் தாராளவாத தூண்டுதல்கள் இருந்தாலும், காலப்போக்கில் சிறந்த உணர்வு மேலோங்கும் என்ற நம்பிக்கையில், குறுகிய காலத்தில் அதிக சேதத்தை ஏற்படுத்தும் திறனை அமைப்புக் கட்டுப்படுத்த வேண்டும். அதற்குச் செலுத்த வேண்டிய விலை, இயற்கையாகவே, சமுதாயத்தின் முன்னோக்கிச் செல்வதற்கான திறன் - அதன் சிறந்த யோசனைகளை நாம் கருத்தில் கொண்டாலும் - அதனுடைய சீராக்கல், எச்சரிக்கை உணர்வால் வரையறுக்கப்பட்டுள்ளது. வேறு வார்த்தைகளில் கூறுவதானால், இந்த அமைப்பு வடிவமைப்பில் பழமைவாதமாக இருக்க வேண்டும், ஆனால் அன்றைய அரசியலைப்

பொருட்படுத்தாமல் அதன் இலக்குகளில் தாராளவாதத்தைக் கொண்டிருக்க வேண்டும்.

இதை அடைய, பின்வரும் அமைப்பைக் கவனியுங்கள்: மேலே விவாதிக்கப்பட்ட மேம்படுத்தப்பட்ட Ostbelgien மாதிரியின் அடிப்படை கட்டமைப்பை கற்பனை செய்து பாருங்கள். அதாவது, வரிசைப்படுத்துவதன் மூலம் தேர்ந்தெடுக்கப்பட்ட இரண்டு குழுக்கள் நம்மிடம் இருக்கின்றன, அவை முறையே சட்டத்தின் நேரத்தையும் வரைவையும் தீர்மானிக்கின்றன. ஒரு தனிக் குழுவால் கவனமாக வரைவு செய்யப்பட்ட பிறகு மசோதாக்கள் மீது `ஆம் அல்லது இல்லை' என குடிமக்கள் வாக்களிப்பார்கள்.

தொடங்குவதற்கு, ஒவ்வொரு குடிமகனுக்கும் ஒரு குறிப்பிட்ட எண்ணிக்கையிலான வாக்குகள் வழங்கப்படும். அதை N என்று வைத்துக் கொள்வோம். கடந்த பத்து வருடங்களாக ஒவ்வொரு ஆண்டும் நிறைவேற்றப்பட்ட மொத்த மசோதாக்களின் எண்ணிக்கையில் 10 சதவிகிதத்தை இயங்கு சராசரி N ஆக நிர்ணயிக்கலாம். நிறைவேற்றப்பட்ட மொத்த மசோதாக்களில் 10 சதவீத வாக்குகளின் எண்ணிக்கையை மட்டுப்படுத்தியதற்குக் காரணம், மக்கள் தங்கள் வாக்குகளை சிக்கனமாகவும், தந்திரமாகவும் பயன்படுத்துவதற்கான ஒரு சக்திவாய்ந்த ஆயுதமாகக் கருதுவார்கள். இது பழமைவாத அமைப்புகளின் வடிவமைப்பிற்கு ஏற்ப இருக்கும், மேலும் இந்த வாக்குகள் எந்த வழிகளில் உபயோகப்படுத்த முடியும் என்பதை நாம் புரிந்து கொள்ளும்போது இன்னும் தெளிவாகத் தெரியவரும்.

குடிமக்கள் முதலில் பெற்ற N வாக்குகளை இரண்டாக தனித்துவமான முறைகளில் பயன்படுத்தலாம்:

- புதிய சட்டத்தை நாடுபவர் அங்கீகரிக்கப்பட்ட வாக்காளராக இருக்க வேண்டும். இது குடிமக்களால் ஒரு சட்டமன்ற கோரிக்கையாக கருதக்கூடிய ஒரு கட்டமாகும். வரைவுக் குழுவின் பரிசீலனைக்கு ஒரு சட்டத்தைக் கொண்டு வர, தகுதியுள்ள வாக்காளர்களில் குறைந்தது 20 சதவீதம் பேர் இந்தக் கட்டத்தில் கையொப்பமிட/வாக்களிக்க வேண்டும். இந்தக் கட்டத்தில் ஒரு குடிமகன் சரியென ஒத்துக் கொண்டால், அதை அடுத்த கட்டத்திற்கு கொண்டு செல்லத் தேவையான 20 சதவீதத்தை அந்த முன்மொழிவு பெற்றால், குடிமகன் இப்போது வைத்திருக்கும் மொத்த வாக்குகள் N-1 எண் ஆகும்.

அதாவது, அந்த ஒரு சட்டத்தை வெற்றிகரமாக பரிசீலிக்கக் குடிமகன் ஒரு வாக்கைச் செலவழித்துள்ளார். இன்னொரு புறம், இந்த முன்மொழிவு தேவையான 20 சதவீத ஆதரவைப் பெறவில்லை என்றால், அந்த குடிமகனின் மீதமுள்ள மொத்த வாக்குகள் முன்பு இருந்ததைப் போலவே மீட்டெடுக்கப்படும். அதாவது, விரும்பிய ஒன்று நடக்காததற்காக அந்தக் குடிமகன் தண்டிக்கப்படுவதில்லை.

- பொது வாக்கெடுப்பில் வாக்காளராக இருங்கள். இந்த பொது வாக்கெடுப்பு சட்டத்தின் சரியான மொழியையும், உள்ளடக்கத்தை வரைவு குழு நிர்ணயித்த பிறகு, அத்தகைய கருத்தெடுப்பை எப்போது திட்டமிடுவது என்பதை தீர்மானிக்கும் குழுவால் பொதுக் கருத்தெடுப்புக்கு மசோதாக்கள்/சட்டமன்ற முன்மொழிவுகள் கொண்டு வரப்படும். சட்டத்தை ஆதரிக்கும் வாக்காளர்கள் அதற்கு வாக்களிக்கலாம், விரும்பாதவர்கள் எதிராக வாக்களிக்கலாம். வாக்கை செல்லுபடியாக்க, குறைந்தபட்சம் 40 சதவீத வாக்குப்பதிவு என்ற நியாயமான வரம்பை நாம் நிர்ணயிக்கலாம். இந்த கருத்தெடுப்பில் ஒரு வாக்காளர் `ஆம்' என வாக்களித்து, அந்த கருத்தெடுப்பு முயற்சி சாதாரணப் பெரும்பான்மையில் வெற்றி பெற்றால், அது சட்டமாகும். மேலும் இந்தப் புதிய சட்டத்தை உருவாக்க `ஆம்' என்று வாக்களித்த வாக்காளர்கள் தங்களின் மீதமுள்ள மொத்த வாக்குகளில் ஒன்று குறைவதைக் காண்பார்கள். இருப்பினும், அவர்கள் `ஆம்' என்று வாக்களித்து, கருத்தெடுப்பு நிறைவேறவில்லை என்றால், அவர்களின் வாக்கு எண்ணிக்கை கருத்தெடுப்புக்கு முன் இருந்த பழைய நிலையிலேயே இருக்கும்.

  நிர்வாகக் கிளையால் அறிமுகப்படுத்தப்பட்ட முன்மொழிவுகள் வழமை போல தற்போதைய நிலையைப் பேணுவதற்குத் தேவையான வாக்குப்பதிவு நிலையையும் வரம்பின் அளவையும் நீக்கிவிட முடியும்.

முக்கியமாக, வாக்கெடுப்பில் எந்தவொரு மசோதாவிற்கு எதிராகவும் வாக்களிக்க விரும்பும் வாக்காளர்கள், முடிவு எப்படியிருந்தாலும் மீதமுள்ள வாக்கு எண்ணிக்கையில் மாற்றத்தைக் காண மாட்டார்கள். அதாவது, வாக்காளர்கள் விரும்பாத சில சட்டங்கள் நிறைவேற்றப்பட்டால், இந்த அமைப்பு

அவர்களைத் தண்டிக்காது. அது போல நடப்பு நிலையை (status quo) நாடுபவர்களையும் தண்டிக்கவும் முடியாது.

ஒரு வாக்காளர் ஒரு புதிய சட்டத்திற்கு ஆதரவாக வாக்களிக்க ஒரே ஒரு வாக்கை மட்டுமே பயன்படுத்த முடியும் என்றாலும், நாம் மறுப்புரிமைக்கு 'ஆல் இன்' ஷரத்தைச் சேர்க்கலாம். ஒரு புதிய சட்டம் வருவதைத் தடுக்க புதிய மசோதாவுக்கு வாக்களிக்க வாக்காளர் ஒருவர் மீதமுள்ள அனைத்து வாக்குகளையும் பயன்படுத்தட்டும். மேலும், அவர்கள் `இல்லை' என்று வாக்களிப்பதால், அந்த வாக்குகள் சட்டத்தின் நிறைவேற்றம் அல்லது தோல்வியைப் பொருட்படுத்தாமல் அவர்களிடமே இருக்கும்.

இந்த அமைப்பு குடிமக்களுக்கு மாற்றத்தைத் தேட ஊக்குவிப்பதில் தாராளமானதாகும். ஆனால் அதன் வடிவமைப்பு மிகவும் பழமைவாதமானதும் எந்தவொரு தீவிரமான சட்ட மாற்றத்தையும் உண்மையில் ஏற்படுத்த ஒரு பெரிய ஒருமித்த கருத்து தேவைப்படுகிறது. மிக முக்கியமாக, மாற்றத்தை உருவாக்குவதை விட மாற்றத்தை எளிதில் எதிர்க்க மக்கள் அதிகாரம் பெற்றுள்ளனர்.

நடைமுறையில், சிறுபான்மைக் குழுவிற்கு கடுமையானப் பிரச்சனையை ஏற்படுத்தும் சட்டத்தை சில உதிரி பெரும்பான்மைக் குழுக்கள் கொண்டு வர விரும்பினால், அது போன்ற ஒரு பெரும்பான்மைச் சட்டத்தை நிறைவேற்றுவது கடினமாகும். அதாவது, அந்தச் சட்டத்தைப் பரிசீலனைக்குக் கொண்டு வருவதற்கு அந்தக் குழு முதலில் 20 சதவீத வாக்காளர்களிடம் ஒரு வாக்கைப் பயன்படுத்துமாறு செய்ய வேண்டும். பின்னர் அந்த முன்மொழிவு வரிசைப்படுத்தல் மாதிரி மூலம் தேர்ந்தெடுக்கப்பட்ட இரண்டு குழுக்கள் மூலம் நிறைவேற்றப்பட வேண்டும். இறுதியாக, முன்மொழியப்பட்ட சட்டம் மிகவும் முக்கியமானது என்பதை உதிரி பெரும்பான்மைக் குழுக்கள் பொது மக்களை நம்பவைக்க வேண்டுமென்பதோடு அவர்களுடைய வாக்குகளில் ஒன்றைத் தங்களுடைய உதிரி காரணங்களுக்காக உபயோகப்படுத்துமாறுக் கேட்டுக் கொள்ள வேண்டும்.

மேலேக் குறிப்பிட்ட உதிரிச் சட்டத்தின் வாக்களிக்க பெரும்பான்மை சமூகத்தைச் சேர்ந்த அனைவரும் வாக்களிக்க வேண்டியிருக்கலாம், ஏனென்றால் மக்கள்தொகையில் சில பகுதியினர் முன்மொழியப்பட்ட சட்டம் தாராளமற்றது அல்லது தங்களுக்கு நியாயமற்றது என்று

நினைத்தால், அவர்கள் அனைவரும் ஒரே நேரத்தில் தங்களிடம் இருக்கும் அனைத்து N வாக்குகளையும் பயன்படுத்தி மறுக்கும் உரிமையை சாதிக்க முடியும். இந்த மறுப்புரிமை அதிகாரம் வாக்கு இல்லை என்பதால் ஒரு பயன்பாட்டோடு முடிவடையாது, பெரும்பான்மையினரின் 'ஒருவருக்கு ஒரு வாக்கு' என்ற முயற்சிக்கும் மேலாக சிறுபான்மையினர் கருத்து வேறுபாட்டோடு மறுப்புரிமையைப் பயன்படுத்த போதுமான வாக்குகள் எஞ்சியிருக்கும் வரை அவர்கள் மறுப்புரிமையைப் பெறுவார்கள்.

அதாவது, சிறுபான்மையினரின் வாக்குகள் மறுப்புரிமைக்கெனும்போது அவர்களின் மக்கள்தொகையை விட அதிக வலிமையான எண்மதிப்பாக மாற இந்த அமைப்பு அனுமதிக்கிறது. இந்த அமைப்பு, பெரும்பான்மையான கொடுங்கோன்மையைத் தவிர்க்கும் வகையில், தற்போதுள்ள சட்டமியற்றும் முறைகளைக் காட்டிலும் மிகவும் வலுவான பாதுகாப்பு அரண்களைக் கொண்டுள்ளது என்று உறுதியாக முடிவு செய்து கொள்ளலாம்.

அத்தகைய அமைப்புக்குக் கொடுக்க வேண்டிய விலை என்பது பரந்த ஒருமித்த பகுதிகளில் கூட முன்னேற்றம் எனும்போது நிச்சயமாக நேரம் எடுப்பதோடு அவ்வளவு எளிதானது அல்ல. இது ஸ்திரத்தன்மையை நாடும் எந்தவொரு அமைப்பும் செலுத்த வேண்டிய நியாயமான விலையாகும். இத்தகைய மாதிரியின் நன்மை என்னவென்றால், அது பெரும்பான்மை முன்னேற்றத்தின் அச்சுறுத்தல் இல்லாமல் மக்களின் விருப்பத்தின் உண்மையான பிரதிநிதித்துவமாக இருக்கும், ஆனால் அதற்கு எதிரான விமர்சனம் ஏற்கனவே சில சிறுபான்மையினருக்கு எதிராக அடுக்கி வைக்கப்பட்டுள்ளது, அதற்கு தீவிரமான மாற்றம் தேவை. காலப்போக்கில் தாராளமயமான, நியாயமான, வெகுளியான சமூகத்தை நோக்கி மக்களின் விருப்பம் திரும்பி விடும் என்பது நம்பிக்கையாக இருக்கலாம். இதற்கு மாற்றாக நிலையற்ற தீவிரவாதம் அல்லது கொடுங்கோல் பெரும்பான்மைவாதம் இருக்க முடியும்.

நிச்சயமாக இது ஒரு சிந்தனை பரிசோதனை ஆகும். நாடாளுமன்றமும் மாநில சட்டமன்றங்களும் தங்கள் சொந்த வாழ்க்கையை மேம்படுத்துவதில் கவனம் செலுத்துகின்ற தொழில்முறை அரசியல்வாதிகளால் நிரம்பியிருக்கிறது. அவர்கள் தங்களை மாற்றிக்கொண்டு இத்தகைய கட்டமைப்பின் கீழ் அதிகாரத்தை ஒப்படைப்பதைத் தேர்ந்தெடுக்க வேண்டும்.

ஆனால் மாண்ட்ரேக் மந்திரவாதி தனது சக்திவாய்ந்த ஹிப்னாடிக் சைகைகளில் ஒன்றைச் செய்து அவர்களை வெளியேறும்படி சமாதானப்படுத்தினார் என்று கற்பனை செய்துகொள்வோம். இந்த வகையான நேரடி ஜனநாயகத்தால் இந்தியாவின் பல தீர்க்க முடியாத பிரச்சனைகளைத் தீர்க்க முடியுமா?

இது முற்றிலும் பரிமாற்ற சிக்கலை மாயமாக தீர்ப்பதோடு வாக்குகளுக்கு வித்தியாசமாக புள்ளி மதிப்பு வழங்கும் பிரச்சனையையும் தீர்க்கும். உத்திரபிரதேசத்தில் உள்ள வாக்காளருக்கும் தமிழ்நாட்டில் இருக்கும் வாக்காளருக்கும் ஒரே மாதிரியான புள்ளி மதிப்பு இனி இருக்கும்.

இந்த அமைப்பின் கீழ் கொள்கை வெற்றிக்காக தமிழ்நாட்டை தண்டிப்பதோ, ஆட்சியில் தோல்வி அடைந்ததற்காக உத்தரபிரதேச குடிமக்களை தண்டிப்பதோ எழாது. இரண்டு மாநில குடிமக்களும் சக்தி வாய்ந்த மறுப்புரிமையைப் பெறுவார்கள்.

வள ஒதுக்கீட்டில் பூஜ்ஜிய கூட்டுத் தொகை விளையாட்டில் சிக்கித் தவிக்கும் இந்திய மாநிலங்களின் பிரச்சினையை சமாளிப்பதும் ஒப்பீட்டளவில் எளிதாக இருக்கலாம். தமிழ்நாடு, கேரளா போன்ற மாநிலங்கள் சிறுபான்மை வாக்காளர்களைப் போல நடந்துகொள்வதோடு, உள்ளீட்டு அளவுருக்களை கண்காணிப்பதற்கான அளவீடுகளாக இருக்கும் எந்தவொரு மையப்படுத்தப்பட்ட கொள்கை நகர்வுகளையும் தொடர்ந்து முறியடிக்கும்; அதேபோல், இந்தோ-கங்கை சமவெளியில் உள்ள மாநிலங்கள் வெளியீட்டு அளவீடுகள் தொடர்பான மையப்படுத்தல் யோசனைகளைத் தடுக்கும்.

மாநிலங்கள் முழுவதும் மாறுபட்ட தாக்கத்தை ஏற்படுத்தும் எந்தவொரு சட்டமும் கூட்டாட்சி மாதிரியில் தோல்வியடையும். இது கூட்டாட்சி அமைப்பு அதிகாரங்களை இயல்பாகவே மாநிலங்களுக்கு வழங்கி பரவலாக்குவதையும் முழுமையான, குறைந்தபட்சம் தேவையான அதிகாரங்களை மட்டுமே வைத்திருப்பதையும் உறுதி செய்யும் என்று நம்பப்படுகிறது. ஒன்றிய அரசுக்கு எதிராக மாநிலங்கள் நிரந்தர மறுப்புரிமையை வைத்திருப்பது மட்டுமல்லாமல், உள்ளூர் அரசு நிர்வாகங்களும் (ஊராட்சிகள், நகராட்சிகள் போன்றவை) இந்த, மாநிலங்களுக்கு எதிரான மறுப்புரிமையைக் கொண்டிருக்கும்.

ஆட்டவிதிகளுக்கு உட்படுத்தப்படும் நேரடி ஜனநாயகத்தின் இந்த மாதிரியானது நிலையான, நியாயமான, தொடர்ந்து வளர்ந்து வரும் சமுதாயத்திற்கு பரந்த மூன்று அம்சங்களை வழங்குகிறது. இந்தியா, நடைமுறையில், அதன் கூட்டாட்சி கட்டமைப்பின் அடிப்படையில் ஐரோப்பிய ஒன்றியத்தை ஒத்திருப்பதோடு அதன் உள்ளூர் அரசு நிர்வாக அமைப்புகள் பழங்கால மாநிலங்களுடன் மிகவும் நெருக்கமாக ஒத்திருக்கும். தேசிய அளவிலான வாக்குகளுக்கு வாக்களிப்புக் குவியம் விரிவடைவதால், மறுப்புரிமைக்கான சாத்தியக்கூறுகளும் விரிவடைகின்றன, எனவே மத்தியில் சில சட்டமன்ற மாற்றங்கள் இருக்கும்.

ஆட்டவிதிகளுக்குட்பட்ட நேரடி ஜனநாயகமாக இந்தியா

இந்தியாவின் தீர்க்க முடியாத பிரச்சனைகளை தீர்ப்பதற்கும் அல்லது தணிப்பதற்கும் ஓர் அமைப்பை கற்பனை செய்து கொண்டு அது நடைமுறையில் எவ்வாறு செயல்படும் என்பதை ஊகிப்பது பயனுள்ளதாகும்.

நம்மிடம் அதே அரசாங்க அமைப்புகள் - சட்ட அமலாக்கம், அதிகாரத்துவம், நீதித்துறை போன்றவை - இருக்கிறது. மேலும் நாடாளுமன்றம், மாநில சட்டமன்றங்கள், உள்ளூர் அரசாங்கங்களின் சட்டமியற்றும் அமைப்புகள் ஆகியவை மேலே முன்மொழியப்பட்ட ஆட்டவிதிகளுக்குட்பட்ட நேரடி ஜனநாயக முறையால் மாற்றப்பட்டன என அனுமானித்துக் கொள்வோம்.

இத்தகைய அமைப்பு 'எனது சமூகம்' என்ற உள்ளூர்மயமாக்கப்பட்ட கருத்தை வலுப்படுத்தும். எல்லாவற்றிற்கும் மேலாக, பெரும்பாலான மக்கள் தொலைதூரப் பகுதிகளை பாதிக்கும் பிரச்சினைகளை விட, தங்கள் உடனடி வாழ்க்கையை அதிகம் கவனித்துக் கொள்வார்கள்.

வாக்காளர்கள் தங்கள் வாழ்க்கையை நேரடியாகப் பாதிக்கும் உறுதியான பிரச்சினைகளுக்கு மறுப்புரிமை அதிகாரத்தைப் பயன்படுத்தவும் வாய்ப்புள்ளது.

இத்தகைய அமைப்பில் ஒரு சுருக்கமான யோசனை அல்லது தொலைதூரப் பகுதியில் நடக்கும் நிகழ்வுகள் அவர்களின் வாக்குகளில் ஒரு பெரிய காரணியாக இருந்தால், அது அடித்தளத்திலிருந்து வர வேண்டுமே ஒழிய மேலிருந்து கீழே திணிக்க முடியாது. இது சில விபரீத ஊக்கங்களை நீக்குகிறது

அல்லது வெகுவாகக் குறைக்கிறது. தற்போதைய அமைப்பின் கீழ் எரிச்சலூட்டும் சொல்லாட்சியை ஏற்படுத்தும் தேசியவாதம் போன்ற புலனாகாதவற்றை கருவியாக்குவது கடினமானதாகும்.

தொடக்கத்தில் இருப்பவர்கள் நிதிநிலை அறிக்கை என்கிற பட்ஜெட்டைக் எடுத்துக் கொள்ளுங்கள். ரூ 3.81 லட்சம் கோடி மதிப்பளவுக்கு மத்திய அரசின் முதன்மைத் திட்டங்கள் உள்ளன. பொதுவாக இவையெல்லாம் மத்திய அரசின் திட்டங்களை மாநிலங்களின் மீது திணிப்பதாகும். மேலே உள்ள முறையைப் பயன்படுத்தி இந்த பட்ஜெட் நிறைவேற்றப்பட வேண்டும் என்றால், இந்தத் திட்டங்கள் எதுவும் நிறைவேற்றப்படமாட்டாது.

ஒன்றிய அரசின் நிதிநிலை அறிக்கையில் உள்ள பெரும்பாலான செலவினங்கள் பல மாநிலங்களுக்கு உகந்ததாக இல்லாத மாநிலத் துறை சம்பந்தப்பட்ட கொள்கைகளையும் தீர்வுகளையும் கொண்டிருக்கின்றன. நமது நேரடி வாக்குப்பதிவு முறையானது செலவினப் பக்கத்தில் மாநிலங்களின் உரிமைகளை அபகரிப்பதை நிறுத்தும் என்பதால், காலப்போக்கில் வருவாய் சேகரிப்பும் அதற்கேற்ப சுருங்கும்.

இந்திய ஒன்றியம் பிரதானமாக வரிவிதிப்பு அதிகாரத்தின் மூலம் மத்திய அரசுக்கு பாராபட்சமாக உள்ளது; அதன் மற்ற அதிகாரமெல்லாம் இந்த நிதி அதிகாரத்திலிருந்து உருவாகின்றன என பலரும் விவாதிக்கக்கூடும். புதிய அமைப்பு என்ன செய்யுமென்றால் மெதுவாக காலப்போக்கில், நிதி அதிகாரத்தின் பாரபட்சத்தை அகற்றும். இது மாநிலங்களையும் உள்ளூர் அரசு நிர்வாக அமைப்புகளையும் அதற்கான சரியான உரிமையை ஏற்றுக்கொள்ள அனுமதிக்கும்.

கருத்தெடுப்பின் அதிகாரம் இத்தகைய திட்டங்களை வாக்கெடுப்புக்கு அனுமதிக்கும் என்பதால் புதிதாகப் பொறுப்பேற்றுள்ள செயல்பாடுகளுக்கு உள்ளாட்சி அமைப்புகள் தங்கள் சொந்த குடிமக்களுக்கு வரி விதிக்கும் அதிகாரத்தையும் கொண்டிருக்கும்.

16 ஆவது 17ஆவது லோக்சபா ஆட்சிக் காலத்தில் அவசர அவசரமாக நிறைவேற்றப்பட்ட சர்ச்சைக்குரிய சட்டத்தைக் கவனியுங்கள். இதில் சரக்கு மற்றும் சேவை வரி என்கிற ஜிஎஸ்டி, மூன்று வேளாண் சட்டங்கள், ஜம்மு & காஷ்மீர் மாநிலத்தின் அந்தஸ்த்தை ஒருதலைப்பட்சமாக நீக்கியது, குடியுரிமை சட்டத்தில் திருத்தங்கள் கொண்டு வந்தது ஆகியவை அடங்கும்.

மேலே விவரிக்கப்பட்ட இரண்டு-நிலை செயல்முறைப்படி இந்தச் சட்டங்கள் பெரும்பாலும் நிறைவேறியிருக்காது. இவை அனைத்தும் முதல் கட்டத்திலேயே தோல்வியடைந்திருக்கலாம். ஒரு வேளை எப்படியாவது அதை நிறைவேற்ற முடிந்திருந்தால், வரைவு மற்றும் நேரத்தைத் தீர்மானிக்கும் குழுக்களால் இவை நிராகரிக்கப்பட்டிருக்கும். இந்தத் தடைகளையும் இவை மாயமாக கடந்து சென்றிருந்தால், அவை தங்கள் அடிப்படை வாழ்க்கைக்கும் சுதந்திரத்திற்கும் அச்சுறுத்தலாக இருக்கிறது எனக் கருதும் சிறுபான்மையினரால் நிராகரிக்கப்பட்டிருக்கும். பஞ்சாபில் விவசாயிகள் முதல் சாதாரண காஷ்மீரிகள் வரை எதிர்ப்புத் தெரிவிக்கும் அசாமியர்கள் வரையிலான பல்வேறு சிறுபான்மையினர் மீது தங்கள் ஆணையை நடைமுறைப்படுத்த முயல்வதில் பெரும்பான்மையினர் ஒருமனதாக, விடாப்பிடியாக இருந்தால், அவர்கள் தங்கள் அரசியல் மூலதனத்தில் கணிசமான பகுதியை தியாகம் செய்ய வேண்டியிருக்கும் என்பதோடு புதிய வாக்கெடுப்பு வழிமுறையின் கீழ் எதிர்காலக் கட்டுப்பாட்டை விட்டுக் கொடுக்கும் ஆபத்தும் இருக்கும்.

மாநிலங்கள், நகரங்கள், உள்ளூர் அரசு நிர்வாகங்கள் தங்கள் சொந்த வருவாய்க்கும் செலவினங்களுக்கும் பொறுப்பாகும் போது, ஒரு பிராந்தியத்தில் இருந்து மற்றொரு பிராந்தியத்திற்கு வளங்களை மாற்றுவதில் ஏற்படும் முரண்பாடு சர்ச்சையாகும். கர்நாடகா, தமிழ்நாடு, தெலுங்கானா, கேரளா ஆகிய மாநிலங்கள் மற்ற மாநிலங்களின் வரவு செலவுத் திட்டங்களுக்கு தங்கள் தரப்பிலிருந்து பங்களிப்பதைப் பற்றி கவலைப்பட வேண்டியதில்லை என்பதை இந்தச் சூழ்நிலை அர்த்தப்படுத்தும்; அவை தங்கள் குடிமக்களுக்குப் பயன்படும் கொள்கையை நிர்ணயிப்பதில் அதிக அளவு சுதந்திரம் பெறும்.

இருப்பினும், இத்தகைய அமைப்பின் கீழ் பிரச்சினையாகவே இருக்கும் கேள்வியின் மிக அடிப்படையான வடிவம்: ஏழை மாநிலம் ஒன்றால் சுகாதாரம், கல்வி அல்லது மக்களுக்கானப் பாதுகாப்பு போன்ற அடிப்படைச் சேவைகளை வழங்க முடியவில்லையென்றால் ஒப்பீட்டளவில் வளமாக இருக்கும் மாநிலம்/பிராந்தியத்தின் கடமை என்ன? தீர்க்கவே வேண்டுமென்றால், இந்தப் புதிய சிந்தனைச் சட்டகத்தால் இதை எவ்வாறு தீர்க்க முடியும்?

ஒரு கடுமையான பதில்: அந்தப் பகுதி ஒன்றியத்துக்கு மிகவும் நல்லது என்று நினைத்தால், அது வெளியேற முயற்சி செய்யும். ஆனால் அதற்கான நிகழ்தகவு குறைவு.

ஒன்றியத்தில் இருக்க விரும்பும் பெரும்பாலான மாநிலங்கள், ஒன்றியத்தில் உள்ள பிற மாநிலங்களால் விரும்பப்படும் மாநிலங்கள் செய்ய வேண்டியது, அடிப்படைச் சேவைகளை வழங்குவதற்காக தனிநபர் செலவினத்தின் குறைந்த வரம்பில் (அடிப்படை) ஒன்றிணைவதும், சுமையைக் குறைப்பதற்கு மேல் வரம்பில் (உச்சவரம்பு) பரிமாற்றங்களைச் செய்வதும் ஆகும். . இது இலகுவாக இருக்கக்கூடிய ஒன்றியத்தைக் குறிக்கும்.

எடுத்துக்காட்டாக, கேரளாவும் தமிழ்நாடும் அவற்றின் கல்வித் திட்டங்களின் விளைவு/வெளியீட்டு அளவீடுகளை மேம்படுத்தும் வகையில் அதை வடிவமைக்க முடியும். மக்கள்தொகையின் வயது, அடிப்படை சுகாதார நலன் அக்கறையில் ஏற்கனவே அடைந்த சாதனைகள் ஆகியவற்றைக் கருத்தில் கொண்டு, நீண்ட காலத்துக்கும் முதியோர் பராமரிப்புக்கானதுமான சுகாதாரக் கொள்கைகளை உருவாக்கிக் கொள்ள முடியும். இதைச் செய்யும்போதும், மேலும் பல விஷயங்களைச் செய்யும்போதும், மேலே குறிப்பிட்டுள்ள சூத்திரத்தின் அடிப்படையில் ஒன்றியத்தில் உள்ள மற்ற மாநிலங்களுக்குப் பரிமாற்றம் செய்வதற்காக அவர்கள் கொஞ்சம் பணத்தை ஒதுக்கக்கூடும்.

அதே நேரத்தில், மத்தியப் பிரதேசம், பீகார், உத்தரப் பிரதேசம் போன்ற மாநிலங்கள் குழந்தைகளுக்கும் தாய்மார்களுக்குமான அடிப்படை தடுப்பு சுகாதார நடைமுறைகளில் கவனம் செலுத்த வேண்டும். அத்தகைய திட்டங்களின் நிதித் தேவைக்கு இவை மற்ற மாநிலங்களிலிருந்து பெறப்படும் பரிமாற்றங்களைப் பயன்படுத்துவார்கள், ஆனால் இதை பெரும்பாலும் அவர்களே வடிவமைத்து நிர்வகிக்க வேண்டும். அவர்களின் செலவுக்கேற்ப வரி அடிப்படையை வைத்திருப்பது சில வழிகளில் பயனுள்ளதாக இருக்கும்.

இத்தகைய அமைப்பு செயல்படும் சரியான வழியைக் கணிக்கவே இயலாது. ஆனால் போதுமான பாதுகாப்பு அரண்களுடன் மக்களின் விருப்பத்தைப் பிரதிபலிக்கும் ஒரு நியாயமானக் கட்டமைப்பின் நம்பிக்கையை இது வழங்குகிறது. ஒருவேளை இந்த வழிப்பாதை கற்பனை செய்தபடி செயல்படவில்லையென்றாலும் தாராளவாத பெரும்பான்மைக்

குழுவினர் நமது பன்முக கலாச்சார, பல இன சமூகத்தை படுகுழிக்கு இழுக்க விரும்பினால் இது அதிகக் தடைகளை ஏற்படுத்தும்.

ஜனநாயகம் என்பது முடிவைப் பற்றியது இல்லை ஆனால் கட்டமைப்பைப் பற்றியது. முன்மொழியப்பட்ட கட்டமைப்பானது, தற்போதுள்ள அனைத்து அமைப்புகளுடன் ஒப்பிடும்போது, மக்களின் விருப்பத்தின் நியாயமான, நேர்மையானப் பிரதிநிதித்துவத்தை நோக்கமாகக் கொண்டுள்ளது; இது ஆளப்படுபவர்களின் உற்சாகமான, நீடித்த சம்மதத்தை நாடுகிறது.

தற்போதுள்ள அரசியல் கட்டமைப்பில் இத்தகைய தீவிர மாற்றங்களை கொண்டு வருவது அரசியல் ரீதியாக சாத்தியமற்றதாக இருக்கலாம். ஆனால் குடிமக்கள் இதைப் பற்றி சிந்திப்பது நல்லது, ஏனெனில் தற்போதைய நிலையின் எதிர்கால விளைவுகள் தவிர்க்க முடியாதவை என்பதோடு முன்மொழியப்பட்ட அமைப்பு உண்டாக்கும் எந்தவொன்றையும் விட தீவிரமானதாக இருக்கும். இதன் மாநிலங்களுக்கு இடையேயும் மாநிலங்களுக்குள் உள்ள பிராந்தியங்களுக்கிடையேயும் உள்ள கடினமான வேறுபாடுகளைக் கருத்தில் கொண்டால் இந்தியாவுக்கு உள்ளூர் சுயநிர்வாகம், உள்ளூரில் வடிவமைக்கப்பட்ட கொள்கைகள் ஆகியவை அதிகமாகத் தேவைப்படுகிறது. பல அடுக்குகள் கொண்ட மறுப்புரிமைகள், புதிய சட்டத்துக்கான கட்டாயக் கருத்தெடுப்பு ஆகியவை இதற்குப் பதிலாக இருக்கக்கூடும்.

முடிவுரை

சமூகங்கள் தங்களை ஒழுங்கமைக்கும் அனைத்து வழிகளும் அந்தச் சமூகங்களுக்குள் உள்ள ஒன்று அல்லது அதற்கு மேற்பட்ட குழுக்களுக்கு நியாயமற்றவையாக இருக்கின்றன. நவீன சகாப்தத்தில் எந்தவொரு சமூக அமைப்பையும் நிர்வகிப்பதற்குத் தேவையான ஒரே கருவி, நிலையான மாற்றத்தை அனுமதிக்கும் ஒன்றாகும் என்பதோடு மக்களின் விருப்பத்தை திறம்பட கடத்துகிறது என்கிற நம்பிக்கையும் ஆகும்.

சுதந்திரத்திற்குப் பிறகு கட்டமைக்கப்பட்ட விதத்தில் இந்தியாவானது இருபதாம் நூற்றாண்டின் பிந்தைய காலனித்துவ சமூகங்களில் மிகவும் பொதுவாகக் காணப்படும் துண்டாடுதல் மற்றும் உள்நாட்டுப் போரின் சாத்தியத்தை முறியடிக்கும் ஒரு வலுவான ஒன்றியம் என்கிற அதன் காலத்தின் நோக்கத்தை நிறைவேற்றியது. மாநிலங்களின் உரிமை மீது குறைந்த அக்கறை கொண்ட வலுவான ஒன்றியம் அதனுடைய பயன்பாட்டை அதிகரித்திருக்கலாம்.

இந்தியாவின் மாநிலங்கள் ஒவ்வொன்றும் பல நாடுகளை விட பெரியவை, கற்பனை செய்யக்கூடிய எந்தவொரு வகையிலும் வேறுபட்டவை - உண்மையில் பலமாக மையப்படுத்தப்பட்ட கூட்டாட்சி ஒன்றியத்தில் சமன்பாட்டின் எல்லைக்கு அப்பாற்பட்டது. இவை அதனுடைய் நிர்வாக முடிவுகள், குடிமக்களின் சுகாதார நலன், வழங்கும் கல்வி, வழங்கும் பொருளாதார வாய்ப்புகள் ஆகியவற்றின் அடிப்படையில் வேறுபடுகின்றன.

இந்த வகையில் தென்னிந்தியா வேறு நாடு. வட இந்தியாவை விட அதன் வளர்ச்சி முடிவுகள் மிகவும் சிறப்பாக இருப்பது மட்டுமல்லாமல், கலாச்சார ரீதியாகவும் மொழி ரீதியாகவும் வடக்கிலிருந்து வேறுபட்டிருக்கிறது. மிக முக்கியமாக, தற்போதைய கட்டமைப்பில், தென்னிந்தியா ஓர் அடிமை மாநிலமாக குறைக்கப்படும் அளவுக்கு அச்சுறுத்தலை எதிர்கொள்வதோடு அது எவ்வாறு நிர்வகிக்கப்பட வேண்டும் அல்லது வரி விதிக்கப்பட வேண்டும் என்று சொல்வதற்கான அதிகாரம் எதுவும் இல்லை.

நீண்ட காலத்திற்கு செயல்படும் எந்தவொரு தீர்வும் தற்போது ஒன்றியத்திடம் குவிந்துள்ள அதிகாரங்களைப் பரப்புவதன் மூலம் தற்போதுள்ள அதிகார கட்டமைப்பின் பிரமிட்டை மாற்றியமைக்க வேண்டும். இருப்பினும், அந்த பரவலின் முறை நியாயமானதாகவும் நன்கு சிந்திக்கப்பட்டதாகவும் இருக்க வேண்டும்.

சரியான அணுகுமுறையாக இருந்தபோதிலும் மிக விரைவாக தலைகீழாக்கும் நிலை ஏற்படும்போது இந்தியாவின் பல்வேறு பகுதிகள், மக்களுக்கு இடையிலான மொழி, இனம், மத வேறுபாடுகளைக் கருத்தில் கொண்டு குழப்பம் அல்லது வன்முறை அல்லது இரண்டையும் மட்டுமே விரைவுபடுத்தும்.

ஜனநாயகத்தின் கட்டமைப்பையும், இந்திய நாடாளுமன்றம் செயல்படும் விதத்தையும் மறுபரிசீலனை செய்யும்போது தீர்க்க முடியாத பிரச்சனையை எவ்வாறு நிர்வகிக்கலாம் என்பதற்கான தடயங்களை வழங்குகிறது. ஜனநாயகத்தின் பிரதிநிதித்துவ மாதிரியிலிருந்து விலகி, பல அடுக்கு மறுப்புரிமையுடன் கூடிய நேரடி ஜனநாயகத்திற்கு நகர்வது ஒரு வழியாக இருக்க முடியும்.

அத்தகைய நடவடிக்கையின் இழப்பு தன்னுடைய அரசமைப்புப் பகுதிகளின் வழியாக தனது பலத்தை வெளிப்படுத்திக் கொள்ளும் வலிமையற்ற ஒன்றிய அரசாகும். அறிவார்ந்த தாராளமயம் அல்லது அதை நோக்கிய ஒரு பாதையோடு ஜனநாயகக் கட்டமைப்பின் அடிப்படையில் நேர்மையான தன்மையையும் மக்களுக்கான பயனுள்ள விளைவுகளில் ஓர் உத்வேகத்தையும் வழங்கும் பழமைவாத அமைப்புடன் கூடிய வெகுமதியாக இருந்தால், இந்த இழப்பு மதிப்புள்ளதாகும்.

இந்தியாவானது முக்கியத்துவம் குறைந்த ஒன்றியத்தையும் அதிக ஆக்கக்கூறுகளையும், தொகுதிகளையும் கொண்டிருக்கும்பட்சத்தில் அதன் பன்முகத்தன்மை, மாறுபாடுகள், முரண்பாடுகளை நிர்வகிக்கும் திறன் அதிகம் கொண்டதாக இருக்கலாம். அந்த மாதிரியான ஒன்றியத்தில் எல்லா இடங்களிலும் மக்கள் சமமாக இருப்பதாக உணர்வார்கள்.

குறிப்புகள்

அறிமுகம்

1. Prerna Singh, *How Solidarity Works for Welfare: Subnationalism and Social Development in India*, Cambridge University Press, 2015.
2. T.J.S. George, 'Dravidian Stock. Tejasvi Surya vs CN Annadurai', *The New Indian Express*, 16 May 2021.

பகுதி I

2. கல்வி

1. 'School Enrollment, Tertiary (% gross)', World Bank Data, UNESCO Institute for Statistics, data as of June 2022.
2. Lex Borghans, Bart H.H. Golsteyn, James J. Heckman and John Eric Humphries, 'What Grades and Achievement Tests Measure', *Proceedings of the National Academy of Sciences*, 8 November 2016.
3. Ibid.
4. Janet Lorin, 'Why U.S. Colleges are Rethinking Standardized Tests', Bloomberg.com, 14 March 2022.
5. Raynard Kington and Diana Tisnado, 'Increasing Racial and Ethnic Diversity Among Physicians: An Intervention to Address Health Disparities?', *The Right Thing to Do, The Smart Thing to Do: Enhancing Diversity in the Health Professions: Summary of*

theSymposium on Diversity in Health Professions in Honor of Herbert W. Nickens, M.D., National Academies Press, 2001.

3. பொருளாதாரம்

1. Sugata Marjit and Sandip Mitra, 'Convergence in Regional Growth Rates: Indian Research Agenda', *Economic and Political Weekly*, Vol. 31, No. 33, 17 August 1996.
2. பொருளாதாரத்தில், 'டச்சு நோய் (Dutch disease)' என்பது ஒரு குறிப்பிட்ட துறையின் பொருளாதார வளர்ச்சியின் அதிகரிப்புக்கும் (உதாரணமாக, இயற்கை வளங்கள்) பிற துறைகளில் (உற்பத்தித் துறை அல்லது விவசாயம் போன்றவை) சரிவுக்கும் இடையிலான வெளிப்படையான ஓர் உறவாகும். வளர்ந்து வரும் துறையில் (அல்லது வெளிநாட்டு உதவியின் வரவுகளில்) வருவாய் அதிகரிக்கும் போது, குறிப்பிட்ட நாட்டின் நாணயம் மற்ற நாடுகளின் நாணயங்களுக்கு (நாணயப் பரிமாற்று விகிதத்தில் வெளிப்படும்) எதிராக வலுவடைகிறது (அதிகரிக்கிறது). இதன் விளைவாக நாட்டின் பிற ஏற்றுமதிகள் மற்ற நாடுகள் வாங்குவதற்கு அதிக விலையாகிறது, மேலும் இறக்குமதிகள் மலிவாகி, அந்தத் துறைகள் போட்டித்தன்மையைக் குறைக்கின்றன. இயற்கை வளங்களைக் கண்டறிவதில் இந்தச் சொல் பெரும்பாலும் பயன்படுத்தப்படும் அதே வேளையில், கிறிஸ்டைன் இப்ராஹிமசாதே (Christine Ebraimzadeh) தனது கட்டுரையில், 'இது இயற்கை வளங்களின் விலைகள், வெளிநாட்டு உதவி, வெளிநாட்டு நேரடி முதலீடு ஆகியவற்றில் மிக அதிகமான ஏற்றம் உள்ளிட்ட வெளிநாட்டு நாணயத்தின் பெரிய வரவுக்கு வழிவகுக்கும் எந்தவொரு வளர்ச்சியையும் குறிக்கலாம்.' என்கிறார். 'Dutch Disease: Wealth Managed Unwisely', *Finance & Development,* 24 February 2020
3. 'Periodic Labour Force Survey, 2018–19', data from Ministry of Statistics and Programme Implementation.
4. V. Bhaskar, 'A Case of Unequal Fiscal Federalism?', *Economic and Political Weekly*, Vol. 56, No. 30, 25 July 2021.

பகுதி II

மக்கள்தொகை வேறுபாடு

1. 'Iran', Data Commons 2022, https://datacommons.org/place/country/IRN.
2. 'Vietnam', Data Commons 2022, https://datacommons.org/place/country/VNM.
3. 'Sri Lanka', Data Commons 2022, https://datacommons.org/place/country/LKA.
4. 'Thailand', Data Commons 2022, https://datacommons.org/place/country/THA.

பகுதி III

3. ஏதெனியன் மாதிரி

1. Mogens Herman Hansen, translated by J.A. Crook, *The Athenian Democracy in the Age of Demosthenes: Structures, Principles and Ideology*, University of Oklahoma Press, 1999.

ஆசிரியர் மற்றும் மொழிபெயர்ப்பாளர் பற்றிய குறிப்பு

நீலகண்டன் ஆர்எஸ் கிளெம்சன் பல்கலைக்கழகத்தில் பொறியியலாளராகப் பயிற்சி பெற்றவர். இவர் இந்தியாவின் மிகப்பெரிய ஃபின்டெக் நிறுவனம் ஒன்றில் தலைமை தரவியல் விஞ்ஞானியாக இருக்கிறார். அரசியல் அமைப்புகள் அல்லது தொழில் தொடர்பான செயல்முறைகள் என எதுவாக இருந்தாலும் நிலையான பரவலாக்கப்பட்ட அமைப்புகளை வடிவமைப்பதே இவரது முதன்மையான ஆர்வமாகும். தி கேரவன், வயர்.காம், தி இந்து போன்ற பத்திரிகைகளிலும், இணையதளங்களிலும் இந்திய கூட்டாட்சி அமைப்பு குறித்து எழுதியுள்ளார்.

சித்தார்த்தன் சுந்தரம், மதுரையைச் சேர்ந்த இவர் மேலாண்மைத் துறையில் முதுகலைப் பட்டமும் (MBA), விநியோகத் தொடர் மேலாண்மையில் முதுகலைப் பட்டயமும் (PG Dip in SCM) பெற்றவர். தற்சமயம் பெங்களூருவில் வசித்து வரும் இவர் ORG, ORG-MARG, Nielsen போன்ற புகழ் பெற்ற சந்தை ஆய்வு நிறுவனங்களில் இருபது ஆண்டுகளுக்கு மேலாக பணியாற்றி விட்டு 2014 ஆம் விருப்ப ஓய்வு பெற்றார்.

இதற்கு முன்பு, மால்கம் கிளாட்வெல் எழுதிய `டிப்பிங் பாயிண்ட்', `அவுட்லையர்', `ப்ளிங்க்', `டேவிட் & கோலியாத்' ஆகிய நூல்களையும், காமத் ஹோட்டல் புகழ் விட்டல் வெங்கடேஷ் காமத் அவர்களின் சுய சரிதமான ' இட்லி, ஆர்கிட், வில்பவர்' என்கிற நூலையும், முனைவர் கிப்சன் வேதமணியின் நூலை `சில்லறை வணிகம் சிறக்க 7 வழிகள்' என்கிற பெயரிலும் ஜெ.டி. சாலின்ஜெர், ஹார்ப்பர்லீ, நோபல்

பரிசு பெற்ற ஸ்வெட்லானா அலெக்ஸியேவிச் ஆகியோருடைய நூல்களையும் தமிழில் மொழியாக்கம் செய்திருக்கிறார்.

2018 ஆம் ஆண்டு இவருக்கு மொழியாக்கத்துக்கான `கலைஞர் கருணாநிதி பொற்கிழி விருது' வழங்கி கௌரவிக்கப்பட்டது. பிரபல ஆங்கில மற்றும் தமிழ் பத்திரிகைகளில் சில்லறை வணிகம், சந்தை ஆய்வு பற்றி கட்டுரைகள் எழுதுவதுடன் புத்தக விமர்சனமும், இலக்கியக் கட்டுரைகளும் எழுதி வருகிறார்.

தொடர்புக்கு; https://www.facebook.com/siddharthan.sundaram or sidvigh@gmail.com or +91 98862 09112